आजचा दिवस माझा

विजय अमृता कुलांगे
(IAS)

मेहता पब्लिशिंग हाऊस

Please contact us at **Mehta Publishing House Pvt. Ltd.**
✆ +91 020-24476924 / 24460313 / Mob. No. 9545000513
Email : production@mehtapublishinghouse.com
Website : www.mehtapublishinghouse.com

- *या पुस्तकातील लेखकाची मते, घटना, वर्णने ही त्या लेखकाची असून त्याच्याशी प्रकाशक सहमत असतीलच असे नाही.*

AAJCHA DIWAS MAZA by VIJAY AMRUTA KULANGE (IAS)
आजचा दिवस माझा : विजय अमृता कुलांगे / आत्मकथन

author@mehtapublishinghouse.com

संस्थापक : सुनील अनिल मेहता

प्रकाशक : मेहता पब्लिशिंग हाऊस प्रा. लि.
१९४१, सदाशिव पेठ, माडीवाले कॉलनी, पुणे ४११०३०

मुद्रक : ट्रिनिटी ॲकॅडमी फॉर कॉर्पोरेट ट्रेनिंग लिमिटेड

मुखपृष्ठ : फाल्गुन ग्राफिक्स

प्रकाशनकाल : मार्च, २०१८ /
मेहता पब्लिशिंग हाऊस प्रा. लि. यांची द्वितीय आवृत्ती :
जानेवारी, २०२२ / पुनर्मुद्रण : जानेवारी, २०२४

किंमत : ₹ ३१५

P Book ISBN 9789392482601
E Book ISBN 9789392482687
E Books available on : amazonkindle Apple Books Google Play Books

---

* पायरेटेड पुस्तकांची खरेदी-विक्री हा कायद्याने गुन्हा आहे आणि अशा गुन्ह्याविरोधात कायदेशीर कारवाई होऊ शकते.

पाऊलखुणा

विजय सर, काय आणि किती लिहिणार... खूप आठवणी आहेत; मात्र एक शिक्षक ते आयएएस हा त्यांचा जो प्रवास आहे, त्याबद्दल थोडं लिहायचं आहे. "Believe in yourself" अशी जर आपली वृत्ती असेल तर स्वत:मध्ये असणारी क्षमता माणसाला शांत बसू देत नाही. आपल्याबद्दल तेवढा आत्मविश्वास असावा लागतो... अन् तो सुद्धा पक्का. जे करायचंय ते मी करणारच; मग ते हरप्रकारे... त्यासाठी कितीही अडचणी आल्या तरी.

लग्नानंतर सहा महिन्यांनी मला राळेगणजवळच प्राथमिक शिक्षक म्हणून नोकरी लागली. वर्षभरात कृष्णाचं आगमन झालं. विजय सरांची बदली गलनिंब शाळेवरून दत्तवाडी शाळेत झाली. सारे बरोबर राहत होतो. सारं कसं छान चाललेलं ...पण विजय सर अत्यंत अस्वस्थ असायचे. एक दिवस मला म्हणाले, "मला स्पर्धा परीक्षेची तयारी करायचीय." मी म्हटलं, की काही हरकत नाही. मग ते तडक पुण्याला गेले आणि अडीच हजाराची पुस्तके घेऊन आले. त्यावेळी मला शिक्षणसेवक म्हणून तीन हजार रुपये मिळायचे. अशी झालेली सुरुवात अन् आताची 'आयएएस'ची पोस्ट... अगदी जवळून मी हा प्रवास अनुभवला आहे. सुमारे सात वर्षांचा हा अस्वस्थ करणारा प्रवास... अनेक चढ-उतार... मात्र लग्नानंतर जर कुटुंबाची साथ असेल, तर तुम्ही तुमचे ध्येय गाठू शकता. सर माझ्यात, मुलांमध्ये फारसे गुंतले नाहीत... मुलांकडे आमचे अण्णा, आई (माझे सासू-सासरे) जास्त लक्ष द्यायचे. म्हणून मलाही नोकरी करणे सोपे गेले अन् त्यांना अभ्यास.

सर अभ्यासाला बसले, की सारं काही विसरून जायचे. अभ्यासाचे नियोजन करून तो ठरलेल्या वेळात पूर्ण करणं, याशिवाय त्यांना काहीच सुचायचे नाही. दुसरे कोणते विषय त्यांच्या डोक्यात नसत. त्यांची जिद्द आणि त्यांचा अभ्यासाचा पिंड त्यांना कधी गप्प बसू देत नसे. मी त्यांना नुसते रिकामे बसलेले, थकलेले

कधीच पाहिले नाही, अगदी शिक्षक असतानाही अन् आता आयएएस असतानादेखील... आले की फ्रेश होणार; लगेच दुसरे काम हाती घेणार, ही त्यांची वृत्ती.

त्यांचं ठरलेलं वाक्य असतं, 'कामात बदल हीच माझी विश्रांती.' करायचं ते उत्कृष्टच! desire of excellence. मग ते काम शाळेतील असो, की आताचे ऑफिसचे. त्या कामावर स्वत:चा ठसा ते उमटवणारच. त्यांचा अभ्यास चालू असताना मलाही अनेकजण विचारायचे की, कधी पद मिळणार? अनेकजण उपहासानेही विचारायचे; मी मात्र हसून वेळ मारून न्यायचे. 'एमपीएससी'चा निकालही वेळेत लागत नसे. त्यांचा दोनदा निकाल निगेटिव्ह आला. त्या काळात खूप अस्वस्थ असायचे ते. कित्येक रात्री झोप नसायची. मी, अण्णा, आई त्यांना समजावून सांगायचो. त्यांना निराशा येऊ नये म्हणून आम्ही काळजी घ्यायचो. अण्णा त्यांना सांगायचे की, केलेला अभ्यास कधी ना कधी नक्की कामी येणारच! तो वाया जात नसतो. मग सर पुन्हा जोमाने अभ्यासाला लागायचे.

कोणत्या विषयात कमी पडतोय, हे पडताळून सर पुन्हा तो भाग अभ्यासायचे. 'अप्प दीपो भव'- या उक्तीप्रमाणे स्वत:च स्वत:चं मार्गदर्शक व्हायचं आणि तयारी करायची, असं त्यांचं रुटीन राहायचं. स्पर्धा परीक्षा ही आधी मनाच्या कणखरतेची परीक्षा असते; मी फार जवळून हे सारं पाहिलं आहे. अण्णा नेहमी म्हणत, की त्याचा 'यूपीएससी'चा निकाल हा त्याच्या सातत्याचे फळ आहे.

सरांना कित्येकदा नातेवाइकांच्या कोणत्याच कार्यक्रमाला जाता आले नाही; पण आमच्या साऱ्याच नातेवाइकांनी, माझ्या माहेरच्यांनी त्यांना समजावून घेतले. कुणी त्यांच्यावर कधी रुसले नाही की फुगले नाही.

त्यांनी वेळेला फार महत्त्व दिले; आजही देतात. गेलेली वेळ कधीच आयुष्यात येत नाही. treat it as a most valuable currency. असं ते नेहमी सांगतात.

मी त्यांना अभ्यासात थेट मदत नाही करू शकले; मात्र घरातील आर्थिक बाबी, अडचणी त्यांना कधी जाणवू दिल्या नाहीत. घरातील साऱ्या जबाबदाऱ्या मी, अण्णा, आई आम्ही पाहायचो. त्यांच्यापर्यंत कोणतीही तक्रार येऊ दिली नाही.

'एसटीआय'चा निकाल लागल्यावर त्यांच्या डोळ्यांत वेगळीच चमक जाणवत होती. त्यानंतर त्यांच्या वाट्याला कधी अपयश आले नाही. त्यांचे मित्रही मोजकेच; पण ते अगदी मनापासून शुभेच्छा देणारे आहेत व त्यांच्या यशाचं अगदी मनापासून कौतुक करणारे. अशी मोजकीच माणसं सरांनी जोडली.

मला वाटतं हे पुस्तक म्हणजे सरांच्या मनाची एक घालमेल आहे. त्यांचा ध्येयपूर्तीचा प्रवास आहे. मनात एक अखंड आशेचा ऊर्जास्रोत त्यांनी वाहत ठेवला. एक 'सकारात्मक सल' त्यांच्या मनात असायचा. हा बोचणारा सल त्यांची प्रेरणा होती.

असे हे अखंड चैतन्य 'विजय' माझे पती, माझं सौभाग्य याचा मला सार्थ अभिमान आहे. सर आमच्या मुलांसाठी, कृष्णा, ज्ञानेश्वरीसाठी आदर्श पिता आहेत. आमच्या अण्णा-आईसाठी आदर्श मुलगा आहेत, त्यांच्यासाठी अजून काय लिहू...

"ध्येयाची एक एक पायरी
अशीच जवळ येत राहावी,
अन् माझ्या शुभेच्छांनी तुमची
स्वप्नपूर्ती होत राहावी..."

बस्स...!

वाचकांना एवढेच सांगेन, की तुमच्या यशानंतर तुमच्या चेहऱ्यावरील ओसंडून वाहणारा आनंद पाहण्यासाठी तुमचे कुटुंब आसुसलेलं असतं.

'आजचा दिवस माझा', तुमच्याही आयुष्यात यावा, यासाठी माझ्या तुम्हा साऱ्यांना भरभरून शुभेच्छा!

– निर्मला विजय कुलांगे

मनोगत

आपल्या हातात ना काल असतो ना उद्या. जे जगायचे ते आज आणि असीम उत्साहाने. हे जगण्याचे सूत्र मनी ठेवून माझी वाटचाल मी करत आलो आहे. मनी एखादे ध्येय बाळगून त्यासाठी जिवाचे रान करणे, त्यासाठी जे जे आवश्यक ते करणे आणि अनावश्यक ते टाळणे. मिळालेला आजचा दिवस त्यासाठीच सत्कारणी लावणे, यासारखा आनंद दुसरा नाही.

कुणाला प्रेरणा मिळावी म्हणून हा खटाटोप मुळीच नाही. प्रेरणा तर आतून असते. मी आज आयुष्याच्या मला हव्या असलेल्या टप्प्यावर उभा आहे. माझ्याच प्रवासाचे एक सिंहावलोकन करण्याचा मी प्रयत्न करतोय. मुळातच एका उंचीवरून आयुष्याकडे पाहण्याचा अनुभव, हा भविष्याकडे जाण्यासाठी स्वत:ला प्रेरणा देणारा ठरतो.

यश आणि अपयश सापेक्ष असते. स्वत:ला जी घटना आनंद देते, ते यश असे मी मानतो. आयुष्य म्हणजे अशी आनंद देणारी ठिकाणे शोधण्याचा प्रयास असतो. साधं जगणं, मुळातून जगणं, भान ठेवून आणि बेभान होऊन त्यासाठी तडफडणं.

अळवावरच्या पाण्यासारखे क्षणभंगुरत्व घेऊन आपण जन्माला येतो. कधी वाफ होऊन हवेत मिसळू, याचा नेम नाही; पण याच पाण्याच्या थेंबावर सूर्याची तेजस्वी किरणे पडली तर तो थेंब लाखमोलाच्या मोत्याप्रमाणे झळाळून उठतो. जगायचे ते या सूर्याच्या शोधात. प्रत्येकाच्या नशिबी हा सूर्य असतोच. हा माझा विश्वास आहे. त्याच्या शोधासाठी आपले आयुष्य. मी लेखक नाही; जमेल त्या शब्दात मी सुचेल त्या भावनांना वाट मोकळी करून दिली आहे.

हे माझे लेखन स्पर्धा परीक्षेची तयारी करणाऱ्याला कितपत उपयोगी पडेल माहिती नाही. पण मी माझं जगणं रेखाटायचा प्रामाणिक प्रयत्न केलाय. उत्कृष्टतेचा ध्यास असेल आणि त्यासाठी काम करायची तयारी असेल, तर तुम्ही जे ठरवता

ते तुम्हाला नक्कीच मिळते. बस आपला प्राधान्यक्रम नक्की हवा. म्हणजे गाडी भरकटत नाही. मी हे जगणे अनुभवले अन् अनुभवत आहे. अडथळ्यांच्या मानगुटीवर पाय रोवून यश खेचून आणणे, यासारखा दुसरा आनंद नाही. वेगळीच नशा असते ती.

या प्रवासात मला अनेक माणसे भेटली. मला साकार रूप देणारे अन् मला घडवणारे माझे अण्णा-आई! नशिबाने असे अण्णा-आई मिळतात... मला साथ देणारी माझी पत्नी निर्मला. माझी बहीण सुनीता. आमचे नाना. भाऊ. माझा राळेगण परिवार.

माझे मित्र. माझी प्रेरणा. कुणाकुणाचे नाव घेऊ? विजय गनबोटे, सुनील बोठे, राजेश दाते, बाळू देवकर, महेंद्र कासार. माझे डॉक्टर मित्र-गोरख हिंगणे, अविनाश निंभोरे, चंद्रकांत गोरे, राजेंद्र राऊत व सर्वच शिक्षक मित्र.

तुकाराम गोरे, त्रिंबक गोरे, उत्तम शिंदे ही गुरुजी मंडळी.

दादाभाऊ पठारे, माझे मुख्याध्यापक... मला भाऊ नाही; पण थोरल्या भावासारखा हा माणूस माझी सावली बनून राहिला.

विजय बोरुडे, माझे स्पर्धा परीक्षेतील गुरू; ज्यांनी मला बोट धरून शिकवले.

विजय कोकरे, भगवान उंडे, बाबा दराडे, मुकेश कांबळे-विक्रीकर निरीक्षक.

माझा जामखेड तहसील परिवार. विशेषत: नायब तहसीलदार-भैसडे.

'शिक्षक भवन' मित्र परिवार. अंजली रसाळ, संदीप अपार, धनराज पांडे, विकास गारूडकर, बापू बांगर, गणेश गावडे, सदाशिव पडदुने, रमेश बरकते, तृप्ती अंधारे खूप मोठी यादी आहे... आणि सारे अधिकारी... शिक्षक अधिकारी...

राजेश गवळी आणि विष्णू औटी. दोघे भारतीय महसूल सेवेतील अधिकारी.

आदिनाथ दगडे. रमेश कासार. आम्ही एकत्र अभ्यास केलेला.

निवृत्ती खेतमाळीस - माझा मेव्हणा.

आणि सर्वच शिक्षक अधिकारी मित्र.

अहमदनगरचे जिल्हाधिकारी संजीवकुमार सर! ज्यांच्या सहकार्याशिवाय मला हे दिव्य काही शक्यच नव्हते आणि सदानंद जाधव. नगरचे निवासी उपजिल्हाधिकारी.

अतुल लांडे सर! यूपीएससीच्या अंतिम टप्प्यावर हा माणूस माझ्यासाठी आधार होता.

म्हणून मी गाठलेला टप्पा हे माझे एकट्याचे यश नाही. हा सारा सांघिक स्वरूपाचा लढा होता. जगन्नाथाच्या रथाप्रमाणे अनेकांचे हात, अनेकांच्या शुभेच्छा यामागे आहेत.

या पुस्तकाच्या निर्मितीत स्वप्ना जरग यांचा महत्त्वाचा वाटा आहे. त्यांनी सुचवलेले बदल, सुधारणा यामुळे पुस्तकाचा दर्जा उंचावला, असे मला वाटते. त्यांनी घेतलेल्या मेहनतीचे मनापासून आभार!

– विजय कुलांगे

प्रस्तावना

उत्तुंग जिद्दीपुढे जिथे गगन ठेंगणे!

विजय कुलांगे या भारतीय प्रशासन सेवेतील तरुण अधिकाऱ्याने लिहिलेल्या आपल्या ऐन तारुण्यातील उत्तुंग जिद्दीचा लोकविलक्षण पट म्हणजेच प्रस्तुतचे हे पुस्तक होय. यशापयशांच्या दऱ्या पार करत शेवटी यशाच्या उत्तुंग शिखराकडे त्यांनी केलेला हा प्रवास. तो एकीकडे एखाद्या कादंबरीसारखा अतिशय वाचनीय आणि रोचक आहेच; पण त्यापेक्षाही जीवनामध्ये स्पर्धात्मक परीक्षा आणि इतर कसोट्या पार करणाऱ्या धगधगत्या जिद्दीची ही स्फूर्तिदायी गोष्ट आहे.

कधी काळी करपत्या उन्हामध्ये रोजगार हमीवर काम करणारे अहमदनगर जिल्ह्यातील एक जोडपे. त्यांनी बाजूच्या झाडाला बांधलेली कापडाची एक झोळी. तिच्या आडाला ठेवलेले हात-पाय झाडणारे एक बालक. तेच बालक एके दिवशी ‘आयएएस’ची परीक्षा पास होऊन कलेक्टर होईल, असे कोणा ज्योतिष्याने भविष्य सांगितले असते तर, लोकांनी त्या ज्योतिषीबुवालाच वेड्याच्या इस्पितळात पाठवून दिले असते. कोणा नाटककाराने हा प्रसंग आपल्या संहितेमध्ये मांडला असता तर प्रेक्षकांनाच नव्हे तर त्या नाटकाच्या निर्मात्यालाही पटला नसता. परंतु विजय कुलांगेच्या जीवनामध्ये घडलेले हे थरारनाट्य वाचताना वाचक नक्कीच आश्चर्यचकित होतील.

हा ग्रंथ मी सलग दोन वेळा वाचला आहे. प्रथमदर्शनी मला या लेखाच्या सहज, सोप्या आणि चित्रमय भाषाशैलीने मोहित केले. कुलांगेचे जीवन कथनसुद्धा कमालीचे प्रभावी आहे. आज विविध पातळींवर जे जटील, सरकारी भाषेचे दर्शन घडते त्या पार्श्वभूमीवर प्रस्तुत लेखकाची भाषा ही साने गुरूजी पंथातील चित्तवेधक तसेच मोठी रसाळही आहे. असे कसब अनेक वर्षं लेखनकाम करणाऱ्यांनाही साधत नाही. सुदैवाने निसर्गत: लेखकाला ही देणगी मिळाल्याचे दिसते.

‘काळाच्या कातळातून टपकणाऱ्या पाण्यासारख्या माझ्या ओंजळीत मावतील

तेवढ्या आठवणी सांगतो,' किंवा 'कांद्याच्या पदरासारखे आठवणींचे पापुद्रे उलगडत जाणे,' किंवा लेखक स्वयंपाकाचा प्रयत्न करत असताना तव्यामध्ये पहिली चपाती 'शहीद होणे', अर्जुनाला ज्या प्रमाणे युद्धभूमी खुणावत होती, त्याप्रमाणे दहावीच्या वर्षाने लेखकाला खुणावणे. एकूणच कुलांगेंच्या शब्दांची मांडणी नेटकी आणि ताकदीची आहे. त्यांच्या मातोश्रींना निम्म्यात हळदीच्या अंगाने उठायचा प्रसंग असो, किंवा कोणा पापभिरू भदगले गुरुजींनी गावच्या विहिरीमध्ये केलेली आत्महत्या असो. एकूणच प्रसंग निर्मितीची लेखकाची धाटणी उत्तम दर्जाची आहे. आपल्या आयुष्यातील जिद्दीच्या दशकाची कहाणी सांगण्यापुरती श्री. कुलांगे यांनी आपल्या लेखणीला मर्यादा घालू नये. या पुढच्या काळातही त्यांनी आपला हात असाच लिहिता ठेवल्यास मायमराठीला एका खंद्या लेखकाची देणगी निश्चितच लाभू शकते.

दुसऱ्याच्या शेतात रोजगार करणारी लेखकाची आई आणि जीवनभर दिवसदिवस शिलाई मशिनवर टेलर या नात्याने दांगड्या मारणारा पिता. घरचे अठराविश्वं दारिद्र्य त्यात आडवळणी खेड्यातला जन्म. सोबतीला ना कोणी गुरू वा ना कोणी प्रेषित अशा परिस्थितीमध्ये 'आयएएस' होणं हे या गरीब कुटुंबासाठी खरंच एक युगायुगाचे स्वप्न होते. म्हणूनच परीक्षेचा निकाल लागल्यावर लेखकाचे, "राहून राहून डोळे भरून येत होते. मनातला श्रावण डोळ्यांतून ओसंडत होता."

विजय कुलांगेंना मिळालेले यश म्हणजे तसे अचानक सापडलेले लॉटरीचे बक्षीसही नव्हे. आपल्या विसाव्या वर्षी लेखक खेड्यात एक प्राथमिक शिक्षक बनतो. पुढे चार वेळा राज्य लोकसेवा आयोगाची परीक्षा देतो. त्याचे अपयशाच्या ठोकरीने अनेकदा पाय रक्तबंबाळही होतात. तो तहसीलदार बनतो. परंतु वशिल्याशिवाय आणि देण्या-घेण्याशिवाय मोठ्या नोकऱ्या लाभत नाहीत, असे सांगणारे आणि उत्साहावर विरजण घालणारे अनेक समवयस्क लोक सोबत असतात. तरीही मोठ्या जिद्दीने आणि नियोजनबद्धरीत्या कुलांगे आपल्या अभ्यासाचा आणि ध्यासाचा यज्ञ पेटता ठेवतात अन् शेवटी उत्तुंग यशाचा मोहर दिसतोच. आपला हा प्रवास अनेक व्यक्ती, घटना आणि प्रसंग साक्षी ठेवून कुलांगेनी ओघवत्या शैलीमध्ये चितारला आहे. त्यामुळेच प्रस्तुतचा ग्रंथ हा महाराष्ट्रातील विशेषत: बहुजन समाजातील आणि गावकुसाबाहेरच्याही तरुणांसाठी एक चैतन्यदायी स्फूर्तिग्रंथ ठरेल, यात मला शंका नाही.

या पुस्तकातील लेखकाच्या जिद्दी पित्याचे म्हणजेच करारी अण्णांचे आणि गरीब व धडपड्या त्यांच्या आईचे शब्दचित्रही उत्तम साधले आहे. आपल्या हाताखालील विजयसारख्या तरुणाला पाठबळ देणारे संजीवकुमारांसारखे जिल्हाधिकारीही स्मरणात राहतात.

सध्या विजय कुलांगे हे ओरिसा राज्यामध्ये आयएएस अधिकारी म्हणून काम पाहताहेत. त्यांच्याशी झालेल्या एका भेटीमध्ये ते मला निगर्वी, उत्तम स्वभावाचे आणि मुळारंभाची सतत जाणीव असणारे तरुण वाटले. एवढे उत्तुंग यश मिळूनही त्यांचे पाय जमिनीवर आहेत. एखादेच असे शस्त्र परजावे, की त्याची याद भावी पिढ्यांनासुद्धा राहावी, अशा बाण्याने त्यांनी प्रस्तुतचा ग्रंथ लिहिला आहे. त्यामुळे प्रस्तुतचे लेखन हे स्पर्धात्मक परीक्षेच्या परिघात मुळीच अडकून राहत नाही, तर ते साहित्य शारदेच्या अंगणातले सुगंधित टपोरे फूलही ठरते.

विजय कुलांगे हे 'सिनर्जी क्लास'चे पुण्याचे विद्यार्थी. त्याच क्लासचे प्रणेते श्री. अतुल लांडे आणि स्वप्ना लांडे यांनीच या उत्तम ग्रंथाची निर्मिती केली आहे, हा मला दुग्ध-शर्करा योग वाटतो.

काही दिवसांपूर्वी कऱ्हाड जवळच्या खेड्यातला कॅप्टन अमोल यादव नावाचा तरुण मला भेटला होता, ज्याने बोरीवलीतील आपल्या घराच्या गच्चीवर संपूर्ण देशी बनावटीचे नवे विमान बनवले होते. त्याच्या पार्किंगला अनेक मोठ्या विमानतळावर त्यांना जागा मिळत नव्हती. तेव्हा महाराष्ट्र विमानतळ कंपनीचा उपाध्यक्ष्य व एमडी या नात्याने मी त्यांना आमच्या धुळ्याच्या एअरस्ट्रीपवर पार्किंगची सुविधा पुरवली. कॅप्टन अमोल यादव असोत किंवा प्रस्तुतचे लेखक विजय कुलांगे ही मंडळी असो, जन्माला येतानाच जिद्दीचे पंख घेऊन आलेली आहेत. त्यांची उत्तुंग जिद्द व भरारी यापुढे अवकाशही थिटे पडेल. एकूणच नवमहाराष्ट्राने त्यांचा योग्य तो सन्मान करणे, हे तुम्हा-आम्हा सर्वांचेच मला कर्तव्य वाटते.

– विश्वास पाटील
ख्यातनाम सन्माननीय लेखक
व माजी सनदी अधिकारी

अनुक्रमणिका

माझा गाव
माझं घर

माझे अण्णा करारी स्वभावाचे आहेत. कधी कोणत्या गरजेसाठी त्यांनी कुणापुढेही कधीही हात पसरलेला मी पहिला नाही. माझी आजी.. अण्णांची आई. मीही तिला आईच म्हणायचो. तिने अण्णा व आईच्या लग्नाच्या गोष्टी मला सांगितलेल्या. माझी आई गावातलीच. खराड्याच्या मळ्यातले तिचे माहेर. खरं तर अण्णांना आई आवडत असे. गावातलीच असल्याने अण्णांनी आईला खूप वेळा पाहिलेलं होतं; पण आमच्या आबांची परिस्थिती ही आईच्या घरापेक्षा गरिबीची. आईला मागणी घालणे, हा अण्णांसाठी विनोद होता. अण्णा त्यावेळी नोकरीला होते. संगमनेरमध्ये सारोळाकासार येथील जिल्हा मराठाच्या संस्थेत अण्णा अधीक्षक होते.

अण्णा सुट्टीला घरी आलेले होते. आईचे लग्न जमलेले होते. आईला नगरचा पोरगा पाहून दिला होता. बहुतेक हुंडा पण दिलेला. आईचे वय असेल चौदा वर्षांचे. सारे सुरळीत दिसत होते; पण नियतीच्या मनात वेगळे होते. लग्नाच्या आदल्या दिवशी आईला हळद लागलेली आणि नगरहून बातमी आली, की नवऱ्या मुलाला पोलिसांनी धरून नेले. चोरीचा आरोप असावा... झालं तर... आता काय करायचे, हा प्रश्न होता; कारण लावलेली हळद लग्न झाल्याशिवाय धूत नाहीत, असं म्हणतात. पण मग नवरा मुलगा कुठून आणायचा? मुलीसाठी हा आयुष्याचा प्रश्न, बापासाठी प्रतिष्ठेचा प्रश्न. काहीही करून मुलगा पाहावा लागणारच होता.

मग खरड्याच्या मळ्यातील एका म्हाताऱ्याने म्हटले, 'अरे तो यदूचा पोरगा हाये ना. चांगला नोकरीला हाये. इचारून पघा एकवेळ. दुसरा मार्ग नव्हता... झालं तर... आमच्या आबाकडं प्रस्ताव आला. आबांनी अण्णाला विचारले. आता काय प्रॉब्लेम नव्हता. अण्णाच्या मनासारखे झाले; पण लग्न कसे करायचे? ना कपडे ना काही. ऐनवेळी कपडे कुठून आणणार? पण इच्छा तेथे मार्ग. अण्णा म्हणाले, "मला काही गरज नाही नव्या कापडाची. अंगावर आहेत ते पुरेसे आहेत." अण्णा सांगतात, की मी मस्त घोडक्याच्या विहिरीवर गेलो. पोहून आलो. हळद लावली

आणि लग्नाला तयार! ना कोणती हौस ना कोणती मौज. अण्णाला पहिल्यापासून साधेपणाने राहायची सवय. त्यांनी लग्नही साधेच केले. आईला तर काय होतय हेही कळत नसावे बहुतेक; कारण खेळण्याच्या व शाळेत जायच्या वयात ती संसाराच्या गाड्यात अडकली होती. तिचं वय सोळा पण नसावे बहुतेक.

आमच्या अण्णाच्या घरी अठराविश्वं दारिद्र्य. आबा. माझे आजोबा. गुराकडं जायचे. आजी घर सांभाळायची. जी थोडीफार जमीन होती पठारावर, ती जिरायत जमीन घर पोसण्यास नक्कीच पुरेशी नव्हती. घरी एक मोरी गाय होती. मला आठवते ती थोडी थोडी. आबा दिवाळीला तिला ओवाळायचे.

दिन दिन दिवाळी... गाई-म्हशी ओवाळी...
गाई-म्हशी कोणाच्या? लक्ष्मणाच्या...

माझी लहानपणची ही आठवण स्मरणात आहे. त्याच्या आधीचे आठवत नाही. मोरी गाय म्हणजे घरातील लक्ष्मी वाटायची. दारात लिंब... त्याला राहीबाई कासारीन घोडा बांधायची. खूप जुनं झाड. अजूनही ताठ मानेने उभं. आमच्या आबांनाही आठवत नाही, इतकं जुनं. त्याच्या मायेची सावली हा आमच्या घराचा वारसा आहे. आमचं मुख्य घर माळवदाचं होत... अजूनही आहे. मोठ्या चुलत्यांकडे आणि एक त्याला लागून सपर. आमचा स्वयंपाक तिथ व्हायचा. ते सपर गव्हाच्या कुडाचं असायचं. पावसाळ्यात त्या कुडाच्या काड्यांतून लाल पाणी ठिपकायचं. मी ते कपात गोळा करायचो. चहासारखे ते दिसायचे. मी च्या घ्या च्या म्हणून खेळायचो.

दारात एक पवळ होती. दगडांनी रचलेली. तिथेच आडोसा करून न्हाणी होती. त्या न्हाणीत एक चिकाच्या पानाचे झाड होते. त्याला लवंगासारखे बारीक बारीक फळ लागायचे. मी गमतीनं त्याला लवंगाचे झाड म्हणायचो. न्हाणीच्या पुढं लागूनच पायऱ्या होत्या. पायऱ्या उतरून गेलं, की पुढं सरळ आमची आळी पसरलेली. आमच्या पवळीला चिकटून धुराजी अण्णाचे दुकान होते. त्यांच्या शेजारी हरीनानाचं घर. आमच्या घराच्या समोरच यव्हारे नानाचं घर होतं. मला कळतं तसं तेथे फक्त नवरा-बायको असे दोघेच राहायचे. त्यांचा पोरगा अशोक पोलीस होता. त्यांच्या घराला लागून आमच्या गावातील हायस्कूलचं बोर्डिंग होतं. तसा तो बाप पाटलाचा वाडा; पण बोर्डिंगला दिलेला. आत गेलं, की पोरांच्या पेट्या लायनीनं मांडलेल्या. त्या पेट्यांवर पोरांची नावं लिहिलेली. त्या वाड्याच्या पलीकडं लव्हाराची आळी होती. सकाळ-संध्याकाळ चंदाबाई त्या बोर्डींगच्या भाकरी थापायची, वाड्यातून कारखाना पेटल्यासारखा धूर निघायचा. लव्हाराच्या आळीला चिकटून बैराग्याचा मठ होता. त्या मठाच्या काळ्या भिंती माझ्या मनात धडकी घालायच्या. मठाला लागूनच वेस होती. आता ती पाडली. गावाचा रुबाब गेला. बिगर येशीचं गाव म्हणजे काय, ते आता कळते.

तर या अशा वेशीला दोन भरभक्कम बुरूज होते. वर सागवानाचे माळवद होते. दोन भरभक्कम दारे वेशीची शोभा वाढवायची. मोठ्या दारात एक छोटे दार होते. रात्री वेस बंद केली, की ते छोटे दार वापरत असावेत. त्या वेशीबाहेर महारा-मांगांची घरे होती. वेशीबाहेरच्या त्यांच्या आयुष्याचे त्यावेळी मला काहीच सुख-दुख नव्हते. वेशीची खरी शान पोळ्याच्या सणाला दिसायची. सारे बैल सजून धजून यायचे. पाटलाचा बैल मानाचा. तो सर्वांत पुढे राहायचा. गावात चार-पाच पाटील होते. कधी कधी मानाच्या बैलावरून खडाखडी व्हायची. आम्ही सारी पोरं चावडीवर उभं राहून पोळा पाहायला आतुर व्हायचो. मग येशीची दारं खुलायची. पाण्याचा लोट फुटावा तसा पोळा फुटून बैल सैरभैर धावायचे. मारुतीच्या मंदिरापुढून धावणारे बैल पाहून आम्ही भारावून जायचो. मला पण वाटे, की आपला बी खिलारी गोऱ्हा असावा. त्याच्या पोळीला पकडून त्याला मिरवावा; पण बैल पाळायला तशी रग्गड बागाईत नव्हती आमच्या आबांकडं.

घरातून चक्क गावात आलो ना, बोलताना मी असे नेहमीच भटकतो. माझं गाव म्हसोबाच्या नावावरून नावाजलं जातं... राळेगण म्हसोबाचे.

काय ते मंदिर... नजर लागावी असं. मध्ये मंदिर आन् त्याच्या दोन्ही बाजूनं दोन वडाची झाडं. जणू भालदार चोपदार. उजव्या हाताला वडाला चिकटून भला थोरला पिंपळ उभा. पलीकडं कुस्तीचा हगामा. त्याला खेटून पुन्हा एक मोठा पिंपळ, त्याच्या उशाला मुंजाबा विसावलेला. दर जत्रंला तिथं हंगाम्याचा फड उभा राहायचा. पंचक्रोशीतील नामवंत मल्ल इथं येऊन लढायचे.

आमच्या नानाला कुस्त्याचा लई नाद; पण परिस्थितीनं नानाला कधी चांगला खुराक नाही मिळाला. त्या टायमाला नाना लेलेकाकाच्या इथं सालाने होते. बहुतेक आईने चिंधाबाईकडून घेतलेले रुपये फेडायला नानांनी साल धरलेलं. पण नाना फडात उतरायचे.

आधी पोरांच्या रेवड्यावर कुस्त्या व्हायच्या. मग पाच रुपये, दहा रुपये असं वाढत वाढत शेवटला मानाची कुस्ती व्हायची. रात्री नानाच्या गप्पा रंगायच्या. ते सांगायचे. कुणी कसा डाव टाकला. कोण कुणाला सरस.

हंगाम्याला लागूनच बाभळबन होतं. मोठ मैदान ते. बाभळ बनाला लागून गावची नदी आहे. सुढळा नाव तिचं. अजून आहे; पण कोरडी. माझ्या लहानपणी तिला गच्च पाणी राहायचे. आई सांगते की, नदीला मस्त वाळूचे वाळवंट होते. छान चमचम वाळू राहायची. मी नदीच्या डोहात कित्येक वेळा डुंबायचो. गावची स्मशानभूमी नदीच्या कडेलाच आहे. अण्णा सांगतात, पूर्वी नदीच्या दोन्ही बाजूंनी खूप झाडी राहायची. त्यात जांभळाची खूप झाडी होती; पण आता नाही काही. आता नदीला पहिले दिवस नाहीत.

अण्णा सांगतात की, साऱ्या गावाला पूर्वी तटबंदी होती. सगळ्या आळ्यांनी माणसं राहायची. गावातला ढाळजाचा भाग उंच दिसायचा. हराळ पाटलांचे वाडे तिथं होते. गावात पूर्वेला गणपतीचं देऊळ. येशीजवळ मारुतीचं देऊळ. लेलेकाकाच्या वाड्याजवळ भलं मोठ हेमाडपंथी देऊळ. ते होतं महादेवाचं! त्याला खेटून भैरुबाचं देऊळ आणि प्रत्येक पिंपळाच्या बुडाला एक मुंजाबा होताच. वाण्याच्या मळ्याच्या कोपऱ्याला खेटून एक मोठा पिंपळ उभा असायचा. त्याच्या खाली एक ओढा असायचा. त्या ओढ्याला खेटून लक्ष्मीआईचं देऊळ. मला तिथं भेसूरपण वाटायचं. माझ्या मामाच्या मळ्यात जाणारा तो रस्ता होता. मी तिथून जाताना धावत जायचो. दुपारची वेळ असेल तर पिंपळाच्या पानाची सळसळ उरात धडकी भरवायची. आखाडाच्या महिन्यात लक्ष्मी आईची जत्रा भरायची. त्या देवळात मांगांची निवदासाठी होणारी भांडणं मला अजून आठवतात.

राळेगण मांडवगण शिवेवर खंडूबाचा डोंगर आहे. त्याच्या माथ्यावर खंडूबाचं मंदिर. दरवर्षी तिथं यात्रा असती. बारा बैलगाड्या एकाला एक जोडून त्या ओढण्याचा कार्यक्रम म्हणजे मुख्य आकर्षण असायचं. असे माझ्या गावात सगळे देव होते. बामनाची दोन घरं. गुरवाचे एक. सोनाराचे एक. असे सारे गावातच राहत. माझा गाव खोलग्यात वसलेला. चारी बाजूंनी डोंगर आणि बरोबर मध्याला आमची आळी. आळीतच सावता माळ्याचे देऊळ आहे. दरवर्षी तिथं सप्ता असतो. गावातच मराठी शाळा अन् दहावीपर्यंत हायस्कूल आहे. असं माझं गाव.

अशा ह्या आठवणी. काळाच्या कातळातून टपकणाऱ्या पाण्यासारख्या. माझ्या ओंजळीत मावतील तेवढ्या सांगतो. आठवणींचे असे खूप निथळ आहेत. गोळा करतो आहे बस! आज हे लिहिताना सारे कसे आरशासारखे डोळ्यापुढे लख्ख उभे राहते. हे सर्व मला आठवण्याचे कारण नाही; पण बऱ्याच आठवणी आईने सांगितलेल्या आहेत.

माझा जन्म गणेश चतुर्थीचा. आईची घरीच डिलिव्हरी झाली. दवाखाना कुठला. मी लहानपणी खूपच बाळसेदार होतो, असं आई म्हणते. त्यावेळी खेड्यात कसला फोटो अन् कसलं काय? त्यामुळे माझी बाळसेदार छबी माझ्या लहानपणासोबतच हरवून गेली; आईच्या डोळ्यांत मात्र ती आहे.

मला वाटतं की, माझ्या जन्माच्या मागे-पुढेच अण्णांनी त्यांची अधीक्षकाची नोकरी सोडली असावी. त्यांनी दिलेल्या राजीनाम्याचे आणि चार्ज सोडल्याचे पत्र मी अजून जपून ठेवले आहे. ते नोकरीला होते, याचा तेवढा एकच पुरावा आहे. अण्णा खरेतर मराठी विषय घेऊन बी.ए. झालेले; पण पुढे काय करायचं याचं मार्गदर्शन करायला कोणी नव्हतं. आजच्यासारखी माहिती देणारी साधने तेव्हा नव्हती. त्यामुळे अण्णांनी अधीक्षकाची नोकरी स्वीकारली. पण स्वाभिमानापायी अण्णांनी त्या नोकरीवर

तुळशीपत्र ठेवले. कोण शाळा तपासायला अधिकारी आले होते. अण्णांनी पावत्या की काय, दाखवल्या नाहीत. तर ते अधिकारी अण्णांना अद्वातद्वा बोलले. मग काय दिला लगेच राजीनामा आणि आले घरी. अजूनही विषय निघाला, की आई हळहळते.

अण्णांच्या स्वाभिमानाचे असे खूप किस्से आहेत. अण्णांनी त्यांच्या तत्वांशी कधीच तडजोड केली नाही. अगदी अठराविश्वं दारिद्र्यातही अण्णांनी आपला बाणा सोडला नाही. अण्णा एक आठवण नेहमी सांगतात, ‘अकरावी नंतर ते डी.एड.चा फॉर्म भरायला नगरला गेले. आजीने अण्णांना भाकरी बांधून दिली. अण्णांकडे कागदपत्रे ठेवायला फाइल नव्हती. अण्णांनी मग त्याच फडक्यात कागदपत्रं बांधली. सकाळच्या एसटीने अण्णा नगरला गेले. डी.एड. कॉलेजच्या बाहेर अण्णा आपला नंबर कधी येतो, याची वाट पाहत बसले. अण्णाचे नाव ॲडमिशनला पुकारल्यावर अण्णा गडबडीने उठले आणि फडक्यात बांधलेली कागदपत्रं सोडायला लागले. अण्णाची ती गडबड पाहून इतर मुले हसायला लागली. त्यांचे भाव असे होते की, या मूर्खाला कागदपत्रे कशी ठेवावीत, हे पण कळत नाही. अण्णाला हा त्यांचा अपमान वाटला. अण्णा मग ॲडमिशनला आत गेलेच नाहीत. सोडलेली फडक्याची गाठ परत बांधली अन् वापस घरी माघारी आले. डी.एड. झाले की मास्तरची नोकरी हमखास ठरलेली; पण नाही. मोडलो तरी चालेल पण वाकणार नाही, असा हा बाणा.

खूप आहे सांगण्यासारखे अण्णांबद्दल. अण्णांना बी.एड. करायला पण पैसे नव्हते बहुतेक. नाहीतर अण्णा हायस्कूलवर शिक्षक नक्की झाले असते. अण्णा सांगतात की, ते दिवस फार वाईट होते. नोकरी सोडल्यामुळे सगळे नातेवाईक अण्णांना नावे ठेवत. अण्णा मग त्यांना टाळायचे; फारसे कुणाशी बोलायचे नाहीत. अण्णांनी काही दिवस कोंबड्या पाळल्या. घोडक्याच्या वावरात म्हणजे शेतात ते कोंबड्या घेऊन जात; पण कोंबड्या पाळून पोटं थोडीच भरणार? मग नंतर त्यांनी टेलर काम करायचे ठरवले. गावातच त्या वेळी अण्णा गुरवाची एक आणि ठका खराड्याची एक अशा शिलाई मशिन होत्या. अण्णा मग सुट्टे कापड घेऊन ठका खराड्याकडे कधी तर कधी अण्णा गुरवाकडे जायचे. अण्णाला फारसा वेळ लागला नाही काम शिकायला. मग अण्णांनी त्यांचाच एक पायजमा आणि शर्ट शिवला, प्रयोग म्हणून. अण्णांनी तो घालून पहिला. छानच जमला होता.

झाले मग. अण्णांची एक टेलर म्हणून वाटचाल चालू झाली. त्यावेळी आयत्या कपड्यांचे काही फॅड नव्हते. त्यामुळे अण्णांच्या कामाला बरकत दिसायला लागली. काम वाढू लागले. अण्णांचा स्वभाव नम्र होता. आपले काम भले, की आपण भले, असे त्यांचे वागणे असायचे. सुरुवातीला अण्णांनी जी मशीन आणली,

ती होती तीनशे रुपयांची. पण तेवढे पैसे नव्हते. मग ती घेण्यासाठी बाबू वाण्याने मदत केली. तो जामीन राहिला उरलेल्या पैशाला.

आमच्या घराला त्यावेळी कुठली आलीय पत? कोणताही गावातला दुकानदार आमच्या आईला उधार देत नसे. गावात लेलेकाकांची आई, चिंधाबाई मोठी सावकार राहायची. तिचे कायम पैसे राहायचे आमच्याकडे. उत्पन्न असं काही नव्हतच. जिरायती जमिनीतून किती पिक मिळणार? थोडीफार जरी रोकड लागली तरी सावकाराशिवाय इलाज नसायचा.

त्यावेळी स्वस्त धान्य दुकान बाबूवाण्याकडे होते. पैसे नाहीत म्हणून त्याच्या माणसांनी कित्येक टायमाला आमचे कूपन फेकून दिलेले. का तर आज उधार दिले तर पैसे परत येतील का, याची खात्री नाही म्हणून. मग आई गावातल्या सावकाराकडून उसनेपासने करून पैसे आणायची; पण मग आमच्या वाट्यातील काही साखर सावकाराला नेऊन द्यावी लागायची.

असेच उसने पैसे फेडण्यापायी आमच्या नानांनी लेलेकाकांच्या इथं साल धरलेलं. आता अण्णांच्या तोंडून हे सर्व ऐकलं, की पोटात कालवाकालव होती. पैसा नव्हता आमच्याकडे; पण अण्णांकडे जगण्याचे धाडस होते. त्यांतून त्यांनी मोठ्या हिमतीनं हा टेलरचा धंदा चालू केला. पण लोक फार चमत्कारिक होते. म्हणायचे, की यदूच्या पोराला येड लागलंय. सोन्यासारखी नोकरी सोडून इथं कापड फाडत बसलाय. एक प्रसंग सांगतो, 'अण्णा शिवलेले कपडे घेऊन मंगळवारच्या बाजारला चालले होते. वाटेत एक खराड्याच्या मळ्यातील म्हातारी भेटली. ती म्हणाली, ''अमृता, तू तर चांगला दिसतोस; मग असा का वागतो येड्यावाणी. असं नको करू बाबा.''

अण्णांना हसावं, की रडावं ते कळेना.

गरिबाला कुणी पण सल्ला देतं; सगळे मजा घेतात. अण्णा सगळ्यांचे सल्ले ऐकून घेत. काही दिवसांनंतर अण्णांनी आमच्या नानाला पण टेलर काम शिकवलं. मग दोघे मिळून काम करू लागले.

अण्णांना जवळजवळ सगळ्या कामांचा अनुभव होता. माझी आई सांगते, की मी तान्हा असताना दोघांनी मिळून धनगरबॉच्या तळ्यावर रोजगार हमीच्या कामाच्या बराशी उपसल्या आहेत. मला झोळी बांधून दोघेही काम करत. अण्णांना कुठल्याही कामाची कधीच लाज नव्हती.

मला अण्णांनी एकच टोपडे शिवले होते... आणि अगदी दहावी पर्यंतचे माझे सारे कपडे अण्णांनी शिवलेले असायचे. त्या टोपड्याला रिबीनीची बाहेरून झालर असायची. मागे कापडाचे अस्तर असायचे. गळ्याखालून त्याला बांधायला दोन नाड्या होत्या. आई म्हणते की, मी फारच गोंडस होतो. आमच्या आळीला चिकटून

बैराग्याचे दुकान आहे. अजूनही आहे ते. मी खळीला आलो, की अण्णा मला त्या दुकानातून एक बाबू आणून द्यायचे. बाबू म्हणजे लाडू. असे माझे बालपण.

त्यावेळी आमच्याकडे एक मोरी गाय, काही शेळ्या, एक गोऱ्हा आणि एखादी कालवड असायची. रोज आबा त्यांना चरायला सोडत. चारत चारत ते गुरांना पठारावर घेऊन जात. सांज झाली, की वापस माघारी. माझी आई, मोठी चुलती, तिला आम्ही वहिनी म्हणायचो आणि धाकटी चुलती, तिला आम्ही ताई म्हणायचो. तिघीही रोज पठारावर जायच्या. पहाटे पहाटे... आणि भलं मोठं गवताचं ओझं डोक्यावर आणायच्या. मला कळतं झालं तसं आई गवताला जायची. आमच्या आळीच्या पलीकडून चांभारांची घरं आहेत. त्यांच्या बाया पण आईबरोबर गवताला जायच्या. सकाळी उठायचं म्हणजे अंदाज घेऊन उठायचं. एकदा असंच चांभाराच्या बाया आईला उठवायला आल्या. आई लगबगीनं उठली. जुनं धोतर अन् ईळा घेतला अन् पठारावर गेली. पण दिवस उजाडायचं काही नाव घ्यायीना. पहाटेचे पाच समजून रात्री दोन वाजताच उठून या साऱ्याजणी गेलेल्या होत्या.

गवतावरून आलं, की मग स्वयंपाक आणि इतर घरकामं सुरू असायची. आईला लिहिता-वाचता काही येत नव्हतं; पण तिला जगण्याची जान आहे. म्हणूनच विना तक्रार तिनं आजपर्यंत अण्णांच्या संसाराला साथ दिली. माझी आई कपाळावर आडवं कुंकू, नऊवारी लुगडं आणि कायम पांढरा ब्लाऊज घालायची. असा आईचा पेहराव मी नोकरीला लागेपर्यंत होता. आईने रोजाने काम केलेले. तिचं लुगडं कायम ठिगळांचं असायचं. दोन-तीन जुनी लुगडी बघून, त्यातला चांगला तुकडा घ्यायचा आणि ते बेतून शिवायचं. मला अजून तिची शिवण्याची पद्धत आठवते. जाड दोरा घेऊन आई लुगड्याला टाके घालायची. आई सणावाराला फक्त एकसंध लुगडे नेसायची. तिचे लुगडे अण्णा आणायचे नगरहून. आई सांगते, की तिची आवड अण्णांनाच कळते.

आईने कधी अण्णांजवळ कुठला हट्ट केलेला मला आठवत नाही. खूपच सोशिक आहे ती. सगळी कामं केलीत तिनं. रोजगार हमीची कामं, खुरपायची कामं, रोजानं जायची कामं असो, आईने कधी कामाची लाज़ बाळगली नाही, का कधी तक्रार केली नाही.

पहिलंच मूल असल्याने बहुतेक माझे लाड होत असावेत. माझे लहान चुलते; ज्यांना मी नाना म्हणायचो, ते मला खांद्यावर घेऊन फिरायचे. एकदा मला पोटाला बेंड झालं होतं. म्हणून अण्णांनी मला वाळकीला नेले. मला त्या बेंडाने प्रचंड वेदना होत होत्या आणि मी केविलवाणे रडत होतो. अण्णा मला तेथील सरकारी दवाखान्यात घेऊन गेले. तेथील नर्सने माझे बेंड पहिले आणि ती अण्णांना म्हणाली, की बेंड कापून काढावे लागेल. अण्णांना वाटले, की थोडीफार भूल देऊन बेंड

कापतील. मला टेबलवर झोपवले. त्या नर्सने मग सरळ सफरचंद कापावे तसे बेंड कापले. मी जीवाच्या आकांताने ओरडलो असेल. अण्णा खूपच तळतळले. त्यांनी त्या नर्सची चांगलीच खरडपट्टी काढली. माझ्या पोटावर अजून त्या बेन्डाचा व्रण आहे.

माझी आई गोधडी फार छान शिवायची. एकदा आई अशीच गोधडी शिवत होती. दुपारची वेळ असावी, ती मोठ्या तन्मयतेने गोधडी शिवत होती. मी खेळत खेळत तिच्या जवळ गेलो. आई माझ्यावर ओरडली, 'बाजूला हो, सुई लागेल. म्हणून मी एकदा बाजूला झालो आणि परत तिच्याजवळ जाऊन खेळू लागलो. गोधडी शिवता शिवता अचानक तिच्या हातातील सुई माझ्या पोटात घुसली आणि लगेच तिचा हात मागे आला. क्षणात काय झाले ते आईला पण कळेना. मग तिच्या सगळा प्रकार लक्षात आला आणि तिने मला जवळ घेतले. माझे पोट पहिले. मला काही झाले नव्हते. फक्त एक ठिपका रक्ताचा आला होता. आईने माझे पटापट मुके घेतले.

सारी मुलं असतात तसाच मी सुद्धा खोडकर होतो. एकदा मी हातात खुरपं घेऊन न्हाणीजवळच्या पायऱ्यांवर काहीतरी उकरत होतो. मी असेन चार वर्षांचा. मला चांगले आठवतेय. मी चांगला रंगात आलतो; तेवढ्यात आबा तिथं आले आणि मला म्हणाले, "पिंट्या कशाला उकरीतो?" झालं. मी लगेच हातातलं खुरपं आबाला फेकून मारलं. ते खुरपं नेमकं आबाच्या तोंडावर वर्मी बसलं. आबाचा एक दात पडला. आबा मोठ्याने कळवळले. मग अण्णांनी मला खरपूस मारलं. तरी आबांनी अण्णांना अडवले, "अरे, बारीक हाये त्यो. त्याला काय समज ती. नको मारूस त्याला."

असं माझं बालपण. पाण्यावर ऊन पडून तळ साफ दिसावा, तसं ते माझ्या डोळ्यांपुढं लख्ख उभं राहतं. आमचं एकत्र घर होतं. माझे आजोबा-आजीनं बांधलेलं. खणाचं घर आहे ते. खणाच्या घराला लागून दोन खोल्या होत्या. एक मिशनिची खोली आणि दुसरी मधली खोली. नंतर आमच्या पवळीच्या जागी अण्णांनी तीन खोल्या काढल्या. सारं काम मातीच्या भेंड्याचं. वर सिमेंटचे पत्रे. भिंतीचं काम इर्जीकीतून केलेलं. मळ्यातले काका, मामा यांनी भिंत उभी केली.

मी अण्णांजवळ झोपायचो. मला ते रोज पहाटे पाच वाजता उठवायचे. आई पण उठायची. नीरसं दूध राहायचं. एक परातभर दूध आई मला द्यायची. मी त्यात चहाचा हट्ट धरायचो. मग आई मला एक चहाचा घोट द्यायची. मला राहून राहून वाटायचे, की फुल कप चहा मला का देत नाहीत?

सकाळी लवकर उठून अण्णांची आंघोळ व्हायची. बरोबर सातला त्यांची मशिन चालू व्हायची. जोपर्यंत अण्णा काम करत होते, तोपर्यंत त्यांचा हा सातचा नेम

कधीच चुकला नाही. या व्यावसायिक वक्तशीरपणामुळे अण्णांकडे शिवायला टाकलेले कपडे गिऱ्हाईकाला वेळेत मिळत. म्हणून पोटापुरते काम हमखास मिळायचे. मोठे चुलते भाऊ मजुरीने कामाला जात. मातीकाम करायचे ते. कुणाच्या पाईप लाईन खोदणे, कुणाचे विहिरीचे काम, असं ते करत राहायचे. मोठी चुलती, तिला आम्ही वहिनी म्हणायचो, ती पण कामाला जायची.

घराचा सारा पैशाचा कारभार अण्णा पाहायचे. अण्णांचे काम चोख होते. मला कधी त्यांनी माझ्या इतर चुलत भावंडांहून वेगळी वागणूक दिली नाही. पैशाची काटकसर करत त्यांनी एकत्र घराचा कारभार हाकला. घरातले वाद कधी त्यांनी रस्त्यावर येऊ दिले नाहीत. माझे दोन्ही चुलते पण समजदार होते. त्यामुळे कधी कोणाशी न भांडणारे कुटुंब म्हणून आमच्या घराची ओळख होती. अण्णांचे कामाशी काम असायचे. गावात कधी ते चकाट्या पिटायचे नाहीत, की कधी कुठला टाइमपास नाही. त्यामुळे घरात जीवनावश्यक गरजांपुरते पैसे यायचे. लहानपण हे कापराच्या वडीसारखे असते; खूप भरभर दिवस जातात. या आठवणी पण कांद्याच्या पदरासारख्या असतात. एक एक पापुद्रा अलगद उलगडत उलगडत मनाच्या कप्प्यांतून त्या समोर येतात. काही हातांतून वाळू ओघळावी, तशा निसटून पण जातात. गोळा करता करता काही कण काळाच्या पडद्याआड लुप्त होतात, कायमचे. आणि कधी कधी नदीला पूर यावा, तशा दाटून येतात आठवणी. एकमेकांत मिसळून त्यांचा गोफ आयुष्य सजवत असतो. आपल्या हातात तर काल पण नसतो आणि उद्या पण नाही. असतो फक्त आज. जगण्याचे हेच सूत्र पकडून मी आजपर्यंत प्रवास केलाय. उद्याचे कोणी सांगावे, शेवटी एक सत्य उमगते की, दिवस बसून राहत नाहीत, वाईट आणि चांगले सुद्धा आणि जगण्याचे कारण सुद्धा दिवसागणिक बदलत जातेय.

चला शाळेत जायचं...

मला माझा पहिलीतला प्रवेश चांगलाच लक्षात आहे. अण्णा मला शाळेत घेऊन गेले होते. त्यावेळी पहिलीला होळकर गुरुजी होते. शाळा इमारत खूप जुनी इंग्रज काळातली. एका बाजूला हेडमास्तरची रूम आणि बाकी वर्ग खोल्या. होळकर गुरुजींनी माझे नाव विचारले,

मी म्हणालो, ''माझं नाव पिंट्या.''

गुरुजी, 'अरे शाळेसाठीचे नाव सांग.'

मग मी अण्णांकडे पाहू लागलो.

अण्णा म्हणाले, ''त्याचे नाव 'विजय'... विजय अमृता कुलांगे.

मला कळलेच नाही, माझं नाव 'विजय' कधी होतं? तर असं माझं नामकरण झालं शाळेच्या पहिल्याच दिवशी.

त्यादिवशी मला नवीन शर्ट आणि खाकी हाफ चड्डी घातलेली. अण्णांनी शिवले होते ते कपडे. नवीन कपड्यांचा वास काही वेगळाच असतो. माझ्या हातात दप्तर होते. खाकी कापडाच्या पिशवीचे ते दप्तर मी दोन्ही हातांनी घट्ट पकडलेले होते. मी गुरुजींच्या टेबलाजवळ उभा होतो. अण्णा माझ्याजवळ उभे होते. होळकर गुरुजी अण्णांना म्हणाले, ''टेलर, या तुम्ही आता मी आहे.''

अण्णांनी माझ्या पाठीवरून हात फिरवला. मायेचा हात तो... भविष्यात मी कोण होईल, मलाच आश्वस्थ करणारा तो हात!

अण्णा वर्गाबाहेर पडले, तसा मला वर्ग नवीन वाटू लागला. रडू यायला लागले; पण होळकर गुरुजी आमच्या आळीतच राहायचे. मग त्यामुळे मला थोडा आधार होता. मी पुढील रांगेतच बसलो. खाली जाडजूड फरशी होती. मोठ्या खिडक्या आणि तेवढेच मोठे दार. वर्ग हवेशीर होता.

मला अण्णांनी नवे दप्तर घेतले होते. मस्त खाकी कापडाची पिशवी, अण्णांनी शिवलेली. त्यात खापराची पाटी, नवी पेन्सिल, भाषेचे व गणिताचे नवीन पुस्तक

बस! आता माझ्या मुलीचे म्हणजे, ज्ञानेश्वरीचे दप्तर पाहिले, की मला हसू येते. अण्णांनी माझी पाटी लाकडाच्या कोळशाने घासून घासून मऊ करून दिलेली. त्यावर पिठाळ मऊ पेन्सिल खूप छान चालायची. एकं-दोनं लिहायला मजा वाटायची त्या पाटीवर. मी खूप जीव लावायचो त्या पाटीला. ते दप्तर छान खांद्यावर टाकायचो. त्याचे ओझे गोड वाटायचे त्यावेळी. शाळा दोन टाईम भरायची. सकाळी आठ ते अकरा आणि दुपारी दोन ते पाच. बरीच पोरं दुपारी मग दांडी मारायची.

अण्णा रोज माझा अभ्यास घेत. अण्णा माझ्या अभ्यासाकडे सतत लक्ष देत असायचे. रोज शाळा सुटली, की अण्णा मला घेऊन बसायचे. वाचन, मग गणित असा दिनक्रम असायचा. मला अभ्यास खूप नकोसा व्हायचा; पण अण्णा सोडायचे नाहीत. किमान एक तास तरी अण्णा मला द्यायचे. संध्याकाळी शाळा सुटली की, अण्णा मला घेऊन बसत. मी अण्णांच्या मांडीवर बसायचो. मांडीवर बसलो की, मला 'राजाची गादी' मिळाल्यागत वाटायचे. अभ्यास झाला की, मग खेळायला पळायचो. अण्णा मला अजूनही सांगतात, की मी सातवीत जाईपर्यंत त्यांच्या मांडीवर बसत होतो. आता मलाच हसू येतं या गोष्टीचं. माझा वाचनाचा स्पीड चांगला होता. मला अण्णा वेगवेगळी पुस्तकं वाचायला आणून देत; त्यातलं एक पुस्तक माझं आवडतं होतं, चांदोबा!

माझ्या शाळेत जाण्याचा रस्ता बोळीबोळीतून जायचा. त्या शाळेच्या वाटेवरच्या एक एक खुणा आजही जशाच्या तशा मनावर उमटतात. जणू मी पुन्हा शाळेला निघालोय. शाळेच्या जवळच एक जुना आड आहे. आता त्याला पाणीच नसते; पण माझ्या लहानपणी चांगले पाणी राहायचे त्याला. दोन राहाट होते त्याला. मला तो आड पाहिला तरी भीती वाटायची, कारण तो खूप खोल वाटायचा. त्याच्या काठाला एक भोकरीचं झाड होतं. झाडाला भोकरं लागली, की सारी शाळा तिथे तरफडणार हे ठरलेले. मी मात्र जायचो नाही; कारण तो आड. मग पेन्सिली देऊन मी भोकरं घ्यायचो. असाच व्यवहार बदामांसाठी व्हायचा. शाळेजवळच असलेल्या झोपडपट्टीत एक निराधार म्हातारी राहायची. तिला बहुतेक कुष्ठरोग झालेला. तिच्या दारात बदामाचे झाड होते. त्याला लाल लाल बदाम लागायचे. ती पाच पैशाला एक अशी बदाम विकायची; पण काही पोरं तिला चोरून बदाम आणायची. मग ते बदाम पेन्सिलीवर विकले जायचे. मीही कधी कधी ते बदाम घ्यायचो. आईला कळल्यावर मला तिने धपाटे घातले होते. ते बदाम खात जाऊ नकोस, तुला पण महारोग होईल. मग मी पुन्हा त्याच्या नादी लागलो नाही.

मी तसा हुशारच होतो. त्यामुळे वर्गात पण सर्वांचा लाडका होतो. गुरुजीही लाड करायचे. एकदा आमचे होळकर गुरुजी रजेवर होते. त्यादिवशी वर्ग खोटे गुरुजींकडे होता. मला खोटे गुरुजींची का कुणास ठाऊक; पण खूप भीती वाटायची.

ते शिस्तीसाठी खूप प्रसिद्ध होते. खूप मोठ्याने पोरांवर ओरडण्याची त्यांची सवय होती. त्यामुळे सारे त्यांना भिऊन असायचे. मला तर मोठा धाक पडलेला. गुरुजी वर्गात आले. आम्ही सगळे उठलो व एकसाथ नमस्ते गुरुजी, म्हणालो.

चला पोरांनो, आज गणित घेऊ. खोटे गुरुजींचा आवाज माझं काळीज चिरत गेला. मला खूप कसंतरी होऊ लागलं. छातीवर दाब पडायला लागला.

एका एका पोराचा नंबर सुरू झाला आणि सपसप छडीचा आवाजही वर्गाची शांतता भंग करीत होता. सगळी पोरं खाटकाच्या दावणीच्या बोकडावानी चेहरा करून नंबरची वाट पहात होती. नंबर येऊन जाताच हुशः करून पोरं दुसऱ्याची मजा बघायला तयार असायची. माझा नंबर आला. सगळी पोरं आता विज्याची, म्हणजे माझी मजा पाहण्यास आतुर होती.

मला सगळे देव आठवले. घशाला कोरड पडली. गुरुजींनी हातच्याची वजाबाकी दिली. मला गणित अवघड नव्हते; पण माझी अवस्था आधीच उत्तरासारखी झालेली. गुरुजींनी 'महाभारतात'ल्या बृहन्नडेप्रमाणे मला खेचलेले. समोर मुले जणू कौरवसेना माझी मजा पाहण्यास आतुर. 'सांग विजय, आधी कोणती वजाबाकी करायची? एककाची की, दशकाची?'

मी घाईत बोलण्याचा प्रयत्न केला.

माझ्या तोंडून निघून गेले, 'दशकाची.'

मग सन्नदिशी एक वीज माझ्या गालावर चमकून गेली. सारी नक्षत्रं, काजवे अजून काही... काही माझ्या डोळ्यांपुढे क्षणार्धात अवतरले. तेव्हढ्यात माझ्या मागे बसलेला मिसाळ सरांचा निलेश बोलला, 'गुरुजी इज्याने लघवी केली चड्डीत.'

मी चड्डीकडे पाहिले. खरंच की, ओली झालती. मी मोठ्याने रडू लागलो- आऽऽई मग मात्र गुरुजी नरम पडले. माझा अवतार पाहण्यासारखा झाला होता. सारी पोरं फिदीफिदी हसत होती. खूप दिवसांनी सापडला तावडीत. गुरुजींनी मला घरी पाठवले. घरी अण्णा होते आई तर कामाला गेलेली. अण्णांचा डोळा चुकवून मी घरात गेलो अन् चड्डी बदलली आणि पुन्हा शाळेत गेलो.

हा अपमान मला खूप झोंबला होता. आता मी जाणीवपूर्वक गणिताकडे लक्ष देऊ लागलो न येणारी गणितं गुरुजींना विचारू लागलो.

माझ्या वर्गात झावरे डॉक्टरची अर्चना नावाची मुलगी होती. ती जरा खोडकर होती. तसे सारेच खोडकर, ही थोडी जास्त. आम्ही सकाळी शाळेसाठी जमलो होतो. गुरुजींची वाट पाहत होतो. होळकर गुरुजी आले. तसा मी चावी घेण्यासाठी पळालो. माझ्या सोबत अर्चनाही चावी घेण्यासाठी पळाली. पण मी तिला मागे टाकून चावी घेतली आणि विजयी वीरासारखा वर्ग उघडण्यासाठी पळालो. वर्गाचे दरवाजे रुंद आणि वरच्या बाजूला कडी-कोयंडा असलेले होते. त्यामुळे कुलूप उघडण्यासाठी

आम्ही दोन्ही पाय दरवाज्याच्या कडेला रोवून वर चढायचो आणि मग कुलूप उघडायचो. मीही त्याच रीतीने दरवाजा उघडायला गेलो; मात्र या पोरीने माझे दोन्ही पाय ओढले. झालं... मी धाडदिशी दाताडावर पडलो. माझा एक दुधी दात निखळला. दातातून रक्त आलेले पाहिल्यावर मी रडू लागलो. गुरुजींनी माझे सांत्वन केले. मी मग रडायचा थांबलो. ही गोष्ट झावरे डॉक्टरला कळल्यावर ते संध्याकाळी माझ्या चौकशीसाठी घरी आले. तोपर्यंत हा प्रकार फक्त आईला माहीत होता. तो मग अण्णांना पण कळला. डॉक्टर म्हणाले, ''माझ्या पोरीला अक्कलच नाही; जरा वात्रटच आहे. डॉक्टर गेल्यावर अण्णांनी मला हाताखालून काढले. कशाला नसते कुटाने करतो म्हणून. तर असे माझे अण्णा.

आमच्यावेळी चौथीसाठी स्कॉलरशिपची परीक्षा होती; पण स्कॉलरशिपचे जादा तास काही घेत नव्हते कुणी. अण्णांनी मला एक गाईड आणले होते. तेच मी पाहायचो. अण्णा म्हणाले, की तू स्कॉलरशिप परीक्षा पास झाला तर तुला दर महिन्याला पैसे मिळतील.

स्कॉलरशिप परीक्षा नगरला होती. आम्ही तिघेजण परीक्षेला बसलो होतो. मी, निलेश आणि अजून सीमा म्हणून एक मुलगी होती. आदल्या दिवशी होळकर गुरुजींनी आम्हाला सकाळी बरोबर ७.३० वाजता बोलावले होते. मला फडक्यात चपाती आणि बटाट्याची भाजी आईने बांधून दिलेली. बाकी दोघांचे स्टीलचे डबे होते. आता माघारी आल्यावर आईला बोलायचे मनोमन ठरवले. मी खाकी हाफ चड्डी आणि पांढरा सदरा अशा वेशात होतो. तर बाकी दोघे रंगीत ड्रेसमध्ये. आठ वाजता बस होती. तिकीट मला आठवत नाही. पहिल्यांदा नगरला जात होतो. फिरोदिया हायस्कूलमध्ये परीक्षेचं केंद्र होतं. बसस्टॅण्डपासून हे हायस्कूल जवळच होतं. आम्ही पाई चालत पोहोचलो. मला काही सुधरत नव्हते. सारे नवीन. बस गाड्या, रिक्षा, इमारती. डांबरी रस्ते. अगदी वेगळी दुनिया. मी कळपातून चुकलेल्या वासरासारखा भिरभिर इकडे तिकडे पाहत चालत होतो. हायस्कूलमध्ये पोहोचलो.

एक एक तासाचे तीन पेपर होते. माझा नंबर वरच्या मजल्यावर होता. गुरुजींनी मला माझ्या जागेवर नेऊन बसवले. शहरी पोरं वेगळी दिसत होती. टीप टॉप एकदम. माझा कुठलाही सराव न झालेला; पण तिन्ही पेपर व्यवस्थित दिले. संध्याकाळी मुक्कामाच्या गाडीने परत माघारी आलो. आईला मोठं कौतुक वाटलं. मला पण शहरात जाऊन आल्याचा आनंद झालता.

राहून राहून एक आनंद वाटायचा, की पुढील वर्षी मी हायस्कूलला जाणार. मला कधी एकदा एकदम मोठं होतोय, असं राहून राहून वाटायचं. चौथीची केंद्रपरीक्षा राहिली होती. ती परीक्षा शेजारच्या गुंडेगावला होती. पहिल्या दिवशी अण्णा मला सायकलवरून घेऊन गेले. ज्या पोरांना सायकल येत होती, ती स्वतः

सायकल वरून आली.

केंद्रपरीक्षेला राळेगण आणि गुंडेगावची मुलं होती. आम्हाला भारतीय बैठक होती पेपर लिहिण्यासाठी. माझ्यावर गुरुजींचे लक्ष होते; कारण मी केंद्रात पहिला येऊ शकतो, असं त्यांना वाटायचं. ते वारंवार माझ्याजवळ यायचे. अरे, तुला येतंय ना सर्व येत नसेल तर सांग. गंमत म्हणजे सर्व गुरुजी पोरांना मदत करण्यात गुंतलेले. अशी पण परीक्षा असते, हे मला त्यादिवशी समजले. अण्णा मला न्यायला आले होते. कसे होते पेपर? मी सर्व सांगितले. अण्णा मला म्हणाले, ''मनाने जेवढं येतंय तेवढंच लिही.''

आमच्या वर्गात गोंधळ्याचा एकनाथ होता. तो अंगापिडानं जरा थोराड होता. त्याच्याकडे चार कांड्यांचा बॉलपेन होता. मला फार नवल वाटायचे; पण अण्णा नेहमी शाई पेनचाच आग्रह धरायचे. एकनाथ अण्णांना म्हणाला, ''अण्णा उद्या मी नेतो माझ्यासोबत विज्याला. तुम्ही यायची गरज नाही.'' दुसऱ्या दिवशी अण्णांना पण जरा काम होते, मग मला ते म्हणाले, की तू एकनाथ बरोबर जाशील का? मी पटकन हो म्हणालो. मग दुसऱ्या दिवशी एकनाथच्या सायकलवर मागे बसून मी गेलो..

दुसऱ्या दिवशीचे पेपर संपले. मी अन् एकनाथ माघारी निघालो.

वाटेत खोट्याच्या मळ्याच्या वळणावर त्याची सायकल जोरात सुटली. मी घाबरलो. एक्क्या जरा हळू चल. काय नाय होत रे. घाबरू नको, असं म्हणत होता तोच एका दगडावरून सायकल उडाली. आम्ही दोघे तोंडावर पडलो. माझं तोंड मातीत घुसलं. सगळा फुफाटा नाका-तोंडात गेला. अशाही स्थितीत एकनाथ सावरून उठला. माझ्याजवळ आला, ''विज्या लागलं कारे तुला? मी सावरत उठलो. माझा गुडघा फुटला होता. आता घरी अण्णा खवळतील, ही भीती मनात होती.

पण एकनाथ घरी म्हणाला, ''माझ्या चुकीमुळे पडलो आम्ही. विज्या तर मागे बसला होता. आई अण्णांना बडबड करत होती. दुसऱ्याच्या भरवशावर पोराला सोडलं म्हणून.

दोन्ही परीक्षांचे निकाल लागले. मी केंद्र परीक्षेत केंद्रात पहिला आलो होतो. स्कॉलरशिप परीक्षेतही मी मेरीटमध्ये आलो होतो. आमचे हेडमास्तर विधाते गुरुजी तर उड्या मारत साऱ्यांना सांगत होते, की मी मेरीटमध्ये आलोय म्हणून. मला पण बरे वाटत होते. पहिलीपासून माझा पहिला नंबर होता. आता मला पाचवीचे वेध लागले होते.

मी हट्टी असल्याकारणाने मला पटकन रागही यायचा. उन्हाळ्याच्या सुट्टीत मी आणि माझा चुलत भाऊ अर्जुन, आम्ही दोघे फिरत फिरत मराठी शाळेत गेलो.

त्यावेळी हायस्कूलचे वर्ग मराठी शाळेच्या इमारतीत भरत होते. हायस्कूलची दुरुस्ती चालू होती, गंमत म्हणून मी वर्गाच्या पत्र्यावर दगड फेकायला सुरुवात केली. पत्र्यावर दगड पडला, की तो घरंगळत खाली यायचा. मला मजा वाटत होती. मला माहीत नव्हते, की वर्गात तास चालू आहे म्हणून. वर्गात कुलट सर गणित घेत होते. सर बाहेर आले, मी त्यांना पहिले; पण त्यांनी मला पाहून न पाहिल्यासारखे केले आणि हळूच माझ्याजवळ येऊन माझा कान त्यांनी पकडला आणि एक कानाखाली लगावली. मला क्षणभर कळेना, काय करावे ते. मी रडू लागलो. मग त्यांनी मला दम देऊन सोडले. अर्जुन दूर उभा होता. वर्गातील सारी पोरं हसत होती. मला हा अपमान झोंबला. मी मग सरांना थोडं सुरक्षित अंतर ठेवून शिव्या द्यायला सुरुवात केली आणि मग पळून गेलो. अर्जुन आधीच पळून गेलेला. आता आठवलं, की हसू येतं; पण मला मग एक भीती सतावू लागली, की आता पाचवीला गेल्यावर कुलट सर मला सोडणार नाहीत. पाचवीच्या वर्गात बसेपर्यंत मला ही भीती छळत होती.

उन्हाळ्याच्या सुट्टीत खूप सारे प्रोग्राम असायचे माझे. आमच्या आळीत खूप सारे मित्र होते. माझी चुलत भावंडं, शेजारचा धुराजी अण्णांचा सुरेश, तसेच सुट्टीला आलेले पप्पू, सुनील. पण अण्णा आवर्जून मला सकाळी सकाळी इंग्रजीचे पुस्तक घेऊन बसायला लावत. त्यांनी मला पाचवीची पुस्तकं आधीच आणून ठेवली होती. मग आधी धड्यातले अवघड शब्द लिहून काढायचे आणि मग ते स्पेलिंग पाठ करायचे. मला खूप कंटाळा यायचा; पण नाईलाज असायचा. सारी पोरं खेळायची आणि मग मी अधाशासारखा त्यांच्याकडे डोळे लावून बसायचो. पण इंग्रजीच्या पुस्तकात छोट्या छोट्या गोष्टी होत्या. त्या फार छान वाटायच्या. वारंवार वाचू वाटायच्या. मग त्यासाठी स्पेलिंग पाठ करू लागलो. त्यातून माझी इंग्रजीची गोडी वाढायला लागली.

'कुंभार आणि त्याचे गाढव' ही गोष्ट मला खूप आवडायची. तिचे दोन भाग होते. हा कुंभार लोकांचे का ऐकतो, हाच प्रश्न मला राहून राहून पडायचा. इंग्रजीच्या पुस्तकात रंगीत चित्रं असायची. त्यातली पात्रं छान वाटायची. वाचन, मग मनसोक्त खेळ, अशी सुट्टी जायची. सावता माळ्याच्या देवळात लपाछपी हा ठरलेला खेळ असायचा.

माझं हायस्कूल

पाचवीला गेलो होतो मी. हायस्कूलचा पहिलाच दिवस. पाचवी ते सातवीचे वर्ग मंदिरात भरायचे. पहिल्यांदा बेंचवर बसायला मिळणार. एक वेगळेपण जाणवत होतं. आमच्या हायस्कूलचे नाव राम मंदिरावरूनच दिलेले. 'श्रीराम विद्यालय', राळेगण.

जिल्हा मराठा विद्या प्रसारक मंडळाचे हे विद्यालय होते. आमच्या अण्णांची पहिली दहावीची बॅच होती, असे हे जुने हायस्कूल होते. आठवीचा वर्ग मामाजीच्या दुकानाला चिकटून होता तर नववीचा वर्ग मारुतीच्या मंदिराला लागून होता आणि दहावीचा वर्ग आठवीच्या वर्गाला चिकटून, बाबू वाण्याच्या गोडावूनलगत होता. हो आणि प्रयोगशाळा पण होती. ती होती सोसायटीच्या गोडावूनमध्ये. आता चावडी आहे तेथे ऑफिस होते. चावडी समोरच मोकळे पटांगण होते. बैराग्याच्या मठाच्या आणि ग्रामपंचायतीच्या मधील ही मोकळी जागा प्रार्थनेसाठी वापरली जायची. खेळाच्या तासाला मात्र बाभळवनात जावे लागायचे, अशी ही शाळा. साऱ्या गावकऱ्यांच्या मदतीतून उभी राहिलेली.

मी खूप छोटा होतो, म्हणजे उंचीने. माझ्यापेक्षा बाकी पोरं उंच. मला अण्णांनी दोन खाकी चड्ड्या आणि दोन हाफ शर्ट शिवले होते. दोन गांधी टोप्या पण आणल्या होत्या.

खाकी पिशवीचे ते दप्तर, त्यांत पुस्तकं आणि वह्या.

धनगरवाड्यावरील आणि हराळ मळ्यामधील पोरं आलेली. ही सारी पोरं थोराड दिसायची. ती पोरं पाहिली की मला पण वाटायचं, मला पण खूप ताकद आली पाहिजे.

सारी पोरं नवीन ड्रेस घातलेली. आमच्या वर्गात मिसाळ सरांचा निलेश आणि कारंडे सरांचा किरण होता. सरांची मूलं म्हणून त्यांना सारी पोरं जरा जास्तच भाव देत होती. किरणने मला विचारले, "तू केंद्रात पहिला आलता नं." मी फुशारकीने हा म्हणालो. किरण मग हसला. मला कळेना, की यांत हसण्यासारखे काय आहे?

आमचे क्लासटीचर कारंडे सर होते. ते मराठी आणि गणित शिकवायचे. पहिल्याच दिवशी त्यांनी उंचीनुसार पोरं बसवली. त्यामुळे अर्थातच मी सगळ्यांत पुढे आलो. माझ्या उंचीचा असाही मला फायदा झाला.

पाचवीला दोन विषय नवीन होते. इंग्रजी आणि दुसरा हिंदी. मिसाळ सर इंग्रजी शिकवायचे आणि दीक्षे सर हिंदी. दीक्षे सर कलाकार होते. त्यांची चित्रकला उत्कृष्ट होती. आमच्या गावातील देवीची मूर्ती त्यांनीच बनवली होती. समाज अभ्यास ढगे सर शिकवायचे. त्यांचा स्वभाव विनोदी होता. माचीन्दार सर विज्ञान शिकवायचे. आता आमचे नियोजनबद्ध वेळापत्रक होते. तासिका होत्या.

मी लवकरच नवीन शाळेत रमून गेलो. माझा बेंच पार्टनर निलेश होता. आमचे सारे शिक्षक छान शिकवायचे. मी वर्गात मन लावून ध्यान द्यायचो. माझा पहिलीपासून पहिला नंबर होता. आताही इथून पुढे मला हा पहिला नंबर टिकवायचा होता. मला किरण स्पर्धक होता. त्याच्या घरचे वातावरण वेगळे होते. त्याचे वडील सर होते. माझा पहिला नंबर न जाणो गेला तर? साहजिकच मग मी माझ्या अभ्यासात दक्ष राहायचो. शाळा सुटली, की मी रोज गणित आणि इंग्रजी घ्यायचो एक तासभर.

पाचवीला 'जवाहर नवोदय विद्यालय'च्या प्रवेशासाठी एक परीक्षा होती. आमच्या जिल्ह्यात पारनेर तालुक्यात हे विद्यालय होते, टाकळी ढोकेश्वरला. सरांनी सांगितल्यावर किरण, मी, निलेश अजून तीन-चार पोरं. आम्ही या परीक्षेसाठी अर्ज भरले. हे निवासी विद्यालय होते. किरण म्हणाला, की तेथे सर्व फुकट असते. कपडे, जेवण, बूट, दप्तर इ. मला मात्र माझे हेच हायस्कूल आवडत होते. मला घर सोडून दुसरीकडे नको वाटत होते.

त्यावेळी वसतिगृहासाठी अधीक्षक म्हणून एक नवीन सर आले होते. ठाणगे सर! 'नवोदय'चे क्लास घेण्याची जबाबदारी त्यांच्याकडे सोपवली गेली. ते शिस्तीचे कडक भोक्ते होते. त्यांचा पहिलाच तास होता. सर वर्गात आले. मी आणि निलेश एकदम पुढच्या बाकावर बसलो होतो.

सरांनी विचारले, 'कोण कोण बसले आहे, 'नवोदय परीक्षे'ला. आम्ही उभे राहिलो. बाकी पोरं आमच्याकडे बघत होती. बसा. आम्ही विजयी वीरांप्रमाणे खाली बसलो.

सरांनी शिकवायला सुरुवात केली. मी निलेशला पुस्तकातील चित्रं दाखवत होतो आणि एकदा-दोनदा हसलोही.

सरांनी आम्हा दोघांना उभं केलं आणि माझ्या कानाखाली सनदिशी एक वीज चमकली. दुसरी निलेशच्या कानाखाली. सारा वर्ग भामट्यासारखा चूप बसला होता. तास संपला. मी अपमान झाल्याने चूप बसलो होतो. माझ्या गालावर चार बोटे उमटली होती. मामाचा सुनील माझ्याच वर्गात होता. तो माझ्याजवळ आला. म्हणाला, ''हा सरच खूप फुगीर आहे.'' मी चूपचापच होतो. शाळा सुटल्यावर घरी

गेलो. मला एकच चिंता होती, की माझा गाल अण्णांनी पाहू नये. गालावरचा वळ आईच्या नजरेतून सुटला नाही; ती म्हणाली, 'कुणी मारलं?' सरांनी मारलं हे कळल्यावर ती चूप बसली.

रात्री जेवताना अण्णांना ती म्हणाली, "किती जोरात गालावर मारली पिंट्याच्या, पाहिलं का? अण्णा म्हणाले, "कारे, उत्तर चुकलं का? मी चूप बसलो.

दरम्यान आमचे आजोबा म्हणजे आबा आजारी पडले होते. न्हाणीच्या खोलीत खाटेवर ते पडून होते. लोकं भेटायला येत. यदू आता उठत नाही वाटतं? लोकं चर्चा करायचे. मला वाटायचे, आबांनी कना कना खावं. खूप दूध प्यावं आणि उठून बसावं. माणूस म्हातारा होतो, हे मला उमजतच नव्हतं. आमची आजी चमच्याने आबाला भरवायची. आम्ही नातवंडं भोवताली जमा राहायचो. मी, अर्जुन, लिलू. अर्जुन मोठा होता. त्याला कळायचं, की आबा आता उठणार नाहीत म्हणून. नंतर आबा जरा जास्तच सिरियस झाले. खाणं बी बंद झालं. आबांना खणाच्या खोलीत हलवले. अण्णांनी मग रोज आबांना 'ज्ञानेश्वरी'च्या ओव्या वाचून दाखवायला सुरुवात केली; पण आबा काही कळण्याच्या पलीकडे गेले होते. मला मधूनच, मी आबांना खुरपे फेकून मारल्याचे आठवायचे. मी मनात म्हणायचो, "देवा मला माफ कर!" आणि एक दिवस आबा शांत झाले. सारे रडू लागले. त्यादिवशी मी पहिल्यांदा माझ्या घरात मृत्यू पाहिला होता; पण मला रडू येत नव्हतं. आमचे नाना खूप रडले.

सारं आयुष्य आबांनी मजुरी आणि गुरं वळण्यात घातलं. खूप शांत होते आबा. आजही माझ्या डोळ्यांपुढे त्यांचा सुरकुत्या पडलेला चेहरा उभा राहतो. उन्हाने काळा पडलेला आणि सुरकुत्या असलेला चेहरा. डोक्यावर पांढरे मुंडासे, अंगात बंडी आणि धोतर गुडघ्यापर्यंत; मात्र त्यांचा फोटो नाही.

मी काही 'नवोदय परीक्षे'त पास झालो नाही. माझ्या वर्गात कुणीच पास झाले नाही; पण मला बरे वाटले. कारण आता मला राळेगण सोडून जावे लागणार नव्हते.

दिवस जात होते. मला सगळे हुशार समजायचे. त्यामुळे माझ्यावर एक दडपण राहायचे. मला हुशार म्हणलेले आवडायचे. आमचे नाना म्हणायचे, की पिंट्या नोकरीला लागला, की मी त्याच्याकडून एक गाडी घेणार; पण मी मोठेपणी काय होणार, याचा त्या वयात कधीच विचार केला नाही.

पाचवीत असतानाच अण्णांनी मला पोहायला शिकवले होते. आम्ही भगवान घोडक्याच्या विहिरीत पोहायला जायचो. त्यावेळी त्या विहिरीवर मोट चालायची. मोट सुटली, की मी आणि अण्णा विहिरीत उतरायचो. मला सुरुवातीला अण्णांनी त्यांच्या पाठीवर बसवून विहिरीतून फिरवले. माझी थोडी भीड चेपली. खाली विहिरीत उतरले, की वर आकाश खूप उंच वाटायचे. पाणी काचेसारखे स्वच्छ असायचे.

अगदी तळ दिसायचा. मला ती विहीर खूप आवडायची. नंतर अण्णांनी माझ्या कमरेला दावं बांधून मला विहिरीत सोडायला सुरुवात केली. माझा आत्मविश्वास वाढू लागला. अण्णा वरून दाव्याला ढील द्यायचे; पण मला वाटायचे की अण्णा आहेत वर, त्यांचा आधार आहे. अर्थात अजूनही तसेच वाटते की, अण्णा आहेत.

मी महिन्याच्या आत पोहायला लागलो. मला पण मुटका मारता येत नव्हता. मी एकतर सरळ खाली जायचो, नाहीतर पोटावर किंवा पाठीवर पडायचो. अण्णांनी मला मुटका शिकवला. वर हवेत उडी घेतली, की मांडी घालायची. अलगत मागे झुकायचे आणि मग पाण्यात. तीन-चार दिवस चांगली पाठ सोलून घेतली; मग कुठे मुटका जमायला लागला.

मग मी रोज एकटा पोहायला जाऊ लागलो. तिथे बबुशा, घोडक्याचा संजय असे जोडीदार राहायचे. पोहून आलो, की जेवून शाळेत जायचो. बबुशा 'केळ' या गावचा होता. इथे मामाकडे शिकायला आलेला. माझ्या पुढच्या वर्गात होता; पण माझ्यापेक्षा बुटका होता. शिकायची तळमळ होती त्याची. त्याच्या मामाची दोन मुलं फार खोडकर होती. हा रात्री अभ्यासाला बसला, की ते त्याची चिमणी (केरोसीनचा दिवा) फुकायचे. त्याची पुस्तकं लपवून ठेवायचे. हा बिचारा मामाच्या शेतात कामही करायचा आणि शाळाही. 'केळ'ला हायस्कूल नव्हते. अण्णा नेहमी त्याचं कौतुक करायचे. मला म्हणायचे, की बग तो बबुशा. काही कुणी सांगायला नाही, की अभ्यास कर म्हणून, पण तरी मनाने किती हुशार!

आमच्या वर्गात 'पेटी पुस्तकालय'चा उपक्रम सुरू झालता. त्यासाठी वर्गात एक समन्वयक नेमायचा होता. सरांनी किरण, निलेश यांना आधी विचारले. कुणालाच हे काम नको होतं बहुतेक. अजून एक दोघांना विचारूनही प्रतिसाद मिळाला नाही; मग मीच सरांना म्हणालो की मी जबाबदारी घेतो. झालं तर! पुस्तकं ठेवायला एक पत्र्याची पेटी होती. तिला एक कुलूप आणि त्याची किल्ली माझ्याकडे होती. कुतूहल म्हणून सुरुवातीला मुलांनी पुस्तके घेतली; पण एकदाच एका महिन्याच्या आत जवळपास सारी पोरे पुस्तकं घेईनाशी झाली. या छोट्याशा वाचनालयात वा. ना. दांडेकरांची खूप सारी पुस्तके होती. त्यात 'आईची देणगी' नावाचे पुस्तक होते. खूप छान छान गोष्टी त्यात होत्या. संतांच्या, महाभारतातील आणि रामायणातील गोष्टी. असा खजिना होता जणू!

मला ही पुस्तकं वाचण्याचे वेडच लागले. शाळेचा अभ्यास पाहून मी ही सारी पुस्तकं वाचून काढली. वाचण्याच्या या वेडाने माझी अभ्यासाची बैठक वाढली. मी एकावेळी दोन दोन तास अभ्यासासाठी बसायला लागलो.

वर्गात सर आवृत्ती घ्यायला लागले, की मी खूप खूश व्हायचो. प्रश्न विचारला, की माझा हात वर व्हायचा. सर मी, सर मी. असं ओरडून मी दाखवून द्यायचो, की

मला साऱ्या प्रश्नांची उत्तरं माहीत आहे म्हणून, आणि मग उत्तर देताना मला खूप आनंद व्हायचा.

कापरासारखे दिवस उडून जात होते. मला कधी कधी वाटायचे, की आपण एका दिवसात खूप खूप मोठे व्हावे. मी संध्याकाळी अण्णांचे पाय तुडवून द्यायचो. दिवसभर मशीनवर पाय मारून मारून त्यांच्या पिंढऱ्या भरून यायच्या. मला त्यावेळी खूप वाईट वाटायचे. मी मनोमन म्हणायचो, की मला खूप लवकर नोकरी मिळायला पाहिजे, म्हणजे मी माझ्या अण्णांची या कामातून सुटका करेन. याच कामामुळे अण्णांना पित्ताचा आजार जडला. कधी कधी एकला असलो, की अशाच विचारचक्रात हरवून जायचो.

मला खेळायला खूप आवडायचे. आमच्या आळीत भरपूर बच्चे ग्यांग होती. धुराजी अण्णाचा सुरेश, आमचा अर्जुन.

काय खेळायचे, हे ठरलेले नसायचे. आमचा आवडता खेळ म्हणजे लपाछपी. सावता माळ्याच्या देवळात आमचा खेळ चाले.

अर्जुनला गोट्या आवडायच्या. मी पण त्याच्याबरोबर जायचो; पण तो मला खेळात घेत नसे. मला तो कच्चं लिंबू म्हणायचा. त्याच्याकडे कोऱ्या गोट्या खूप होत्या. एक गाडगे भरून. आमच्या खणाच्या घरात मागच्या बाजूला मोठी उतरंड होती. एकावर एक गाडगी मांडलेली. अर्जुन त्यात गोट्या ठेवायचा. अर्जुनचा नेम अचूक होता. लांबूनच तो अचूक गोटी उडवायचा. मला त्याचा हेवा वाटायचा. खूप पोरं गोट्या खेळायची. त्यांच्या खिशात गोट्याच गोट्या असायच्या. गली करून हा गोट्यांचा खेळ चालायचा आणि हा खेळ पाहायला बघे पण खूप राहायचे.

रिंगण करून त्यांत गोट्या मांडल्या जात. त्यातून एका टम्मनच्या मदतीने रिंगणातील गोट्या उडवायच्या. प्रत्येकाला चान्स मिळायचा. एका नेमात खूप साऱ्या गोट्या बाहेर काढायचा प्रयत्न करायचे सारेजण. मी खूप मन लावून हा खेळ पाहायचो. पण अण्णांना एक दिवस हे गोट्यांचे प्रकरण कळले. त्यांनी माझ्याकडील साऱ्या गोट्या फेकून दिल्या.

अण्णा माझ्या हालचालींवर खूप बारीक लक्ष ठेवायचे. असाच एक दिवस मी सावता माळ्याच्या देवळात खेळत होतो. तिथे पत्त्याचा डाव चालला होता. मी एकजनाच्या मागे बसून डाव पाहू लागलो. बराच वेळ झाला तरी मी घरी नाही आलो म्हणून अण्णा मला शोधत शोधत देवळात आले. त्यांनी मला पहिले. मी गुंग होऊन डाव पाहत होतो. अण्णा मग हळूच मागून आले आणि मग एक जोरदार धपाटा माझ्या पाठीत टाकला.

पत्ते खेळून काय घरदार विकायला काढतोस का, म्हणून त्यांनी मला सुनावले. त्यानंतर मी अजूनपर्यंत पत्ते खेळलो नाही.

अण्णा अजूनही मला हत्ती आणि झाडाचं उदाहरण देतात म्हणतात, ''रोपटं लहान असतं तव्हर त्याला जपावं लागतं. लहान पोरांपासून, शेळ्या-करडांपासून... मोठं झाल्यावर मात्र त्या झाडाला हत्ती बांधा, काही होणार नाही त्या झाडाला. आयुष्य असच असतं,'' तर असे आमचे अण्णा.

खूप खेळायचो. अभ्यास पण खूप करायचो. पाचवीला पहिला आलो मी. मला सतत वाटायचे, की मी इतरांपासून वेगळा आहे. माझे आई-वडील मजुरी करतात. त्यामुळे मला खूप शिकले पाहिजे.

सहावीला आमच्या वर्गात अनिल बोरुडे नावाचा मुलगा आला. तो मांडवगणचा होता. त्याचे वडील मांडवगणच्या हायस्कूलमध्ये शिक्षक होते; पण तरी त्यांनी अनिलला आमच्या शाळेत घातले. त्यांचे म्हणणे होते की, मांडवगणच्या शाळेत त्याला तगडा प्रतिस्पर्धी नव्हता. त्यांना माझ्याबद्दल कळले होते, की राळेगणच्या शाळेत एक हुशार पोरगा आहे. त्याच्या नादाने हा पण अभ्यास करील.

चाचणी परीक्षा होणार होती. तीस मार्कांचा प्रत्येक पेपर राहायचा. परीक्षा नेमकी ऑगस्टमध्ये होती. त्याच महिन्यात गणपती बसले होते. आमच्या शेजारचा सुरेश पेपर झाल्यावर नगरला गणपती पाहायला जाणार होता. त्याने मला पण नादवले. चल! लई भारी सीन आहेत. अनेक मंडळांचे जिवंत हलते देखावे असतात, हे मी ऐकले होते. मला पण जायला मिळाले तर छान होईल, असे वाटत होते.

मी आधी त्याच्या वडीलांना म्हणजे धुराजी अण्णाला विचारले, की, मी पण येऊ का तुमच्यासोबत? धुराजी अण्णा पटकन हो म्हणाले. आता एकच परवानगी आवश्यक होती. ती म्हणजे अण्णांची. काहीही करून अण्णांना राजी करायचे, असे मी ठरवले. मी अण्णांना म्हणालो, ''अण्णा, उद्या फार सोपा पेपर आहे.'' ''कोणता आहे,'' अण्णा म्हणाले. ''गणित,'' मी म्हणालो.

बरं बरं. बघू उद्या. अण्णा खात्री देत नव्हते. आता आईचा पदर धरून पाह्यचे मी ठरवले. आईला मी म्हणालो, ''ए आई, मला उद्या गणपती बघायला जायचंय, धुराजी अण्णाबरोबर.'' आई एकदम उसळून बोलली की, ''एडा झाला काय? नगरला जाणार, नको बाबा. अण्णा नाही ऐकणार.'' आई काही हा म्हणेना. पण मी पण काही कमी हट्टी नव्हतो. आईचा मी पिच्छाच पुरवला. आई म्हणाली, ''बरं. बघते काय म्हणतात ते! माझ्या आशा पालवल्या. संध्याकाळी आईने अण्णांना विचारले, की पोराला जाऊ द्या का गणपती पाहायला. धुराजी अण्णा हायेत बरोबर. यीन संध्याकाळी तो माघारी. अण्णा म्हणाले, ''बघू, आधी त्याचा पेपर तर होऊ दे.'' ''गणिताचा आहे पेपर, मी उत्साहात म्हणालो. अण्णा माझा सारा अभ्यास झालाय.''

सकाळी लवकर उठलो. तसा मी पाचलाच उठत असतो; पण त्या दिवशी माझा मूड वेगळाच होता. सकाळी आठ वाजेपर्यंतच अभ्यास करून मी धुराजी

अण्णाचे दुकान गाठले. धुराजी अण्णाची नुकतीच पूजा झाली होती. ते एक तासभर दत्ताची पूजा करायचे. मला पाहिल्यावर ते म्हणाले, "काय पिंट्या येणार काय गणपती पाहायला? त्यांच्याकडे स्पार्क गाडी होती. तीन घेरची. मी पटकन हो म्हणालो. मी म्हणालो, की आमचे अण्णा पण हा म्हणालेत. वा वा जावू मग. बारा वाजता तयार रहा.

दहा ते अकरा असा गणिताचा पेपर होता. माझ्या मनात मात्र गणपती नाचत होते. खूप मोठे गणपती असतात नगरला. माणसांएव्हढे. आज पाहायला मिळणार म्हणून मला कधी एकदा पेपर संपतोय, असं झालेलं. पाऊण तासातच मी पेपर देऊन बाहेर आलो. पळतच घरी आलो. सुरेश पण आलता. सूर्या. आलोच मी. असं म्हणून मी दप्तर फेकून आईला म्हणालो, "आई मला जेवायला दे. मला जायचंय नगरला." अण्णांच्या चाणाक्ष नजरेतून मी लवकर घरी आलोय, हे सुटले नाही. अण्णा मला म्हणाले, "पिंट्या जेवल्यावर पेपर घेऊन मिशनीत ये."

घाईत जेवून मी हात धुतला आणि पेपर घेऊन मिशनीत गेलो. मिशनीच्या फळीवर पेपर ठेवून मी अण्णांना म्हणालो, "तपासाना लवकर पेपर. मला जायचं आहे. आणि मग एक एक गणित अण्णा विचारू लागले. माझ्या घाईत बऱ्याच चुका झाल्या होत्या. क्षणात सारी स्थिती उलटी झाली होती. माझी उत्तरं ऐकून अण्णांनी दोन-चार झापडा मला लगावल्या होत्या. पण मी भामट्यासारखा ऐकून घेत होतो. एव्हढं सोपं गणित चुकलास माकडा. अण्णाची सटकली होती. सारा पेपर तपासून झाल्यावर एक शेवटचा प्रसाद माझ्या कानाखाली बसला. मग माझा बांध फुटला. समोर नाना बसले होते, ते मध्ये पडले. अरे अण्णा, नको मारू त्याला. काय कळतंय त्याला अजून. नानांनी माझी सुटका केली. मला एकच धाक पडला होता. माझे गणपती, पण तोही प्रश्न अण्णांनी लगेच निकालात काढला. आता गणपतीचं नाव काढलंस तर तंगडं मोडून हातात देईन. तू आताच सारा पेपर मला सोडून दाखव. मी रडत रडत म्हणालो, "मला गणपती बघायला जायचंय. मग अजून एक कानाखाली मला उत्तर मिळाले. मी फुटून फुटून रडायला लागलो. अण्णाचा आवाज वाढला. गणपतीच्या नादात याने पेपरचा इचका केला. आता गणपती इथेच. तेव्हढ्यात सुरेश मला बोलवायला आला होता; पण आमच्या घरातील वातावरण पाहून तो न बोलता गेला. धुराजी अण्णाची स्पार्क गाडी चालू झाल्याचा आवाज आल्यावर मी भोकाड पसरले. आईऽऽ... आई धावून आली. तिच्या पदराखाली मी डोळे पुसत होतो.

सारा पेपर मी पुन्हा वहीत सोडवला. अण्णांना दाखवला. अण्णांनी पाठीवरून हात फिरवला. माझा सारा राग गेला. संध्याकाळी अण्णांच्या मांडीवर बसून मी धडा वाचून दाखवीत होतो. नाना म्हणाले, "झाला पिंट्या नीट." असे माझे अण्णा.

आमचं एकत्र कुटुंब होतं. आमचे अण्णा, नाना आणि भाऊ. तिघे भाऊ, पण एक विचार. आमचं घर म्हणजे गरीब. कुपनाचे (ration) गहू आणून आम्ही खायचो. तिघांत कधी भांडण झालेलं मला आठवत नाही. मी, माझी लहान बहीण सुनीता, माझा चुलत भाऊ अर्जुन, राजू, संतोष, चुलतबहिणी लिलू, अनिता, वनिता असे सारेजण आणि आमची ताई, वहिनी आणि माझी आजी. असं मोठं खटलं होतं आमचं घर. पण कधीच वाद नाही. सारे नाना आणि अण्णांबरोबर मिशन काम करायचे आणि भाऊ मातीकाम करायला जायचे. आम्हा साऱ्या भावडांना समान वागणूक मिळायची. कोणाचे विशेष लाड पण नसायचे. गरजेपुरते कपडे साऱ्यांना मिळायचे. अण्णा नगरला जाताना यादी करून घ्यायचे. आधी बाकी साऱ्यांचे झाल्यावर मग मला आणि सुनीला काय हवं ते पहायचे. मला शाळेचे दोन ड्रेस असायचे. स्वच्छ असायचे. रंगीत कपडे मला नसायचे. अण्णा काटकसर करण्याबाबत खूप आग्रही असायचे. प्रत्येक वस्तू जपूनच वापरली पाहिजे, यावर त्यांचा कटाक्ष असायचा.

एकदा त्यांनी मला आणि सुनीला 'ओमेगा' कंपनीच्या दोन कंपास पेट्या आणल्या. तीस तीस रुपयाच्या होत्या त्या. सुनी त्यावेळी तिसरीला असेल बहुतेक. तिला आई म्हणाली, "सुने, कंपास शाळेत नको नेवूस. कोणी चोरेल; पण तिने काय ऐकले नाही. ती कंपास शाळेत घेऊन गेली, आणि जे व्हायचं तेच झालं. तिची कंपास शाळेत कुणीतरी चोरली. तिने दोन दिवस कुणालाच सांगितले नाही. कारण अण्णांचा धाक मोठा होता. पण मला संशय आला, कारण दोन दिवस तिने कंपास बाहेरच काढली नाही दप्तराच्या. मग मी सुनीला विचारले, की कंपास कुठे आहे? सुनी म्हणाली, "आहे की दप्तरात माझ्या." मी म्हणालो, "दाखव." मग ती दप्तर लपवू लागली.

झाले मी मोठ्याने ओरडलो, "अण्णा, सुनीनी कंपास हरवली." अण्णा मिशनीत काम करीत होते. आई तिच्या लुगड्याला दुसऱ्या लुगड्याने बेतीत होती.

अण्णा मधल्या खोलीत आले व सुनीला करड्या आवाजात विचारले की, कुठे आहे कंपास? सुनी आईच्या पदराआड लपली. तिचे डोळे भेदरलेले दिसत होते. इवलीशी सुनी थरथर कापायला लागली. आई म्हणाली, "ह्यो पिंट्या चहाड्या लावतो. असल दप्तरात कंपास." पण एव्हाना अण्णांनी दप्तर पालथे केले होते. दप्तरात कंपास नव्हती. अण्णांनी सुनीला विचारले, की अरे कुठे ठेवली सांग. सुनी म्हणाली, "कुणीतरी चोरली." मी पण भामटा झालो होतो. अण्णांनी मग मागे-पुढे न पाहता सुनीला खूप मारले. आई मध्ये पडली तर तिला पण अण्णा खवळले. इची शाळाच बंद करतो. अण्णाचा संयम सुटला होता. तीस रुपयाची कंपास; पण अण्णांनी खूप मारले तिला. मी पण रडू लागलो. मलाच खूप वाईट वाटले. सुनीला नीट रडता पण येत नव्हते. बंद तुझी शाळा आता. घरीच बस. सुनी दोन दिवस

शाळेत गेली नाही. मग अण्णा नरमले. ती परत शाळेत जाऊ लागली. मी अंतर्मुख झालो होतो. वेगळीच जबाबदारी माझ्यावर पडल्यासारखे त्यादिवशी मला वाटले. अपराधीपण जाणवत होते.

अण्णा नेहमी सांगतात, की माणसाने आपल्या गरजा ओळखायला शिकले पाहिजे. आवश्यक आणि अनावश्यक, हा फरक कळला तर माणसाला काही कमी पडत नाही. आमच्या शाळेची सहल जाणार होती. महाबळेश्वर, प्रतापगड अशी ठिकाणे होती. सातवीपर्यंत साठ रुपये, आणि दहावीपर्यंत शंभर रुपये अशी फी होती. मी अण्णांच्या मागे लागलो, की मलापण जाऊ द्या म्हणून. अर्जुन त्यावेळी दहावीला होता. अण्णा म्हणाले, की सहल आपल्याला परवडणारी नाही. नाही म्हणले तरी, दोघांना मिळून पाचशे रुपये पण पुरणार नाहीत. सारी पोरं वर्गात सहलीची चर्चा करीत. अरे, अफजलखानाला फाडला ना, त्यो प्रतापगड पाहायचाय आणि जाताना वाई लागते. तिथे कृष्णा नदी पण आहे. महाबळेश्वरला स्ट्रॉबेरी मिळते. मी मात्र गुपचूप हे ऐकायचो. माझ्या बाकावरचा निलेश, मामाचा सुनील, कारंडे सरांचा किरण अशी सारी दोस्त मंडळी निघाली होती. मी सहलीच्या शेवटच्या दिवसापर्यंत अण्णांची विनवणी करीत होतो; पण अण्णा बधले नाहीत. सहल राती बाराला निघणार होती. साऱ्या पोरांना बोर्डिंगसमोर म्हणजे आमच्या आळीत बोलावले होते. मी अधाशासारखा त्या पोरांकडे पाहून माझ्या गरिबीवर चरफडत होतो. देवाने मला पण खूप पैसे द्यायला पाहिजे, असा अजब विचार त्यावेळी माझ्या मनात आला. हळूहळू मला जाणवत होतं, की परिस्थितीवर मात करायची तर मन लावून शिकणे, हाच रामबाण उपाय आहे.

मी पुस्तके वाचत होतो. अवांतर वाचन हा मला एकमेव विरंगुळा वाटायचा. शीख गुरूंची दोन पोरे औरंगजेबाने भिंतीत चिणून मारली, हे मी 'आईची देणगी' या पुस्तकात वाचले. त्यावेळी मी रडलो होतो वाचता वाचता. तुकारामांनी दुष्काळात घरदार विकून जनतेला मदत केली, नामदेवाने देवाला निवद खायला लावला. एकनाथांनी गोदावरीच्या वाळवंटात तहानेने तरफडणाऱ्या गाढवाला कावडीचे पाणी पाजले. अशा साऱ्या कथा मला विचार करायला लावायच्या. अण्णांनी मला रामायण, महाभारत अशी पुस्तके आणली होती. ती मी किती तरी वेळा वाचून काढली. मला एक जाणवले की, अण्णा पुस्तकासाठी खर्च करायला नाही म्हणत नाहीत. मला अण्णांनी 'चांदोबा' मासिक लावून दिले होते. त्यातील विक्रम वेताळ ही गोष्ट मला फार आवडायची. राजाचे मौन तोडायची चांगलीच कला वेताळाकडे होती.

मला अण्णापण खूप गोष्टी सांगायचे. संध्याकाळी सारेजण जेवायच्या आधी ओट्यावर गप्पा मारत बसायचे. मग मी अण्णांच्या मांडीवर बसायचो, आणि गोष्टीसाठी आग्रह धरायचो. मग अण्णा एक एक गोष्ट सांगायचे. सुनी कधी

अण्णांच्या मांडीवर बसलेली मला आठवत नाही. ती अण्णांना घाबरायची बहुतेक. सगळे घरात माझ्या हुशारीचे कौतुक करायचे. माझ्याकडून नेहमीच पहिल्या नंबरची अपेक्षा असायची.

सहावीच्या पहिल्या-दुसऱ्या चाचणीचे मार्क कळले. मला विज्ञानात तीस पैकी तीस मार्क पडले होते; मात्र गणितात मला वीस मार्क पडले होते तीस पैकी, आणि अनिलला तीस पैकी तीस मार्क. माझ्या तोंडात मारल्यासारखे झाले होते. मला अपमान वाटला. खरंच गणपती पाहायला जायच्या नादात मी गणिताचा पेपर निष्काळजीपणे सोडवला होता. कारंडे सर मला म्हणाले, ''विज्या, सोपे सोपे गणितं चुकावलेस. घरी आल्यावर अण्णांना मार्क सांगितले, अण्णा पण म्हणाले, ''बघ गणपतीने तुझा पेपर बुडवला. तेव्हापासून मी रोज संध्याकाळी शाळा सुटली, की गणितं सोडवण्याचा सराव चालू केला. अण्णा पण मला मदत करायचे. त्यानंतर कधी माझे गणितात कमी मार्क आले नाहीत. मला रोज जाणीव व्हायला लागली माझ्या परिस्थितीची. मला बाहेर पडायचे होते या चक्रव्यूहातून; पण अभिमन्यू होऊन नाही तर अर्जुनाचा नेम आणि पोपटाचा डोळा भेदून.

मी सकाळी सकाळी लवकर उठायचो. एक ग्लास दूध घ्यायचो आणि अभ्यासाला बसायचो. रोज किमान एक तास तरी माझा छान अभ्यास व्हायचा.

माझ्या वर्गात पाचवी पर्यंत माझी चुलत बहीण लिलू होती. तिची पाचवीतून शाळा बंद केली होती. मला तिने शाळा सोडल्याचे वाईट वाटले होते. ती घर कामात मदत करायची. एक दिवस मी असाच शाळेतून घरी आलतो. घरी पाहुणे आले होते. 'केळा'ची ('केळ' हे बीड जिल्ह्यातील एक गाव आहे) आत्या होती. मामा होते. मी ज्यांना दाजी म्हणायचो, तो हरिभाऊ होता. लिलूच्या लग्नाची बोलणी चालू होती. लिलू माझ्या पेक्षा एक वर्षाने लहान होती. म्हणजे त्यावेळी तिचे वय बारा वर्षे असेल. मला तर कळेना की, तिचे लग्न का करायचंय? ज्या वयात तिने खेळायचं, शिकायचं त्या वयात तिच्या लग्नाची बोलणी. मला तर कसे तरी होत होते; पण मुलगी चांगल्या घरात जातेय, असं त्यावेळी साऱ्यांना वाटत होतं. म्हणून कुणीच विरोध केला नाही. हरिभाऊ शेती करायचा आणि त्याला पहिलवानकीचा नाद होता. घरी म्हशी राहायच्या. भरपूर दूध राहायचे. तो कधी शाळेत गेलेला नव्हता. दाढी वाढलेला हरिभाऊ लिलूच्या तुलनेत थोराड दिसायचा; पण माझी आजी म्हणाली, ''माझ्या लेकीलाच सून जातेय लिलू. कल्याण झालं तिचं.''

आमच्या दारातच ते लग्न झालं. साधं खेडे गावातल्या लग्नासारखे ते लग्न. हरिभाऊने लग्नात रेडीओ आणि घड्याळाची मागणी केली होती. अण्णांनी मिल्ट्री कॅन्टीनमधून एक 'फिलिप्स'चा रेडिओ आणला होता आणि स्वतःच्या हातातले एचएमटीचे घड्याळ अण्णांनी त्याला दिले. एका पदवीधर माणसाचे घड्याळ म्हशी

वळणाऱ्या हरिभाऊच्या हातात जाणार होते. मला तर ही सोयरिक बिलकूल पटली नाही; पण मी लहान होतो काय करणार?

या एका लग्नाने लीलूचे नशीब गुरं राखणाऱ्या हरिबासंगे जोडलं गेलं. बरं हा हरिबा गुणानेपण ठीक नव्हता. रोज गांजा ओढायचा. त्याच्या चीलमीत तिच्या आयुष्याचा धूर झाला. लिलूची तीन मुलं रक्ताचा दोष असल्याने जगली नाहीत. पोरासाठी ती झुरायची. हरिबापण तिच्यावर बाळंतपणं लादत गेला. शेवटी तिला राणी झाली सुदैवाने ती जगली. आता मोठी झाली आहे. या साऱ्या गोष्टी माझ्या मनावर परिणाम करत होत्या. का लिलूला मोठ्या घरात दिले नाही? का तिचे अल्प वयात लग्न झाले? एकच उत्तर होते, ते म्हणजे आम्ही गरीब होतो. ही स्थिती बदलायची तर मला शिकावं लागणार होतं.

सातवीला मी शिष्यवृत्ती परीक्षेला बसलो होतो; पण आमचे काही ज्यादा तास त्यावेळी घेतले नाहीत. मग मी त्या परीक्षेत नापास झालो. गणित खूप अवघड होते. अजून सराव वाढवायचा म्हणून मग रोज शाळा सुटली, की मी गणित सोडवायचो वाचन तर चालू होतेच.

अण्णा सहसा कुठे जात नसत. त्यांचे फिरणे खूप कमी म्हणजे नसल्यातच जमा होते. एक दिवस काही कामानिमित्त अण्णा 'केळ'ला गेले होते. (माझ्या आत्याचे गाव) अण्णा मला पण 'केळ'ला त्यांच्यासोबत घेऊन गेले. माघारी येताना त्यांनी मला नगरला 'आशा' थेटरमध्ये सचिन व अशोक सराफचा 'गंमत जंमत' सिनेमा दाखवला. पहिल्यांदाच मी थेटर पाहत होतो.

असाच एक दिवस अण्णांसोबत मी 'पुणतांबा' येथे गेलो होतो. अण्णांचे एक मामा तेथे राहत होते. त्यांनी अण्णांना धोंडे खायला बोलावले होते. मी पहिल्यांदा आगगाडी पाहिली ती 'पुणतांब्या'ला जाताना. खूप मजा येत होती. खिडकी बाहेर पाहताना इंजिनातला कोळसा डोळ्यांत जाऊन माझे डोळे लाल झालते. अण्णांसोबत फिरल्याच्या याच काय त्या दोन आठवणी. अण्णा चैन म्हणून कधीच कुठे गेले नाहीत. काही काम असेल तरच ते घर सोडायचे.

अण्णांनी मला अंडर वेअर आणि बनियनचा सेट आणला होता. नगरच्या मदुरा दुकानातून. सुट्टीच्या दिवशी मी मग बनियनवर राहायचो. भरपूर खेळायचो. आमचे खेळ पण साधे राहायचे. सुताराकडून तयार केलेली म्हडूकाच्या झाडाची लरी (बॅट) आणि चिंधकीचा (कापडाचा) चेंडू. आमचा अर्जुन एकदम गोल चिंधीचा चेंडू बनवायचा. हा चेंडू मजेशीर असायचा. त्याची शिवन जास्तीत जास्त दोन ते तीन सामने (डाव) चालायची. मग चेंडूची शिवन उसवायला चालू व्हायची. त्यात तो चेंडू पाण्यात गेला तर मग त्याची बोलिंग गटर पडायची... म्हणजे बॉल सरपटत जायचा. जमिनीलगतचा बॉल हाणताना बॅट पण घासायची आणि तिचे खपले

पडायचे... पण आमचा खेळ तरीही चालायचा. बॉल पार फाटायचा; पण मग वेळ अशी यायची की, त्या बॉलच्या राई राई एवढ्या चिंध्या उडायच्या. आमच्या आळीत एक विजेचा खांब आहे. त्या खांबाचा स्टंप करून आम्ही क्रिकेट खेळायचो. कमीत कमी साधनांत आमचा हा खेळ चाले. कधीच साधनांसाठी अडून पडायचे नाही. गंमत म्हणजे हीच सवय मला माझ्या आयुष्यात कामाला आली.. कमीत कमी साधने वापरायची आणि पुढे चालत राहायचे. पायात चप्पल नसायची; पण खूप आनंदी जीवन होते.

सकाळी उठले की, आम्ही सारेजण चुलीपुढे जमायचो. दोन चुली असायच्या. एकीवर दूध तापत असायचे आणि एकीवर आंघोळीसाठी पाणी तापत असायचे. आमची चुलीपुढं बसण्याची होड चालायची. मग आमची आजी चहा ठेवायची. आमच्या घरात मोठ्या स्टीलच्या पराती राहायच्या. आम्ही भावंडं मग रातच्या शिळ्या चपात्या त्या परातीत चुरायचो. चपाती त्यावेळी आमच्यासाठी खूप मौल्यवान असायची. कारण गहू दुर्मिळ असायचे. ही चपाती मी खूप बारीक चुरायचो आणि मग त्यात चहा ओतायचा. आमची आई म्हणजे आजी दूध द्यायला लागली की, मी नको म्हणायचो. जास्त दूध नको वाटायचे आणि मग ती चहा-चपातीची चव काय वर्णन करावी? आजही मी ती चव विसरलो नाही. मी अनेक ठिकाणी जेवलोय; पण त्या चहा-चपातीची न्याहारी वेगळीच होती. मी तर रात्री माझ्या वाट्याची चपाती उशाला कागदात गुंडाळून ठेवायचो आणि मग झोपायचो. सारे हसायचे मला.

याच काळात आम्ही ५ एकर जमीन खरेदी केली. मला वाटते पंधरा हजार रुपयाला ती घेतली होती. त्यातही उसने पासने केले होते. ती जमीन खंडूबाच्या डोंगरामागे होती. आमच्या अण्णाला खूप अभिमान वाटे, की आपण आपल्या कुवतीवर जमीन घेतली. एक वर्षभरातच तिथे विहीर खोदली. तिला पाणीपण लागले. पण शेती विकासाला आवश्यक असणारे भांडवल आमच्याकडे कमी पडत होतं आणि अण्णाला कर्ज आवडत नव्हतं. काम थोडं लेट झालं तरी चालेल; पण कर्ज नको, अशी त्यांची भूमिका असायची. तिथे आम्ही जवारी, बाजरी अशीच पिकं घ्यायचो; पण त्यात पण अण्णा हिसाब ठेवायचे. पार स्वतः केलेल्या कामाचाही हिसाब ते मांडायचे. आणि मग सारं पिक निघालं, की ताळमेळ घ्यायचे. मग कळायचे, की धान्य विकून बरोबरी पण होत नाही. अण्णा म्हणायचे, "शेती हा आपला विषय नाही. शेती कधीच परवडत नाही." मग अण्णांनी त्या शेतात जास्त गुंतवणूक करणे कमी केले. आमच्या भाऊंना वाटायचे, की अजून एक परस विहिरीचे काम केले तर निदान एक सिझन तरी पार पडेल; पण अण्णा नाही होऊन पडायचे. आपले हे काम नाही, असं ते म्हणायचे.

आता ते म्हणणे मला पटते. अण्णांनी कायमच मला जाणीवपूर्वक शेती,

जनावरं, टेलरिंग काम यांपासून दूर ठेवले. त्यांना वाटायचे, याने यात गुंतू नये. म्हणून ते मला पठारावर किंवा नव्या वावरात जास्त जाऊ द्यायचे नाहीत.

एक दिवस मी सकाळीसकाळी अण्णा काम करीत असताना तिथच लुडबूड करत होतो. मला कात्री चालवता येत नसे. मी अण्णांना म्हणालो, की अण्णा, मला कापड कापायला शिकवा ना! माझे वाक्य संपायच्या आतच त्यांनी सणकन माझ्या कानाखाली लगावली आणि म्हणाले, ''तुझं अभ्यासाचं काम कर.'' त्यावेळी मला वाईट वाटले; पण आता त्याचे महत्व पटते. अण्णांना कधीच वाटत नव्हते, की मी पण शिवणकाम करावे. त्यांना स्वतःला पदवीधर असून नोकरीची संधी काही कारणाने गमवावी लागली. माझ्या बाबतीत अण्णांना कोणतीही जोखीम नको होती. म्हणून ते सतत माझ्या अभ्यासावर लक्ष ठेवायचे.

मला अजून अर्जुनचा (माझा चुलत भाऊ) दहावीचा निकाल आठवतोय. दुपारी चावडीवर असलेल्या ऑफिससमोर पवार सर निकाल वाचून दाखवत होते आणि अर्जुनला ५८ टक्के पडले होते. अण्णा जरा नाराज होते; कारण तेवढ्या मार्कांवर डी.एड.ला किंवा आय.टी.आय.ला नंबर लागणे जरा अवघड होते. बरं त्यावेळी डी.एड.ला नंबर लावण्यासाठी १५/२० हजार रुपये डोनेशन चालायचे. पण तेवढी ऐपत नव्हती. फॉर्म साऱ्या ठिकाणी भरले; पण शेवटी अर्जुनने अकरावी कला शाखेला 'सारडा कॉलेज'ला ॲडमिशन घेतले.

त्यावेळी प्रथमच जाणवले, की मार्क मिळायला पाहिजेत, नाहीतर पुढील मार्ग अवघड असतात. पण हे मार्ग नेमके काय असतात, हे मात्र कळत नव्हते.

अर्जुन अकरावीसाठी नगरलाच राहायचा. एक महिन्याने पहिल्यांदा अर्जुन घरी आला, तेव्हा त्याची तब्येत चांगलीच सुधारली होती. अण्णांनी त्याला सदिच्छा टेलरकडून छान दोन ड्रेस शिवून घेतले होते. त्यावेळी मी पण मला लांब पॅन्ट आणि रंगीत शर्ट शिवायचा आग्रह अण्णाजवळ धरला; पण अण्णांनी ऐकले नाही. अर्जुनला दिवाळीच्या सुट्ट्या लागल्या होत्या. मलाही सुट्टी होती. अर्जुनची तब्येत खूपच सुधारल्याने त्याला त्याचे ड्रेस आपरे होत होते. त्याला वाटायचे, की अण्णांनी नवीन ड्रेस घ्यायला पाहिजे; पण त्याची अण्णांना म्हणायची हिम्मत नव्हती.

असेच आम्ही दोघे फिरत फिरत भवानीच्या देवळाकडे गेलो होतो. तो मला म्हणाला, की पिंट्या मला हे ड्रेस खूप आखूड होताहेत. तू म्हणतो का अण्णाला? मी म्हणालो, की मी म्हणेल, पण मला तुझी एक पॅन्ट द्यायची! मी ती थोडी कापून वापरेन. अर्जुन हा म्हणाला. मला खूप आनंद झाला. पहिल्यांदा लांब पॅन्ट घालायला मिळणार, म्हणून मी खुश होतो. मी ही आयडिया आमच्या नानाला सांगितली. नानांनी मला अर्जुनची पॅन्ट आखूड करून द्यायचे कबूल केले; पण अण्णा असताना हे जरा कठीणच होते. अण्णा नसताना पॅन्ट कापायची,आणि मग एकदा का पॅन्ट

आखूड झाल्यावर अण्णा आपोआप राजी होतील, आणि मला अर्जुनची पॅन्ट मिळेल आणि त्याला अण्णा नवीन घेतील.

एका मंगळवारी अण्णा सायकलवर मांडवगणच्या बाजाराला गेले. मी वाट पाहूनच होतो. मी लगेच अर्जुनची पॅन्ट घेऊन मिशनीत नानाकडे गेलो. नाना, आता द्या बरे ही पॅन्ट आप्री करून. नानांचा माझ्यावर फार जीव होता. त्यांनी लगेच माझे माप घेतले आणि पॅन्टचे माप घेतले. त्यांनी हात शिलाईला जागा सोडून पॅन्ट कापली. आता कधी एकदा मी ही पॅन्ट घालतो, असे मला झालते. नानांनी फार नजाकतीने हात शिलाई केली. पॅन्टला इस्त्री केली. माझ्या आयुष्यातील ही पहिली लांब पॅन्ट तयार झालती, मी सातवीला असताना. मी ती पॅन्ट घालून गल्ली भर फिरत होतो. आमची सुनी म्हणाली, "अण्णा तुला बघ आता खवळणार! मला पण थोडी धाकधूक होतीच; पण नाना म्हणाले मी सांगेन अण्णाला. पाच साडेपाचच्या दरम्यान अण्णा बाजारावून परत आलते. मी कौतुकाने पण थोडा घाबरत घाबरत अण्णांना समोरा गेलो. अण्णांच्या हातात बाजाराहून भाजीपाला व किरणा आणल्याच्या पिशव्या होत्या. आईने पिशव्या घेतल्या. अण्णांनी सायकल भिंतीला लावली आणि त्यांचे लक्ष माझ्या पॅन्टकडे गेले. मग त्यांनी काही विचारायच्या आतच मी त्यांना सारे काही सांगितले लाडे लाडे.

दुसऱ्या क्षणाला माझ्या कानाखाली जाळ झाला होता. मी नेहमी कानाखालीच मार खायचो. एका झापडी सरशी मी खाली पडलो होतो. नाना मध्ये पडले, तर अण्णा नानालाच खवळले. तुला कळत नाही का? का तू पण लहान आहेस? माझी आई मध्ये पडली; पण मोठ्या वादळात छत्री किती काळ तग धरणार? त्या दिवशी अण्णांनी मला खूप मारले. माझी पाठ लाल झाली होती. गालावर वळ उमटले होते. सारी गल्ली पाहत होती; पण कुणीच अण्णांना समजावत नव्हते. पण अण्णा अर्जुनला काहीच बोलले नाहीत. मला रडता पण येत नव्हते. मी मनात ठरवले होते की, आता आपणहून अण्णांना काही मागायचे नाही. अण्णांना परिस्थितीची जाण होती. त्यांनी मारले ते मला, ती जाण व्हावी म्हणून. रात्री मी नकळत जागा झालो होतो तर अण्णा जागेच होते. माझ्या पाठीवरून हात फिरवत होते. माझ्या डोळ्यांतून वाहणाऱ्या पाण्याने गोधडी भिजली होती. या घटनेने माझ्या मनावर मोठा परिणाम केला. अण्णांची भूमिका कळली. अण्णांना आपली पैई न् पैई सत्कारणीच लागली पाहिजे, असं वाटायचं. अण्णांची ही भूमिका मला चांगलीच कळली होती.

आठवीचे वर्ष सुरू झाले होते. मी सातवीला पहिला आलो होतो. आठवीला असतानाच मी व्यायाम चालू केला होता. वर्गात मी सगळ्यात बुटका आणि तुलनेने कमजोर होतो. माझे बाकी मित्र शरीराने मजबूत होते. पाचवीला माझ्या एवढे दिसणारे मित्र आता मात्र आठवीला माझ्यापेक्षा सरस दिसत होते. मलाही वाटायचे आपलेपण

शरीर किमान सुदृढ असायला हवे. मग मी माझा दिनक्रम निश्चित केला. मी सकाळी पाचला उठून पळायला जायला सुरुवात केली. मांडवगण रस्त्याला मी पळायचो. सुरुवातीला मी एकटाच असायचो. नंतर मिसाळ सरांचा निलेश, कधी कधी सुरेश सोबत येऊ लागले. सुरुवातीला माळ्याच्या वाडीवर कुत्रे मागे लागायचे; पण नंतर ते माझ्या ओळखीचे झाले. मी शिवापर्यंत पळत जायचो. येताना मी भवानी देवीच्या देवळासमोर जोरबैठका मारायचो. मी घरी आलो, की भरपूर जेवायचो. या सवयीने माझ्यात चांगलाच आत्मविश्वास वाढीस लागला. एक वेगळीच उर्जा मला जाणवत होती.

आठवीत आल्यापासून माझ्या अभ्यासात बराच बदल झाला होता. आम्हाला वर्गशिक्षक म्हणून कुलट सर आले होते. त्यामुळे मी खूप खूश होतो; कारण कुलट सर गणित शिकवण्यात वाकबगार होते. त्यांचे फळ्यावर अक्षर सुरेख यायचे. आठवीला भूमिती हा गणिताचा नवीन भाग समाविष्ट झाला होता. कुलट सर भूमितीचे सिद्धांत खूप तन्मयतेने शिकवायचे. मला भूमितेचे प्रमेय हा भाग खूप आवडायचा, सरांची सिद्धता शिकवण्याची पद्धती खूपच परिणामकारक असायची. सर भूमितीच्या आकृत्यांच्या काटेकोरपणावर खूप ध्यान द्यायचे. मीही आकृत्या खूप काटेकोर काढायचो.

शास्त्र विषय माचीन्दार सर शिकवायचे. आमची प्रयोगशाळा आताच्या सोसायटीच्या गोदामात होती. प्रयोग असेल, तर आम्ही सारी मुलं रांगेत प्रयोगशाळेत जायचो. तिथे ठेवलेल्या वेगवेगळ्या आकारांचे चंबू, परीक्षण नळ्या, मोठ्या जारमध्ये ठेवलेले मृत प्राणी आणि माणसाच्या हाडांचा सांगाडा, हे सारे पाहून मला वेगळाच आभास व्हायचा. वाटायचे आपणही खूप मोठे शास्त्रज्ञ व्हावे, आणि खूप नवनवीन शोध लावावेत. आमच्या भौतिक शास्त्रात विद्युत चुंबकीय क्षेत्रावर एक प्रयोग होता. मी तो प्रयोग घरी करून पहायचे ठरवले. त्याला साहित्य खूप थोडे लागत होते. वायरचे तुकडे आणि दोन कार्बन रॉड. वायर तर होती घरी; पण कार्बन रॉड कुठून आणायचे? अचानक मला आठवले की, सेलमध्ये कार्बन रॉड असतात. झाले तर! मग मी दोन सेल फोडून त्यातील कार्बन रॉड काढले. त्याच्या एका टोकाला धारदार टोक केले, दगडावर घासून आणि दुसऱ्या टोकाला वायर गुंडाळली. मग पुस्तकात सांगितल्याप्रमाणे मी वायरची दोन्ही टोके घरातील एका प्लगमध्ये घातली. कार्बनची दोन्ही टोके एकदम कमी अंतरावर जवळ आणली, आणि मी बटन चालू केले; पण काहीच दिसेना. मग मी कार्बनची टोके अजून एकमेकांच्या जवळ आणली. अचानक मोठा आवाज होऊन ठिणग्या उडाल्या. मी खूप घाबरलो. मशीन मधून नाना मोठ्याने ओरडले, पिंट्या, काय करतोस?

मला एडिसनची वाचलेली गोष्ट आठवली. त्याचे आगगाडीत प्रवास करतानाही प्रयोग चालू असायचे. एक दिवस त्याच्या या प्रयोगामुळे आगगाडीला आग लागली

होती. स्टेशन मास्तराने जोरदार कानाखाली लगावली; ज्यामुळे एडिसन बहिरा झाला होता.

माचीन्दार सर शक्य तेवढे सारे प्रयोग आम्हाला करून दाखवायचे. फुलामधील सारे भाग. निदलपुंज, दलपुंज, पुमंग आणि जायांग. त्यांनी धोत्र्याचे फूल आणून दाखवले होते. अजून मला ते आठवतेय. सरांमुळे माझा विज्ञान विषय आवडता झाला. वाटू लागले की, आपण अकरावीला सायन्सला अॅडमिशन घ्यायचे.

ढगे सर समाज अभ्यास शिकवायचे. त्यांना कधी पुस्तकं लागायची नाहीत आणि आम्हालाही ते पुस्तकं वापरू द्यायचे नाहीत. त्यांचा तास असला, की मुलं फ्रेश असायची. कारण ढगे सर कधी कुणाला रागवायचे नाहीत, की मारायचे नाहीत. सरांचे शिकवणे फार विनोदी असायचे. इतिहास ते रंगवून रंगवून शिकवायचे. भूगोल असला, की बरोबर हमखास नकाशा घेऊन शिकवायचे. मात्र एखाद्या मुलाने अभ्यासात कुचराई केली, की त्याची उपरोधिकपणे टर ते उडवायचे. मुद्दाम मग अहो, जाहो घालून त्या मुलाला बोलायचे. मग ते पोरगं शरमेने मान खाली घालायचं. सारी पोरे त्याला हसायची. एखाद्या पोरीने गृहपाठ आणला नाही, की तिला गंगू, दगडी, ठकी अशा नावाने ते हाक मारायचे. सारी पोरं मग फिदी फिदी हसायची. त्यामुळे सहसा कुणीही सरांचा गृहपाठ मागे ठेवत नसे.

मराठी औटी सर शिकवायचे. आपले शिकवणे भले की आपण भले, असे त्यांचे काम होते. पूर्ण तासात ते कुणालाही प्रश्न विचारत नसत, की शिकवताना वरही पाहत नसत; पण त्यामुळे मागच्या बाकावरील काही पोरं सरांची चेष्टा करत. एक दिवस सर धडा शिकवत होते. तर मागच्या बाकावरील भोऱ्याने सर फळ्यावर लिहित असताना, कागदाचा बोळा करून सरांना मागून फेकून मारला. औटी सर कधीच चिडत नसत. ते फक्त हसले, पण आमचे मुख्याध्यापक, पवार सरांनी खिडकीतून भोऱ्याला बोळा फेकताना पहिले होते. त्यांनी मग वर्गात येऊन त्याला चांगलेच झापडले. तेव्हापासून पोरं जरा घाबरायला लागली; कारण पवार सर कधी खिडकीतून डोकावतील, याचा नेम नसायचा.

आमचा आठवीचा वर्गही मजेशीर होता. वर्गाचे छत लाकडी खणाचे होते. साऱ्या वर्गात खांब होते. त्यामुळे मागच्या मुलांना सर दिसत नसायचे, आणि सरांना मुले. मग साहजिकच मागच्या बाकावर पोरं टवाळक्या करायची. मी मात्र पुढच्या बाकावर असायचा; कारण मी उंचीला साऱ्या पोरांत लहान होतो आणि वर्गात बैठक रचना उंचीनुसार असायची. आमच्या दुकानाला लागून मामाजीचे दुकान होते. मधल्या सुट्टीत पोरं गोळ्या आणायला दुकानात जायची. मामाजीला दिसायला कमी होते. पोरं कधी कधी गर्दीचा फायदा घेऊन गोळ्याच्या डब्यातून गोळ्या चोरायची.

मी वर्गपाठ असो, की गृहपाठ, नेहमी वेळेवरच लिहायचो. माझे अक्षरही सुरेख

होते. ढगे सरांना तर माझे अक्षर खूप आवडायचे. मला गृहपाठाला नेहमी ९/१० असे मार्क मिळायचे.

एक दिवस मी असाच अण्णांजवळ बसलो होतो. तिथे आमच्या गावातील बबनसर आले होते. बबनसर म्हणजे आमच्या गावातील एक हुशार व्यक्तिमत्त्व होते. त्यांनी परभणी कृषी विद्यापीठातून बी.एस्सी. अग्रि. केले होते आणि विशेष म्हणजे ते विद्यापीठात पहिले आले होते. त्यांचे घर, म्हणजे त्यांचे वडील बाबूराव गुरुजी आमच्या आळीत राहायचे. त्यांनी नुकताच मिरजगावच्या नूतन महाविद्यालयात प्राचार्य पदाचा चार्ज घेतला होता. ते आले होते पायजमा शिवून घेण्यासाठी. अत्यंत साधे व्यक्तिमत्त्व. अण्णा त्यांना म्हणाले, ''सर, तुम्ही शहरात राहणारे आणि मी खेड्यातील साधा टेलर. मी शिवलेला पायजमा तुम्हाला आवडेल का?'' तर सर म्हणाले, ''अमृता, तुला जसा येईल तसा पायजमा आणि शर्ट शिव.'' सरांचा तो विनम्रपणा आणि परिस्थितीची जाणीव ठेवण्याची वृत्ती, त्या एका प्रसंगाने माझ्या मनात घर करून गेली. मी तिथेच बसलो होतो. सरांनी मला विचारले, काय रे पिंट्या, कितविला आहेस? मी म्हणालो, ''सर मी आठवीला आहे.''

''काय म्हणतोय तुझा अभ्यास?'' सरांनी आस्थेनं विचारलं.

''छान चालू आहे सर!'' मी म्हणालो.

मग ते अण्णांना म्हणाले, ''अरे, याला गाईड वापरू देऊ नकोस. पोरांना या गाईडमुळे आयतं लिहिण्याची सवय लागते आणि मग पुढे अशी पोरं अभ्यासात मागे पडतात. त्यांना स्वयंअध्ययनाची सवय राहात नाही मग.''

मी तसाही गाईडचा जास्त वापर कधी करीत नव्हतो; पण त्या दिवसापासून मी गाईड वापरणे पूर्ण बंदच केले.

माझ्या वर्गातील काही पोरं फार करामती होती. सतत काहीतरी उचापती करण्यात आपला वेळ खर्च करीत आणि अभ्यास म्हटलं, की त्यांच्या जीवावर यायचे. त्यांच्या खोड्या रोज काही न काही तरी चालूच राहायच्या.

आमच्या वर्गाच्या समोरच तबा लिंगे नावाचा एक म्हातारा राहायचा. त्याच्या सोबत तान्हाबाई राहायची. दोघांचे पण वय झालेले. तशी ती दोघे नात्याने नवरा- बायको नव्हते. तान्हाबाई तमाशात काम करायची, आणि तबा लिंगे पण त्याच तमाशात काम करायचा. त्याची पहिली बायको त्याच्या या नादामुळे त्याला सोडून गेलेली. मग वय झाल्यावर दोघांचीही तमाशातील उपयोगिता संपली आणि मग दोघे राळेगणला येऊन एकत्रच राहू लागले. पण दोघेही खूपदा भांडत. तबाला बिडी प्यायचं व्यसन होतं, आणि मग तो बिड्यांसाठी तान्हाबाईला पैसे मागायचा. मग तिने पैसे नाही दिले की, त्यांच्यात चांगलीच शिवीगाळ व्हायची. आमच्या वर्गासमोरच ते राहत असल्याने त्यांचे भांडण सुरू झाले, की आमचा तास

बंद. कारण त्यांचा आवाज आणि एकमेकांना देण्यात येणाऱ्या दर्जेदार अस्सल गावरान शिव्या, यामुळे सर इच्छा असूनही शिकवू शकत नसायचे.

पोरं पण तबाची छेड काढायची. एक दिवस कुलट सर गणित शिकवीत होते. तबा लिंगे दारात दोन पायांवर बसला होता. तान्हाबाई आत घरात होती. भोऱ्याने हळूच एक दगड घेतला आणि तबाला फेकून मारला. तो दगड नेमका त्याच्या नाकावर वर्मी बसला. झाले त्याने वर्गापुढे येऊन सरांनाच शिव्या द्यायला सुरुवात केली आणि खरच तबाला तो दगड चांगलाच लागला होता. त्याचा आवाज ऐकून तान्हाबाई पण बाहेर आली आणि तिने पण शिव्यांचा पट्टा सुरू केला. सरांना आधी कळेना नेमकं काय झालं ते. मग त्यांच्या हा प्रकार लक्षात आला. त्यांनी दरडावून विचारले, कुणी मारला रे दगड? पण भोऱ्याचे नाव सांगण्याचे कुणाचे धाडस झाले नाही. तो होताच तसा आडदांड. सरांनी तबाची समजूत काढली आणि मग परत तास सुरू झाला; पण सर अस्वस्थ झालते. नंतर सरांना भोऱ्याचा प्रताप कळाल्यावर त्यांनी त्याला ठोकून काढले.

पण पोरं रोज तबाच्या काही ना काही खोड्या काढत असत. एक दिवस अशीच दुपारची सुट्टी झालती. तबा बाहेर दारात दोन पाय दुमडून बसला होता. पोरं म्हणाली, "तबा बिडी प्यायची का बिडी?" तबाने थोडा वेळ विचार करून हो म्हटले. मग एकाने म्हटले, "जा रे तबाला बिडी घेऊन या. मग पोरांनी एक शिगारेट आणली. त्यातील सारी तंबाखू बाहेर काढून त्यात आगकाडीची दारू भरली. परत मग त्यात तंबाखू भरली आणि तबाला ओढायला दिली. नेहमी बिडी ओढणारा तबा आज शिगारेट मिळाल्यावर खूश झालता. त्याने शिगारेट शिलगावली. पोरं आता काय होईल, हे पाहायला आतूर झाली होती. तबाची शिगारेट जळत जळत निम्म्याच्या पुढे संपली आणि मग एकदम मोठा जाळ झाला. काय झाले हे समजायच्या आतच, तबाच्या मिशा जळाल्या होत्या. तो खूपच घाबरला आणि मग खूप संतापला आणि मग त्याच्या त्या इरसाल शिव्याने ती दुपारची सुट्टी भरून गेली.

अभ्यास, भरपूर व्यायाम, मस्ती. असे माझे शाळेचे दिवस होते. दर रविवारी मी पोहायला जायचो. माळ्याच्या वाडीवर दोन विहिरी होत्या. एक बर्डाची विहीर आणि दुसरी गारुड्याची विहीर. दोन्हीला चांगले पाणी राहायचे. त्यातल्या त्यात गारुड्याची विहीर मला आवडायची. रुंद होती ती विहीर आणि खूप खोल पण नव्हती. पाण्याचा नियमित उपसा असल्याने पाणी पण स्वच्छ असायचे. तिच्यात वरून काठावरून उड्या मारायला मजा यायची. तिच्या थारुल्यात मोठे दोन दगड होते. पोहून वर काठावर आले, की त्या दगडावर आम्ही उताणे पडायचो. उन्हाने वाळलो, की पुन्हा विहिरीत उड्या मारायचो. मनसोक्त पोहून आले की मग जेवण. खरच ते दिवसच खूप वेगळे होते. बर्डाच्या विहिरीत तर मी तिच्या काठावर

असलेल्या लिंबाच्या झाडावरून मुटका मारायचो; पण ती विहीर खूप खोल होती. मला त्या विहिरीची नेहमीच भीती वाटायची.

कुलट सर अधूनमधून गणिताची सरप्राईज टेस्ट घ्यायचे. त्यामुळे माझा गणिताचा सराव रोजचा राहायचा. किमान आठवड्यातून एकदा तरी ते टेस्ट घ्यायचेच. मला पैकीच्या पैकी मार्क यायचे. माझा आत्मविश्वास वाढायला लागला होता आणि गणित माझा आवडता विषय बनला होता. कुलट सरांचा तास हा माझा आवडता तास बनला होता.

अजून एका घटनेने मला अंतर्मुख केले. दहावीच्या वर्गाचा निकाल त्यावेळी लागला होता. माझ्या पुढे दोन वर्षांनी असलेली ती तुकडी होती. या वर्गातून राजू भापकर हा भापकर गुरुजींचा मुलगा दहावीला पहिला आला होता. भापकर गुरुजी आमच्याच गावात होते. राजूला ९०% मिळाले होते. त्याला बोर्डात यायला ४ ते ५ मार्क कमी पडले होते. निकाल लागल्यावर पवार सरांनी विशेष सभा घेऊन राजूचे कौतुक केले होते. साऱ्या पोरांनी टाळ्या वाजवल्या होत्या. सर म्हणाले, "आता मला या श्रीराम विद्यालयातून बोर्डात येणारा विद्यार्थी हवा आहे. मला दहावीला जाण्यासाठी दोन वर्षं वेळ होता. पण आत्ताच मला या आव्हानाने खुणावले होते. नंतर १५ ऑगस्टला पण राजूला खूप बक्षिसे मिळाली. किमान दोन हजार रुपये त्याच्याकडे जमले. खूप कौतुक त्याच्या वाट्याला आले. मला पण हे सारे मिळवायचे होते. मला हा सन्मान माझ्या आई-अण्णांसाठी मिळवायचा होता. त्यांची मान मला उंचवायची होती. मला आता एकच ध्येय खुणावत होते. ते म्हणजे दहावीला बोर्डात येणे. आठवीला असतानाच अण्णांनी मला हातवळणे बंधूचे निबंधाचे पुस्तकं आणले होते. ही दोघे भाऊ-बहीण दहावीला बोर्डात आली होती आणि त्यांनी हे पुस्तक लिहिले होते. खूप छान निबंध लिहिले होते त्यांनी. अर्जुनाला ज्याप्रमाणे युद्धभूमी खुणावत होती, त्याप्रमाणेच दहावीचे वर्ष मला खुणवायला लागले. माझ्या अभ्यासाची बैठक मी जाणीवपूर्वक वाढवू लागलो. अण्णापण म्हणायला लागले, की पिंट्या आता चांगला मन लावून बसायला लागलाय. बरोबर दोन वर्षांनी येणारा स्वातंत्र्यदिनाचा दिवस हा माझा दिवस असेल, असे मला आता मनोमन वाटू लागले आणि का वाटू नये मला तसे. आतापर्यंत मी प्रत्येक वर्षी पहिला येत होतो. जवळ जवळ साऱ्या विषयांत मला पैकीच्या पैकी मार्क पडत होते. या साऱ्या गोष्टी माझा आत्मविश्वास वाढवत होत्या.

कुलट सर तर माझ्याविषयी फार आत्मविश्वासाने बोलत असत. विजय हा माझा आवडता विद्यार्थी आहे, असे ते बोलून दाखवत.

मी नववीला गेलो आणि आमच्या शाळेच्या इमारतीचे काम सुरू झाले. गावकऱ्यांनी शाळेला बाभळबनात जागा दिली होती. आतापर्यंत शाळा गावातल्या

राम मंदिर, गोदाम, चावडी अशा इमारतींत भरत होती; पण आता शाळेला हक्काची जागा व इमारत मिळणार होती.

आमचा नववीचा वर्ग आताच्या तलाठी ऑफिसमध्ये, मारुतीच्या देवळामागे भरत होता. हा वर्ग आठवीच्या वर्गाच्या मानाने ऐसपैस होता व हवेशीर होता. शेख सर क्लास टीचर होते. पहिला तास हिंदीचा असायचा. पुढील वर्ष दहावीचे होते, म्हणून मी सुरुवातीपासून अभ्यासात दक्ष होतो. माझा दिनक्रम मी फिक्स केला होता, त्या नियोजनाप्रमाणे मी वागायचो.

याच दरम्यान आमच्या घरात एक दिवस छोटे वादळ आले, आणि माझी घडी काहीशी विस्कटली. वादळ या अर्थाने की, मला या घटनेची काहीच पूर्वकल्पना आली नाही. त्यादिवशी अण्णा-आई, भाऊ-वहिनी, नाना-ताई आणि आजी, आमचं जेवणं झाल्यावर काही तरी चर्चा करत बसले होते. मला लवकर झोपायची सवय होती. अर्जुन नगरला होता. बाकी सुनी, राजू, संतोष, वनी हे सारे तर लहान होते आणि कधीच झोपले होते. मी सकाळी उठलो, तर पहिले की माझ्या आईने पाणी तापायला म्हशीच्या खोलीबाहेर ठेवले होते. ताईने पण जुन्या मधल्या खोली पुढे बोळीत नवीन चूल मांडली होती. मी आईला विचारले, की काय भानगड आहे म्हणून, तर आई म्हणाली, की आपण वाईली निघालो आहोत म्हणून. मला क्षणभर खरेच वाटेना; कारण हा वेगळेपणाचा विचार माझ्या मनाला कधी शिवला पण नव्हता. मला रडायला यायला लागले, आणि मी मोठ्याने रडायला लागलो. आई समजावू लागली. अरे, एक दिवस वेगळे निघावेच लागणार ना. किती दिवस एकत्र राहणार. मी विचारले, काही अण्णा-नानाचे भांडण झाले का? का भाऊ म्हणाले काही? आई म्हणाली, "काही कुणी भांडले नाही. सारे गोडीत बाजूला झालेत, आणि तू या गोष्टीकडे जास्त ध्यान नको देऊस."

पण माझे मन मानीत नव्हते. मला साऱ्या भावंडांत जेवायची सवय. त्यामुळे मी जरा डिस्टर्ब झालो होतो. साहजिकच त्याचा काही दिवस अभ्यासावर परिणाम झाला. नवीन मधली खोली आमच्या वाट्याला आली होती. त्याला लागून असलेली म्हशीची खोली पण आमच्या वाट्याला आली. जुनं खणाचं घर आणि न्हाणीची खोली भाऊच्या वाट्याला गेली, तर जुनी मधली खोली आणि त्याला लागून असलेली मशीनची खोली नानाच्या वाट्याला गेली. दुसऱ्या दिवशी आईने मला वाटपाचा किस्सा सांगितला. साऱ्या जणांनी मिळून वाटे घातले. भांडी, खोल्या, पैसे या सर्वांवर आधी नाना मग भाऊ आणि शेवटी अण्णांचा वाटा, असे वाटप झाले.

बाजूला झालो त्या दिवशी अण्णांच्या खिशात १०० रुपये होते. तिघे भाऊ गरीबच होते; पण आता प्रगतीच्या वाटा ज्याला-त्याला वेगळ्या धुंडाळाव्या लागणार होत्या. आमची वडिलोपार्जित इस्टेट म्हणजे पठार होते. आमच्या वाट्याला अडीच

एकर आले, म्हणजे अल्पभूधारक. एका रेशनकार्डची तीन कार्डे झाली. तिन्ही कार्डे पिवळी, म्हणजे बी.पी.एल. दारिद्र्यरेषेखाली. तिघा भावांपुढे समस्या होत्या. अर्जुनचे उच्च शिक्षण चालू होते. नानाचे अनिता, संतोष, वनिता हे अजून शाळेत शिकत होते. माझी पुढील वर्षी दहावी होती आणि तिघांकडे उत्पन्नाचे हमखास असे स्रोत नव्हते. आम्ही वेगळे झालेले बाकी गावाला सकाळी माहीत झाले. कुणा नातेवाईकाला सुद्धा याची कल्पना आली नाही. माझे मामा गावात असूनही त्यांना सुद्धा याची कल्पना आली नाही. सकाळी ते नेहमीप्रमाणे घरी आल्यावर त्यांना ही घटना समजली. ते म्हणाले, "बरे झाले समजुतीत झाले." आईने त्यांना वेगळ्या झालेल्या चुलीवर चहा उकळला. मामा म्हणाले, तर चुलीची काहीतरी सोय करावी लागणार बग... अशी उघड्यावर किती दिवस करणार? आई म्हणाली, "भाऊ चुलीची बी आणि अंघुळीची बी सोय बघावी लागणार."

आमच्या वाट्याला आलेल्या म्हशीच्या खोलीला दोन दारं होती. अण्णा म्हणाले, की आपण या धुराजी अण्णाच्या घराच्या बाजूला एक चुलीपुरती खोली काढू. तशी बाहेरची ही जागा बक्खल जागा होती आणि चुलीसाठी दहा बाय दहा जागा पुरेशी होती. आईने त्या दाराबाहेरच पोत्याचा आडोसा करून चूल मांडली होती. तेव्हापासून धुराजी अण्णा जरा नाराज दिसत होते; कारण आमची नवीन चूल त्यांच्या दारासमोर येईल, असे त्यांना वाटत होते. वास्तविक ही जागा पंचायतीची होती; पण आता अडचणी सुरू झाल्या होत्या.

अण्णांनी म्हशीची खोली खोदून काढली. मी आणि आईने पाणी आणून चिखल केला. दोन दिवसांत चिखल बऱ्यापैकी सुकल्यावर एक ठोकावन्या आणून परवर चांगला ठोकून काढला. त्याच खोलीत दाराला चिकटून न्हाणी काढली. मधल्या खोलीतील भिंतीला एक कोपरा काढून ती खोली म्हशीच्या खोलीला जोडली. मी अण्णांना म्हणालो, "मी कुठे अभ्यास करत जाऊ?" अण्णा म्हणाले, तुला देतो जागा करून." त्यांनी म्हशीच्या खोलीत एक मोठा पडदा आणून मला त्या खोलीच्या आतच एक पार्टीशन करून दिले. माझा प्रॉब्लेम अण्णांनी सोडवला; पण आईच्या चुलीचे काय? त्यासाठी काहीतरी करावे लागणार होते. किती दिवस ती उघड्यावर चूल मांडणार?

मग अण्णा आणि मामांनी ठरवले. बाहेरच्या दाराला चिकटूनच खोली काढायची. हरीमामा त्यावेळी ड्रायव्हर होते. त्यांनी अण्णांना पाच हजार रुपये दिले. त्यातून मग पत्रे आणि विटा घेतल्या आणि चिखलातच खोलीचे काम चालू केले. कामाच्या दुसऱ्या दिवशीच धुराजी अण्णा, बापू पाटील, वाडीवरील गोरबा आले आणि त्यांनी साऱ्यांनी मिळून खोलीचे काम बंद पाडले. त्याचं म्हणणं होतं, की, त्यांच्या किराणा दुकानाला या खोलीमुळे अडसर होईल; पण हा शुद्ध अडेलपणा होता. त्यांचे दुकान

फार बाजूला होते; पण ही सारी माणसं त्यावेळी परिस्थितीने मोठी होती, आणि आम्ही गरीब. काय करणार? दोन-चार दिवस काम बंद होते. अण्णा-आई नाराज राहायचे. मला हे सारे कळत होते. सत्ता पण पैशेवाल्यांकडेच असते.

अण्णांनी या साऱ्या बाबी मग लेले काकांच्या (गावचे सरपंच) कानावर घातल्या. त्यांनी मग लक्ष घातले. अण्णांनी रीतसर दहा बाय दहाच्या जागेसाठी पंचायतीकडे अर्ज केला. मग त्या महिन्याच्या सर्वसाधारण सभेत तो अर्ज मंजूर केल्यावर आमच्या खोलीचे अडलेले गाडे मार्गी लागले. पण मग अण्णांनी खोलीचे आटोपशीर पण पक्के काम करून घेतले, आणि मग आमचे गुलमोहरीचे झाड आणि म्हशीची खोली यामध्ये ती चुलीची खोली दिमाखाने उभी राहिली. आत एक चूल, तिच्या शेजारी कोळशाची शेगडी. असे आमचे रुटीन बसले. नंतर धुराजी अण्णा पण काही म्हणाले नाहीत.

अण्णा आणि नाना आता भागीदारीत काम करू लागले. दिवसभर केलेले काम संध्याकाळी ते पैसे वाटून घेत. आमचा उत्पन्नाचा एकमेव स्रोत म्हणजे अण्णांचे काम. दिवसभर काम करूनही त्यांना कधी १५० पेक्षा जास्त रोज पडायचा नाही.

आमच्या वाट्याला आलेली शेती असून नसल्यासारखीच. तिथे काय काम करणार? ती शेती पडीक पडली. आई रोजाने कामाला जाऊ लागली. तिला त्यावेळी दहा रुपये रोज मिळत होता. सकाळी सारा स्वयंपाक उरकून ती बरोबर दहाला कामाला जात असे. संध्याकाळी तिला कामावरून यायला सहा-साडेसहा वाजून जात. शाळा सुटली की, मी आणि सुनी आई येण्याची वाट पाहत अभ्यास करत असत. ती आली की, हात-पाय धुवून लगेच चुलीवर चहा ठेवायची. तो संध्याकाळचा चहा खूपच छान लागायचा.

आमच्याकडे एक टेबल आणि खुर्ची होती. ती माझ्या खोलीत, म्हणजे पडदा लावून तयार केलेल्या कोपऱ्यात मांडली. मला अण्णांनी एक टेबल लॅम्प आणला होता. मी तो लावून अभ्यास करायचो. रात्रीच्या वेळी त्या दिव्याच्या उजेडात मला फक्त पुस्तकच दिसायचे. मला अभ्यास करताना फार छान वाटायचे. म्हशीची खोली आता माझ्या अभ्यासाची खोली झाली होती. आता परवर(घराची जमीन) बी छान झाला होता. एकदम मऊ मऊ सारखा.

आई दर रविवारी घराला सारवून घेत असे. परवर सारून घेताना एखाद्या चित्रकारासारखा तिचा हात फिरे. बरोबर अर्धवर्तुळातून तिचा हात फिरे, आणि त्या अर्ध वर्तळाच्या खुणा शेणातून जमिनीवर साकारत. दर आठवड्याला आमचा परवर नवीन बने. किती स्वच्छ असायचे आमचे घर. आई भिंतींना पण पोथेरा द्यायची. सावतामाळ्याच्या देवळाच्या बाजूला पडकी घरं होती. तिथं पांढरी माती राहायची. आई तिथून माती आणायची. ती माती बारीक चाळायची आणि मग त्या मातीचा

ती भिंतीना पोथेरा द्यायची. मला तो मातीचा वास फार आवडायचा. आईचा हात फिरला, की मला लक्ष्मी फिरल्यासारखं वाटायचे.

नववीला असताना मी आणि किरणने 'विज्ञान मंच'ची परीक्षा दिली होती. त्यात आम्ही दोघेही उत्तीर्ण झालो. आमची मग दहा दिवसांच्या शिबिरासाठी निवड झाली. हे शिबीर नगरला, अहमदनगर महाविद्यालयात होणार होते. मला खूप आनंद झाला होता. मी दहा दिवस नगरला राहणार होतो. किरणची राहण्याची सोय होती. त्याचे मामा नगरचे होते. मी अर्जुनच्या खोलीत राहण्याचे ठरवले. अर्जुनची खोली मालीवाड्यात होती. अण्णा पण खूश होते. त्यांनी मला नवीन ड्रेस घेतला. सारडा दुकानातून मला त्यांनी पॅन्ट-शर्टला कापड घेतले, माझ्या पसंतीने. अण्णांच्या ओळखीचा एक टेलर होता. सदिच्छा टेलर. कापड बाजारातील इमारत गल्लीत तो टेलर असायचा, म्हणजे त्याचे मोठे दुकान होते. आमचे अण्णा शर्ट शिवताना मी पहिले होते, की अण्णा कसे माप घेतात ते. अण्णा उंची मोजायचे, त्यानंतर खांद्याचे माप घ्यायचे, अजून हाताच्या बाहीचे माप घ्यायचे. झाले माप. येथे तर बाहीचे तीन-चार प्रकारे माप घेतले. शर्टचे माप घेताना त्याने दहा- बारा प्रकारे घेतले तसेच पॅन्टचे पण. मला खूप बरे वाटत होते. आत्तापर्यंत अण्णांनी मला लांब पॅन्ट घेतली नव्हती; पण आज अण्णा स्वतःहून मला नवीन कपडे घेत होते. खरेच माझे अण्णा फणसासारखे आहेत. वरून फणसासारखे ते कठोर वाटायचे, पण आतून ते तेवढेच रसाळ आणि मायाळू आहेत, हे मला प्रथम जाणवत होते. त्यांना वाटायचे, की मला शिक्षणासाठी कधी काही कमी पडू नये. वेळ आली की ते काही पण करून माझी गरज भागवायचे. त्यांनी मला मग नंतर एका चपलांच्या दुकानात नेले. मला त्यांनी 'कॅरोना' कंपनीची स्लीपर चप्पल घेतली.

निळ्या निळ्या रंगाची ती चप्पल आणि नवीन ड्रेस घालून मी पहिल्या दिवशी नगर कॉलेजला गेलो. किरणला त्याच्या मामाने आणून सोडले होते. कॉलेज खूपच मोठे होते. खूप इमारती आणि मोठे मैदान, असे ते कॉलेज पाहून मला दडपण आले होते. किरणच्या मामांनी मला आणि किरणला कॅन्टीनमध्ये नेऊन चहा पाजला. तिथे काही मुलं चहा बरोबर शिगारेटी पीत होती. मला जरा आश्चर्य वाटले; कारण ती मुलं कॉलेजची होती. बरोबर अकरा वाजता आमचा वर्ग भरला. आम्ही सारी पंधरा मुलं होतो. त्यात पाच मुली पण होत्या. आमचे समन्वयक म्हणून देशमुख सर होते. त्यांनी पहिल्याच दिवशी या शिबिराचा उद्देश सांगितला. नमुन्यादाखल त्यांनी प्रत्येकाला पाच पाच प्रश्न विचारले. मी साऱ्या प्रश्नाची उत्तरे दिली; कारण प्रश्न पण विज्ञानाशी निगडीत होते. त्यांनी दहा दिवसांचा पूर्ण प्रोग्राम आम्हाला सांगितला. यात आम्हाला भौतिक, जीव, आणि रसायन शास्त्रांशी निगडीत माहिती देण्यात येणार होती आणि काही प्रयोगही करून दाखवण्यात येणार होते. एकूणच आम्ही

दहा दिवस विज्ञानमय होऊन जाणार होतो. मला आधीच विज्ञान आवडायचे. त्यामुळे मी हे शिबीर खूप एन्जॉय केले. मी रोज अर्जुनच्या खोलीवरून पायी नगर कॉलेजला जायचो आणि पायी यायचो. साधारण ते दीड किलोमीटर अंतर होते. माझा खाण्याचा डबा अर्जुनच्या डब्यासोबतच आई द्यायची. खोलीवर सारी पोरं एकत्र जेवायची. खूप छान वाटायचे. अण्णांनी मला खर्चासाठी २० रुपये दिले होते. पण ते खर्चायची वेळच आली नाही; उलट शिबीर संपल्यावर आम्हाला १५० रुपये प्रत्येक विद्यार्थ्याला देण्यात आले. मला पहिल्यांदा पैसे मिळत होते.

या शिबिरामुळे माझी भीड चेपली. आपण पण काहीतरी करू शकतो, याची जाणीव झाली. माझी नजर मोठी झाली. शिबिरात देशमुख सरांनी बारावी सायन्स नंतर काय काय करता येऊ शकते, यासंदर्भात खूप मोलाची माहिती सांगितली. डॉक्टर, इंजिनियर किंवा फार्मसी, तसेच शुद्ध विज्ञान संशोधनातील विविध संधी त्यांनी अतिशय सोप्या भाषेत समजावून सांगितल्या. मला एवढेच जाणवले की, बारावी सायन्सनंतर आपणास चांगले मार्क्स पडले तर उत्तम संधी आहेत म्हणून. मी अंतर्मुख होत होतो. मला भविष्य खुणावत होते. मला आतूनच एक अनामिक उर्जा या शिबिरामुळे प्रदीप्त झाल्यासारखी जाणवत होती.

दहा दिवसांनी घरी आलो. मी आधी ते १५० रुपये अण्णांजवळ दिले. मी एक रुपयासुद्धा खर्च केला नव्हता; किंबहुना मला तो खर्च करावा, असे अजिबात वाटले नव्हते. किरणने त्या पैशातून कपडे घेतले होते. ते पैसे देताना मला एका जबाबदारीची जाणीव होत होती. मला खूप आनंद झाला होता; कारण अण्णा त्यावेळी म्हणाले होते, की आपला पिंट्या आता मोठा झाला आहे. मला असेच अण्णा-आईसाठी अजून खूप काही करायचे होते. त्या दोघांच्या डोळ्यांत माझ्यासाठी अनंत आशा होत्या. भविष्यकाळात मला त्याची उत्तरे शोधायची होती.

आमच्यावेळी नववीला चित्रकलेची परीक्षा असायची. इंटरमिजिएट परीक्षा असायची ती.

आमचे क्लासटीचर शेख सर होते, आणि ते हिंदी बरोबरच चित्रकलाही शिकवायचे. आम्ही जवळपास १० मुलं त्या परीक्षेला बसलो. अण्णा म्हणाले, "आपला अभ्यास सोडून कशाला ह्या चित्रकलेच्या नादाला लागतोस?" पण तरी मी बसलो. त्यासाठी मग तीन-चार प्रकारचे ब्रश, आणि वॉटर कलर आणले. मी सदाफुलीचे, जास्वंदाचे चित्र छान काढायचो; पण मला व्यक्तीचे चित्र जमायचे नाही. हे आपले क्षेत्र नाही, असे समजून मी मग चित्रकलेचा नाद सोडून दिला. साहजिकच मी त्या परीक्षेत नापास झालो होतो.

त्यावर्षी तालुकास्तरीय 'विज्ञान प्रदर्शन' वाळकीला भरले होते. मी विज्ञान

विषयक वक्तृत्व स्पर्धेत भाग घेतला होता. मला त्याच्यात पहिले बक्षीस मिळाले होते आणि माझी निवड जिल्हास्तरीय वक्तृत्व स्पर्धेसाठी झाली होती. त्यावेळी पवार सरांनी माझे कौतुक केले होते आणि प्रार्थनेच्या वेळी मला त्यांनी समोर बोलावून मला भाषण करायला लावले होते. कुठलेही मार्गदर्शन नसताना मी माझे भाषण तयार केले होते. मी आता वर्गात ठळकपणे माझे अस्तित्व दाखवत होतो. प्रत्येक प्रश्नाचे उत्तर आपल्याला आलेच पाहिजे, असे मला वाटायचे. आठवीला मला ९१% पडले होते. वर्गात मी पहिला तर होतोच; पण माझ्यात आणि दुसरा नंबर आलेल्या किरणमध्ये ६०-७० मार्कांचा फरक होता. त्यावेळी मला जाणवले की, आपली स्पर्धा ही किरण किंवा वर्गातील कुठल्या मुलाशी नाही तर, ती आहे १०० गुणांशी. आता १००%चेच लक्ष्य ठेवायचे. अण्णा मला नेहमी महाभारतातील 'अर्जुन आणि पक्ष्याचा डोळा' ही कथा सांगत. त्याप्रमाणे मी माझ्या अभ्यासाप्रती केंद्रित होत होतो. पवार सरांनाही वाटू लागले होते, की मी नक्की दहावीला बोर्डात येणार म्हणून.

मी माझ्या अभ्यासाच्या छोट्याशा compartment मध्ये म्हणजे अभ्यासाच्या खोलीत खूप बदल केले होते. पडदा लावल्यामुळे बाहेरच्या स्वयंपाक घरातील गडबडीचा मला त्रास होत नव्हता. मी टेबल आणि खुर्ची मांडून तेथे बसायचो. मी छोटे छोट्या कागदावर भूमितीतील सूत्रे, प्रमेये लिहून ती भिंतीवर बाभळीच्या काट्याने लावत असे. बीजगणितातील सूत्रे, एकसामायिक समीकरणे पण मी भिंतीवर लावली. भिंत मातीच्या भेंड्याची असल्याने बाभळीच्या काट्याने हे कागद भिंतीवर सहज चिकटत असत. हळूहळू मी इतिहासातील सनावळ्या, भूगोलातील आकृत्या, विज्ञानातील संज्ञा, भिंतीवर चिकटवल्या. त्यामुळे मला धडा किंवा गणितावर काम करताना नेमका कोणता भाग महत्त्वाचा आहे आणि कोणत्या भागाची माहिती संक्षिप्त करून भिंतीवर चिकटवावी, हे समजू लागले. मला वाटते या सवयींतून माझी नोट्स काढण्याची प्राथमिक सवय रुजली. मी इंग्रजी व्याकरणातील नियमही भिंतीवर लावले. माझी ती छोटीशी पाच बाय पाचची रूम म्हणजे माझे एक वेगळेच विश्व बनले होते. ते सारे चार्ट पाहिले तरी माझी एक आवृत्ती होत असे. आता मी कुठल्याही मुद्द्याचे संक्षिप्त टिपण काढायला शिकलो होतो. त्यामुळे एका मुद्द्याशी निगडीत मी अति संक्षिप्तपणे तसेच विस्ताराने लिहू शकत होतो, त्या दृष्टीने माझा आत्मविश्वास वाढीस लागला होता.

त्यादरम्यान 'लोकसत्ता' या मराठी वृत्तपत्राची नगर आवृत्ती १ रुपया या स्वागतमूल्यावर सुरू झाली. आमच्या गावात ब्राह्मणाचा रमाकांत पेपर टाकत असे. अण्णांनी माझ्यासाठी तो पेपर चालू केला. त्यात 'दहावीसाठी अभ्यासमाला' सुरू झाली होती. त्यामुळे अण्णांनी तो पेपर चालू केला होता. त्यात रोज दहावीसाठी वेगवेगळ्या विषयांवर मार्गदर्शनपर लेख येत असत. मी ती कात्रणं काढून ठेवत

असे. विषयानुसार त्या कात्रणांची मी वही बनवली होती. त्या पेपरचे त्यावेळी कुमार केतकर संपादक होते. त्यांचे संपादकीय लेख मला आवडायचे. तसेच 'लोकसत्ता'मधून कुमार सप्तर्षी पण लिहायचे. दर आठवड्याला त्यांचे सदर येत असे. अस्सल ग्रामीण भाषेत ते सरकारी योजनांचे मूल्यमापन करायचे.

नववीची सहामाही परीक्षा संपली तसे मला दहावीचे वेध लागले. त्यावेळी दहावीनंतर डी.एड.(D.Ed) होते. अण्णांना वाटायचे की, काही नाही तरी माझा डी.एड.ला तर हमखास नंबर लागणारच.

आमच्या आळीच्या पलीकडे राहणारा प्रवीण डावखरे, त्याला सारे पमा म्हणायचे, त्याचा दहावीच्या मार्कांवर नगरला सोसायटी डी.एड. कॉलेजला नंबर लागला होता. त्यावेळी डी.एड. म्हणजे हमखास नोकरीचा कोरा चेक. अण्णा पण म्हणायचे, पिंट्या तुझा नाही कुठे नंबर लागला, तरी आपले डी.एड. करू आणि मास्तर होऊ. त्यावेळी मला कसेतरी व्हायचे. आमचे नाना म्हणायचे, "पिंट्या, तुला नोकरी लागली, की पहिल्यांदा मोटर सायकल घेऊ, माझ्यासाठी. मला मात्र डी.एड. पटत नसायचे. लहान्या पोरांना शिकवणे मला नाही जमणार, आणि वर ती मुलं मला गुरुजी म्हणणार. मला ते नको वाटायचे.

पण मी मग विचार करायचो, की जर दहावीत आपण बोर्डात आलो, तर अण्णा आपल्याला डी.एड.ला घालणार नाहीत. पोराला एव्हढे चांगले मार्क पडलेत, पोरगा बोर्डात आलाय, आणि त्याला छान डॉक्टर नाहीतर इंजिनेर करायचे सोडून हे काय मास्तर बनवताय? असं लोकं म्हणणार. मग अण्णा नाही घालणार मला डी.एडला. असा विचार मी करायचो आणि मग पुन्हा जोमाने अभ्यास करायचो. माझे एकच लक्ष्य होते, ते म्हणजे मी दहावीला बोर्डात येणे.

मी एकतर माझ्या खोलीत अभ्यास करायचो, नाहीतर आमच्या समोरच्या बापू गुरुजींच्या छतावर बसायचो. तिथे गुपचूप जाऊन बसावे लागायचे; कारण चंदाबाईला (बापू गुरुजींची बहीण) कळले, की ती कुरबुर करायची. मला या माळदावर बसायला आवडायचे; कारण तिथे आमच्या लिंबाची खूप दाट सावली असायची. यावर्षी बापू गुरुजींचा सुनील दहावीला होता. तो करुल्याला गुरुजींसोबतच राहायचा. गुरुजी दरवर्षी सुट्टीला राळेगणला यायचे; पण चालू वर्ष सुनीलचे दहावीचे असल्याने ते काही आले नाहीत.

आमच्या आळीच्या शेजारी राहणाऱ्या पमाचे डी.एड. झाले होते. तो आमच्या अर्जुनचाच क्लासमेट होता. अर्जुनची बारावी झाली होती. बारावीला त्याला फार काही चांगले मार्क्स आले नाहीत. त्याने बी.ए.साठी पुढे सारडा कॉलेजलाच प्रवेश घेतला; पमा मात्र डी.एड. झाला आणि लगेच दोन महिन्यांत मास्तर पण झाला. झाला त्याचा पगार सुरू. त्यादिवशी संध्याकाळी जेवता जेवता अण्णा म्हणाले,

“इठ्ठल डावखऱ्याचा पमा झाला मास्तर. आता डी.एड. पोरगी बघीतली, की झालं त्याचं डबल इंजिन सुरू आणि वर डोक्याला टेन्शन नाही.” मी काहीच बोललो नाही. आई म्हणाली, “इठ्ठल डावखऱ्याने कष्ट पण तेवढे घेतले आहेत. किती दिवस त्यो बाबूराव गुरुजीच्या इथं सालाने होता. बाबूराव गुरुजींनी तर त्याला शाळेत शिपाई म्हणून लावला.

अण्णा मला रोज पहाटे नेमाने उठवायचे. तसा डेरीचा भोंगा पण साडेचारला वाजायचा. माझा व्यायाम चालूच होता; पण आता अण्णा म्हणत, “जरा वाचन वाढव. एवढे एक दीड वर्ष दुसरं काही डोक्यात घेऊ नकोस.” मग माझा व्यायामाचा नित्य नियम त्याकाळापुरता खंडित झाला; पण मी अभ्यास पण भारावल्यासारखा करत होतो. आमचे शेजारचे धुराजी अण्णा, त्यांचा सुरेश, आशाबाई यांना माझ्या अभ्यासाचे उदाहरण द्यायचे. तो टेलरचा पिंट्या बघा कसा अभ्यास करतोय ते.

साधारण मार्च संपला, की आम्ही संध्याकाळी बाहेर जेवायला बसायचो. खुल्या पटांगणात छान हवा लागायची. आईच्या हातात रसवंती होती. तिच्या हातचा स्वयंपाक म्हणजे जणू मेजवानी असायची. आणि मग मी झोपायला पण बाहेर असे. साधारण नऊ साडेनऊ वाजेपर्यंत मी वाचत बसायचो. मग आपोआपच डोळ्यावर झोप येत असे. मग दोन गोधड्या घेऊन मी त्या बोर्डिंगच्या ओट्यावर टाकत असे. जवळच असलेल्या विजेच्या खांबावर ग्रामपंचायतीचा लाईट असायचा. त्या ओट्यावर मी, अर्जुन, सुरेश, आमचा राजू अशी मुलं झोपायची. गार हवेची झुळूक अलगद डोळ्यांवर झापड आणत असायची.

याच मार्च महिन्याच्या दरम्यान ‘रामनवमीला’ गावात हरीनाम सप्ताह भरतो. संध्याकाळी तिथं हरिपाठ चालू झाला, की पोरं त्या हरिपाठात नाचण्यासाठी धाव घ्यायची; पण नंतर नंतर या पोरांची हरिपाठात मदत होण्याऐवजी त्रासच सुरू झाला. मग तेथे असलेल्या सोन्याबापू महाराजाने पोरं हरिपाठात आली, की त्यांना पिटाळायला सुरुवात केली. मी नवीन नवीन जायचो. हरिपाठ संथ गतीत सुरू व्हायचा आणि मग त्याची लय गती पकडायची. हातात टाळ घेऊन ते वाजवायला आणि उड्या मारायला मलाही बरे वाटायचे. पण माझा हा हरिपाठ अण्णांनी बंद केला. ते म्हणाले, “तू विद्यार्थी आहेस, आणि तुझे काम अभ्यास करणे आहे.” माझी गाडी थोडा रूळ सोडून जायला लागली, की अण्णा त्या गाडीला ब्रेक लावून जागेवर आणत.

त्यावर्षी असाच मधीच एक अवकाळी पाऊस झाला. पाऊस नेमका खाल्लाकडून (पूर्वेकडून) आला होता. आमचं घर मातीच्या भेंड्याचं, त्या पावसात समोरच्या दारावरची भिंत पार भिजली आणि ढासळली. तरी बरं ती भिंत बाहेरच्या बाजूने पडली. त्या दाराच्या वर मोठी खिडकी तयार झाली. अण्णा म्हणाले, “आता हे भगदाड बुजवायचे नाही. राहूद्या असेच उघडे. हवा पण येईल आणि उजेड पण.”

त्या भगदाडातून समोरचा लिंब छान दिसायचा. त्या पावसात बऱ्याच नुकसानी झाल्या होत्या. मग सरकारने त्याचे पंचनामे केले होते. त्यात आमच्या घराचा पण पंचनामा झाला. आम्हाला तीन हजार रुपये नुकसान भरपाई मिळाली होती. ती दारावरची खिडकी आम्ही नवीन घर बांधेपर्यंत तशीच हवा आणि उजेड देत होती.

याच वर्षी मी नववीत असताना आमची शाळा नवीन इमारतीत स्थलांतर झाली. ती नवीन इमारत स्लॅबची होती. आम्हाला ती स्लॅबची इमारत पाहून खूप आनंद झाला होता. आतापर्यंत आम्ही इतके दिवस पत्र्याच्या खोल्यांनी बसायचो. नवीन शाळेच्या इमारतीच्या उद्‌घाटनासाठी संस्थेचे पदाधिकारी आले होते. मोठा कार्यक्रम झालता. सारेजण पवार सरांना क्रेडीट देत होते.

आमच्या नवीन शाळेच्या पुढे मोठे लिंबाचे झाड होते. त्याला कडेने गोल ओटा होता आणि साऱ्या पटांगणात बांधकामाची वाळू पसरली होती. एक दिवस मी मधल्या सुट्टीत असाच किरणच्या मागे पळत होतो. मला वाटते, तो मला मारून पळाला असावा. आता नेमके त्याच्या मागे पळण्याचे कारण आठवत नाही. त्याने त्या लिंबाच्या झाडाच्या ओट्यावर उडी मारली. मीही त्याच्यामागे ओट्यावर झेपावलो, पण त्या नादात माझा उजवा पाय वाळूमधून घसरला आणि मी ओट्यावर आदळलो. बरं त्यावेळी आम्हाला दहावी पर्यंत हाफ चड्ड्याच होत्या. त्यामुळे घुडघ्याखाली पाय उघडेच राहायचे. त्यामुळे माझी उघडी असलेली नडगी त्या ओट्याच्या कोपऱ्यावर आदळली. ओट्याचा कोपऱ्याचा दगड टोकदार होता. तो दगड सरळ सरळ माझ्या नडगीच्या हाडात घुसला. पार माझे आतले हाड दिसू लागले एव्हढा खड्डा पडला. रक्त येऊ लागले. मी जागेवर बसलो. सारी पोरं माझ्या भोवती गोळा झाली. मी रडू लागलो एव्हढा माझा पाय ठणकायला लागला. एकतर माझ्या जखमा लवकर भरून येत नसत. आई म्हणायची की, माझे अंग गोड आहे म्हणून.

मी घरी आलो. आई खुरपायला गेली होती. अण्णा काम करीत होते. मला जरा अपराध्याप्रमाणे वाटत होतं; कारण पुढील वर्ष दहावीचे होते, आणि त्यात ही जखम किमान दोन महिने तरी भरणार नव्हती, असा माझा मागील अनुभव सांगत होता. अण्णांनी मला दीपक डॉक्टरकडे नेले. दीपक डॉक्टरने त्याला बँडेज केले; पण मला माहीत होते, की माझी ही जखम उघडी राहिली तरच भरून येईल. अन्यथा नाही. आई संध्याकाळी घरी आल्यावर सुनी आईला म्हणाली, की भाऊ पडला शाळेत म्हणून. आई म्हणाली, "त्याला काय उद्योग आहे दुसरा." मी सुनीलाच खवळलो. आता किमान तीन-चार महिने ती जखम राहणार होती. आईने दुसऱ्या दिवशी खुरपून माघारी येताना माझ्या जखमेसाठी अर्जुन साताडा या झाडाची साल आणली. तिने ती जाळून त्याची बारीक वस्त्रगाळ पूड केली. मग मी ती पूड रोज खोबऱ्याच्या तेलात त्या जखमेवर लावायचो; पण माशा खूप त्रास द्यायच्या.

तयारी दहावीची

नववीचा निकाल लागला. मीच पहिला होतो. मला ९१% पडले होते. मला राजूचे रेकॉर्ड खुणावत होते. मला त्याच्यापेक्षा जास्त मार्क पडून बोर्डात यायचे होते. आता घोडा मैदान नुसते जवळ नव्हते, तर ते दारात आले होते. मीही मनाने पूर्ण तयार होतो हे आव्हान पेलण्यासाठी. माझ्या घरी सुद्धा सारे जण माझ्या दहावीच्या वर्षाची चर्चा करायचे. नाना म्हणायचे, ''पिंट्या बोर्डात आला, की मी त्याला खांद्यावर घेऊन शेरनी वाटेन. मोठा बँड लावेल, बन्सी व्हलाराचा.''

पवार सर म्हणाले, ''चालू वर्षी आपण उन्हाळ्याच्या सुट्टीत जादा तास घेऊयात इंग्रजीचे.'' मग आमच्या वर्गातील काही पोरांनी गावात खोली पाहण्यास सुरू केले. म्हणजे जे रानात राहत होते त्या पोरांनी.

आमच्या वर्गात चाळीस पोरं होती; पण आता सारी एकदम सिरीयस झाली. जणू जगण्या-मरण्याचा प्रश्न होता.

एक दिवस मळ्यातले मामा घरी आले होते असेच. मामा अण्णांना म्हणाले, ''दाजी, पिंट्याला आणि सुनीलला आपण नगरला क्लास लावू. अशी पण दोन महिने शाळेला सुट्टीच आहे. अण्णा म्हणाले, ''पण पोरं कुठं राहणार? त्यांच्या खाण्याचं काय?''

मामा म्हणाले, ''त्यात काय? माझा त्यो साडू आहे ना गोरे. सुडक्याच्या मळ्यात. म्या सकाळीच इचारलं आहे त्याला. त्यो सकाळीच घरी आला होता. मला मामाचा साडू काय माहीत नव्हता; पण जर नगरला क्लास लावला तर निश्चितच फायदा होईल, असे अण्णाला पण वाटत होते. कारंडे सरांचा किरण, मिसाळ सरांचा निलेश पण नगरला क्लास लावणार होते. कारे राहशील का सुडके मळ्यात?'' मी म्हणालो, ''सुनील असेल तर मी राहीन.''

मग मी आणि सुनीलने मोडक क्लासला ॲडमिशन घेतली. हा क्लास सीताराम सारडा हायस्कूलच्या समोरच्या गल्लीत भरायचा. किरणने आधीच ॲडमिशन

घेतले होते. आता दोन महिने मला नगरला राहायचे होते; पण मी काही एकटा नव्हतो. सुनील होता सोबतीला आणि त्याच्या काका-मावशीकडे आम्ही राहणार होतो. त्यामुळे एव्हढे काही टेन्शन नव्हते. हा क्लास गणित, विज्ञान आणि इंग्रजीसाठी होता. गणित आणि विज्ञान मोडक सर शिकवायचे आणि इंग्रजी देवकर सर घ्यायचे. सकाळी नऊ ते बारा असा क्लासचा टाइम होता. वरच्या मजल्यावर वर्ग होता आणि उन्हाळ्यात तेथे फार गरम व्हायचे. क्लासमध्ये सारा अभ्यासक्रम दोन महिन्यांत संपवायचा असल्याने फक्त शिकवायचे काम चाले. गणितात एक, दोन गणितं समजावून दिली की, बाकी गणितं घरून सोडवायला सांगायचे. मी फार बुजरा होता, आणि हा क्लास तर फार व्यावसायिक होता. त्यामुळे मी शंका असूनही विचारत नसायचो. आपण पैसे दिलेले आहेत आणि इथे प्रत्येक शंका आपण समजावून घ्यायला हवी, असं माझ्या मनातही येत नसायचे. मी गुपचूप बसून राहायचो.

देवकर सर इंग्रजी छान शिकवायचे, पण खूप फास्ट शिकवायचे. त्यामुळे उजळणीला वेळ नसायचा. एक दहा दिवसांनी मी ठरवलं की, आता क्लासमध्ये आपण फक्त शिकून घ्यायचे, सरावाचा भाग घरी करत जायचा.

पण सुनीलच्या मावशीच्या घरी अभ्यासाचे वातावरण नव्हते. जेवलो की मी आणि सुनील तिथे एक पिंपळाचे झाड होते तिथे जाऊन अभ्यास करीत बसायचो. पोतं टाकून बसायचो; पण तिथे डास खूप असायचे. दर रविवारी क्लासला सुट्टी असायची. मग आठवडाभर दिलेले गृहपाठ आम्ही रविवारी करायचो.

आमच्या दोघांजवळ पैसे नसायचे. त्यामुळे इच्छा असूनही काही घेता येत नसे, की खाता येत नसे. दुपारी क्लासवरून परत येता येता पोटात कावळे ओरडायचे.

क्लास जणू एक्स्प्रेस असल्यासारखा अभ्यासक्रम संपवत होता. एकूणच या मोडक क्लासचा, म्हणावा असा मला काय फायदा वाटत नव्हता. न धड नोट्स न धड सराव. कुत्रं मागं लागावं तसे ते शिकवायचे. कसे बसे आम्ही ते दोन महिने काढले आणि गावी परत आलो. एकतर मला गावाकडची सवय आणि त्यात पाहुण्याच्या घरी राहायचे म्हटल्यावर किती नाही म्हटले, तरी ते दोन महिने मी जरा अवघडल्यासारखा झालो होतो.

घरी आल्यावर मला हायसे वाटले. जूनमध्ये आमचे दहावीचे नियमित वर्ग सुरू झाले. माझी बहीण सुनीता आता सातवीला होती; पण जास्त लक्ष माझ्यावर होते. कारण माझी यंदा दहावी होती. आठवीपासून मी गाईड वापरत नव्हतो. तरीपण मला चांगले मार्क्स येत होते. मी यंदाही दहावीला गाईड न वापरण्याचा निर्णय घेतला.

मी माझी वैयक्तिक अभ्यासाची पद्धत डेव्हलप केली होती. धडा झाला, की मी त्याची प्रश्न-उत्तरे लिहून काढायचो आणि सरांकडून ते मी तपासून घ्यायचो.

मोडक क्लासला मी सरांना विचारायचो नाही; पण आमच्या शाळेत मला तो प्रॉब्लेम नव्हता. त्यामुळे धड्यांवरील प्रत्येक संभाव्य प्रश्नाची उत्तरे मी आधीच तयार करून ते मी तपासून त्याच्या पक्क्या नोट्स करायचो आणि माझ्या पद्धतीने सारांश रूपाने लिहून ते भिंतीवर चिकटवण्याची सवय मला उपयोगी पडत होती. ते भिंतीवर लिहिलेले मी रोज झोपायच्या आधी वाचायचो. माझी ती छोटीशी खोली माझे विश्व झाली होती.

आता रोज सकाळी जादा तासाला जावे लागायचे. हा तास सकाळी ९ ते १०.३० असायचा. पवार सरांनी साऱ्या विषय शिक्षकांना आमचा सारा अभ्यास दिवाळी पर्यंतच संपवायला सांगितला होता. त्यामुळे नियमितपणे शिकवण्याचे काम चालू होते. आमच्या वर्गातील पोरं पण भलतीच सिरियस झालती. नववीपर्यंत टवाळक्या करणारी मुलं सुद्धा आता पुस्तकात डोकं घालू लागली होती. पोरांना जास्त भीती इंग्रजीची होती. पोरं धडाधड पाठ करायची इंग्रजी. अर्थ कळो न कळो काही फरक पडत नव्हता, पण पोरं उत्तरं पाठ करायची. व्याकरण सुद्धा पाठ करायचं सोडत नव्हती. एक संतोष म्हणून पोरगा होता. हराळ मळ्यातील. त्याला आम्ही सारे देवा म्हणायचो. बोलायला लागला, की तो नॉनस्टॉप बोलत राहायचा. इंग्रजी सुद्धा असं मजेशीर पाठ करायचा, की पवार सर सुद्धा म्हणायचे, पाठांतर हवे तर ते देवासारखे. पण त्याला this आणि that मधील फरक कळायचा नाही. पोरं त्याला मग हसायची; पण तो म्हणायचा मला उत्तर लिहायचे आहे, त्याचा अर्थ नाही. बघा तुम्ही, मी किती मार्क घेतो ते. तो मागच्या बाकावर बसायचा. कोणाची एक नाही का दोन नाही. कधी कधी माझ्याजवळ यायचा, आणि म्हणायचा, "विज्या, एवढ्या दोन ओळी मी म्हणतो. तू त्या बरोबर हायेत का ते सांग आणि मग त्याची ती वाक्ये बंदुकीच्या नळीतील काडतुसाप्रमाणे बाहेर पडायची, एका झटक्यात. मी म्हणायचो, "देवा, पण कोणत्या प्रश्नाचं काय उत्तर लिहायचं, ते पण पाठ कर; नाहीतर नुसतीच उत्तरं पाठ करून कसं लिहणार?

दहावीला आमची शिक्षकांची टीम छान होती. मुख्य म्हणजे गणित, विज्ञान आणि इंग्रजीला चांगले शिक्षक होते. कुलट सर पुन्हा यावेळेस क्लास टीचर होते. मी प्रत्येक विषयाला महत्त्व देत होतो. माझे टार्गेट ठरलेले होते. काही करून आपण बोर्डात यायचेच. मनोमन मी स्वप्न रंगवायचो. त्याला माझी अभ्यासाची पण जोड होती. नववीला मी जवळपास साऱ्या विषयांत ९०च्या पुढे मार्क्स घेतले होते. हेच सातत्य मला यंदा टिकवायचे होते. दहावीला आमचे केंद्र वाळकीच्या शाळेत असणार होते.

असं सारं काही मस्त चाललं होतं आणि जुलै महिन्यात अचानक आमच्या कुलट सरांची 'चास' येथील शाळेत बदली झाली. जशी बदलीची बातमी आली,

तसा जणू एक बॉम्ब गोळाच आमच्यावर पडला. तीन वर्षे ज्यांनी आम्हाला गणित शिकवले, ते कुलट सर नेमके आम्ही दहावीला आल्यावरच का बदलून जावेत? मला तर काही कळत नव्हते. आम्ही सारी पोरं कावरीबावरी झालतो; पण बदलीची बातमी पक्की होती. पोरं पार हिरमुसली. सर होतेच तसे. रागवायचे, पण तेव्हढेच मायेने शिकवायचेही. त्यांचा फार मोठा आदरयुक्त धाक होता पोरांना. आता आमचे गणिताचे कसे होणार आणि मुख्य म्हणजे, मला माझे पुढील भवितव्य धूसर दिसत होते. मला तर कुलट सर खात्री द्यायचे, की तू गणितात पैकीच्या पैकी मार्क घेणार म्हणून. आता साऱ्या आशा मावळल्या होत्या.

वर्गात पोरं-पोरी माना खाली घालून रडायला लागली. माझे डोळे पण पाणी गाळू लागले. आयुष्यात पहिल्यांदा मी कुणासाठी तरी रडत होतो.

चार वाजता सरांचा निरोप समारंभ ठेवला होता. त्यांना दुसऱ्या दिवशी 'चास'ला जॉईन व्हायचे होते. पवार सरांनी मात्र लगेचंच त्यांना रिलीव्ह करायची तयारी केली. ज्यांनी आमच्या गणिताचा पाया रचला, ते कुलट सर असे एका कागदाच्या आदेशानिशी जाणार होते. जणू ते नव्हतेच इथे कधी. मन सुन्न झाले होते.

निरोपाचा कार्यक्रम सुरू झाला. सारी शाळा बाहेर कार्यक्रमासाठी बसली. आम्ही दहावीची मुलं पण बसलो; पण साऱ्याच्या माना खाली होत्या. पोरं धुमसून धुमसून रडत होती. आज कुलट सरांना पण कळले होते, की त्यांचे शाळेतील स्थान काय होते ते! एका एका सरांची भाषणं होत होती. पवार सरांनी नंतर आमच्यापैकी एका विध्यार्थ्याला मनोगतपर भाषण करण्यासाठी बोलावले; पण कुणीच उठेना. सर मला म्हणाले, "अरे विजय तू उठ, पण आज मला बोलता येणेच शक्य नव्हते. मी मान वर केलीच नाही, जसे मग कुलट सर बोलायला उभे राहिले, तसा आमच्या साऱ्या वर्गाचा बांध फुटला. पोरं आता मोठ्याने रडू लागली. सर पण भावुक झाले होते. दोन मिनिटं ते तसेच माईकपुढे उभे होते. नंतर सर बोलू लागले. त्यांनी साऱ्या सहकारी शिक्षकांचे, गावकऱ्यांचे आभार मानले.

शाळा सुटली. आम्ही पोरं ऑफिस पुढे जमलो होतो. कुलट सर तिथे बाहेरच उभे होते. मला पाहिल्यावर ते जवळ आले. माझ्या पाठीवरून हात फिरवला. मला उचमाळून येत होते. मला म्हणाले, "काळजी करू नकोस. तुम्हाला गणिताला चांगले सर येणार आहेत. गोरे सर! माझ्यापेक्षा ते हुशार आहेत." आम्ही म्हणालो, "सर, आम्हाला विसरू नका सर! सर गप्पच होते.

मी घरी आलो. त्यादिवशी कशातच मन लागत नव्हते. अण्णांना पण सरांची बातमी कळली होती. अण्णा म्हणाले, "आपण काय करणार बदलीला. निदान बरं झालं, त्यांची पण सोय झाली. आता घराजवळ गेलेत ते. नवीन सर येतीलच की, त्यात काय एव्हढे? मी धड नीट जेवलो पण नाही.

नवीन गोरे सर आले होते. ते आमच्या गावाजवळील रुईचे होते. आता गोरे सर आमचे क्लास टीचर असणार होते. पहिलाच तास गणिताचा असायचा. गोरे सर वर्गात आले. त्यांना कुलट सरांच्यावर मुलांचा किती जीव होता, हे कळले होते. त्यांनी आल्या आल्याच किती शिकवून झाले त्याचा आढावा घेतला. बाकी काही फाटे न फोडता त्यांनी भूमितीचा पाठ सुरू केला. त्रिकोणातील संगती सरांनी घेतल्या आणि मला कळले, की गोरे सर पण तोडीस तोड आहेत. वर्गातील बहुतेक पोरांचे पण तेच मत झालते. पुढे संपूर्ण वर्षभरात गोरे सरांनी आपल्या शिकवण्याने कुलट सरांची उणीव भासू दिली नाही. माझ्या आशा पुन्हा एकदा पल्लवित झाल्या. मी झाले गेले विसरून अभ्यासाला लागलो.

मी गाईड बिलकूल वापरत नव्हतो. गोरे सरांना कळले, की मी गाईड वापरत नाही म्हणून. त्यांनी मला कारण विचारले, मी म्हणालो, "सर मला उत्तर तयार करून लिहिण्याची सवय लागली पाहिजे. परीक्षेत जर कसाही प्रश्न आला तर मी लिहू शकेन. सरांना खूप कौतुक वाटले. मग ते माझ्या इतर विषयांच्या पण नोट्सकडे ध्यान देऊ लागले. इतिहास, भूगोल तर मी सारं काही शिकवायच्या आधीच नोट्स काढून तयार केले होते. वर्गात मी अपडेट असायचो.

सारे सर माझ्यावर बारीक लक्ष ठेवून होते. विजय नक्कीच यावर्षी बोर्डात येणार, असं त्यांना पण वाटायला लागलं होतं. मी माझ्या लेखन पद्धतीकडे पण बारीक लक्ष ठेवून होतो. समास सोडणे, उत्तर संपल्यावर ओळ सोडून लिहिणे, नवीन प्रश्न नवीन पानावर घेणे, अशा तांत्रिक बाबींवर पण माझे लक्ष होते. जाणीवपूर्वक शाईपेन मी वापरत होतो. माझं अक्षर पण छान होते. इंग्रजीची उत्तरं मी लिहून काढायचो.

अण्णा-आई पण माझी काळजी घेत होते. आई सुनीसंग सुद्धा जास्त बोलायची नाही, का तर माझा अभ्यास डिस्टर्ब होईल म्हणून. माझी आई अडाणी, पण शिक्षणाचे महत्त्व तिला शिकलेल्या लोकांपेक्षा जास्त माहीत होते. अण्णा माझ्या झोपण्या-उठण्याकडे लक्ष द्यायचे. मी पहाटे साडेचारला उठायचो. फ्रेश होऊन पाच वाजता बसलो, की मी सात वाजता उठायचो. मग आंघोळ करून चहा घेऊन परत सकाळी आठ ते साडेनऊ, म्हणजे ज्यादा तास सुरू होईपर्यंत बसायचो. शाळा सुटली, की साडेपाचला परत अभ्यास सुरू ते साडेसातपर्यंत. जेवल्यावर मात्र माझा जास्त काही अभ्यास होत नसे. मला लगेच झोप यायची. साडेनऊला तर मी झोपायचो पण. साधारण शाळा सोडून माझा रोज पाच ते सहा तास अभ्यास होत असे. अण्णा मशिनमध्ये सुद्धा जास्त वेळ गिऱ्हाइकाला थांबू देत नसत, का तर गप्पा सुरू झाल्या, की त्याचा मला त्रास होईल म्हणून.

एकदा असेच रविवार होता. मी घरात वाचीत बसलो होतो. बाहेर माझी आजी

लिंबाखाली बसली होती. तिच्यापाशी मग जनाबाई येऊन बसली. ही आमच्या मळ्यातील काकांची बहीण; पण ती राळेगणलाच राहायची. ती आलेली पाहून पलीकडच्या व्हालाराच्या आळीची नागराबाईही येऊन बसली. मग थोड्या वेळाने चंदाआत्या पण आली. त्यांच्या चांगल्याच गप्पा रंगात आल्त्या. मला सारे काही ऐकू येत होते. हळूहळू माझे लक्ष त्या गप्पांकडे वळू लागले. गप्पांना काही धरबंद नव्हता. अण्णा मशिनमध्ये काम करीत होते. या महिला मंडळात जनाआत्याचा आवाज मोठा होता. अण्णा हा बायांचा कालवा ऐकून बाहेर आले आणि आमच्या आईला म्हणजे आजीला खवळले, की तू कशाला इथे बाया गोळा करून बसलीस? तिथं आत पिंट्या अभ्यास करतोय. अण्णांचा राग पाहून बाकी साऱ्या जणींनी लगेच काढता पाय घेतला. आई बिचारी हिरमुसली. माझ्यामुळे तिला अण्णा बोलले होते. मी तिला नंतर संध्याकाळी म्हणालो, "आई तू मी शाळेत गेलो, की मग गप्पा मारीत जा." आईपण रागातच होती. मला म्हणाली, "तू तुझा अभ्यास कर. मला नको सांगूस शहाणपणा. रागाने का होईना, पण तिनेही मला अभ्यासच करायला सांगितला होता.

तर असं माझ्या घरी सारं वातावरण अभ्यासमय झालं होतं. मी कधी खोलीत तर कधी बापू गुरुजींच्या माळदावर बसायचो.

बापू गुरुजींचा सुनील माझ्या पुढे एक वर्षाने होता. त्याला फार काही मार्क पडले नव्हते दहावीला. त्याने अकरावी सायन्सला संगमनेरला ॲडमिशन घेतले होते. आमच्या शाळेतून या वर्षी लेलेकाकांचा श्याम आणि इठ्ठल डावखरेचा विजय पहिले आले होते. विजयने नगरला डी.एड.ला ॲडमिशन घेतले तर श्यामने पॉलिटेक्निकला ॲडमिशन घेतले. त्यावेळी इंजिनिअर म्हणजे मानाची जागा होती. इठ्ठल डावखरेची आता तिन्ही पोरं डी.एड.ला होती. थोरला तर नोकरीला होता. मधला विकास सेकंड इयरला होता. म्हणजे आता त्याची तीन पोरं मास्तर होणार व त्यांच्या बायका पण मास्तरणी असणार. एका घरात सहा जण नोकरीला. क्लासवनला एकदम भारी.

माझ्या गावात कोणी फार पुढे जाण्याचं पाहत नसे. दहावी झाली, की डी.एड. नाहीतर आयटीआय करून पटकन जॉब पदरात पाडून घ्यायचा आणि मग मोकळे संसार करायला. यापैकी नाहीच काही जमले तर मग आर्मीत जायचं किंवा मग पोलीस भरतीला डोकं द्यायचं. यापलीकडे मेडिकल किंवा इंजिनिअर क्वचितच दिसायचे.

माझ्या गावातील दीपक डॉक्टर बीएएमएस आहेत. त्यांचे वडील पण डॉक्टर; मात्र नवीन कोणी मेडिकलला जाण्याचे नाव घेत नव्हते. एमबीबीएस तर एकपण गावातून नव्हता. एक हराळाचा पोरगा बीएएमएसला होता मुंबईला, बस! गावातून

बी.ई. इंजिनिअर पण अजून कोणी नव्हते. जे कोणी होते ते डिप्लोमाला होते. जगदीश पिंपळे एक डिप्लोमा करीत होता; बहुतेक इलेक्ट्रिक शाखेला होता तो.

तर असे माझ्या माहितीत करिअरचे मार्ग एव्हढेच होते. मला डॉक्टरकीचे फार आकर्षण होते; पण व्हायचे तर एमबीबीएस असे मी ठरवले होते. त्यासाठी मला बोर्डात येणे जरुरीचे होते. कारण मला मग अण्णा डी.एड. ला पाठवू शकणार नाहीत. नाहीतर मग आहे मास्तरकी. मी मरगळ झटकून परत अभ्यासाला लागे आणि आमच्या अण्णांना तरी कधी पुढील शिक्षणाच्या वाटा काय माहीत असणार? ते तर दिवसभर मशिनमध्ये पाय मारत काम करत असायचे. त्यांनी कधी राळेगण सोडले नव्हते आणि त्यांची भ्रमंती नगर पलीकडे गेली नव्हती. घरात टी.व्ही. नाही की रेडीओ नाही. माहिती कुठून मिळणार? शाळेत सुद्धा करिअर हा काय प्रकार असतो, हे सांगितले गेले नाही.

माझ्या गावातून अनेक मुलं प्रतिकूल परिस्थितीतून आपल्या पायावर उभी राहिलेली होती. मला अण्णा नेहमी त्यांची उदाहरणे देत. त्यातील एक म्हणजे बाबासाहेब खराडे यांचे. या माणसाने हॉटेलमध्ये कपबशा विसळून आणि सरकारी वसतिगृहात राहून आपले शिक्षण पूर्ण केले होते. नंतर स्टेनोचा कोर्स करून त्यांनी आकाशवाणीत प्रसारण अधिकारी म्हणून नोकरी मिळवली. अशी उदाहरणे मला अभ्यास करायला प्रेरणा देत.

आमचा अभ्यासक्रम सहामाही परीक्षेपर्यंत ९०% पेक्षा जास्त शिकवून झाला होता. सहामाही परीक्षेत मला ९०% पेक्षा जास्त गुण मिळाले होते. नातेवाइकांत माझी चर्चा होई. नान्दुरचे काका म्हणायचे, की आपल्यात ताराचा पिंट्याच हुशार हाये. तो काहीतरी नाव कमवेल पुढं जाऊन. या साऱ्या गोष्टी माझा आत्मविश्वास वाढवत होत्या.

अण्णा-आईला पण माझ्याविषयी खात्री होती. पहिलीपासून पहिला नंबर न सोडलेला मी त्यांच्यासाठी एकमेव आशास्थान होतो. आई रोज रोजाने कामाला जायची. माझी गावात एक मावशी होती. पारूमावशी. तिच्याकडे ती रोजाने मजुरी काम करायची. तिला मावशी दहा रुपये रोज देत होती. मावशीचा मळा मोठा सोळा- सतरा एकराचा होता. विहिरीला छान पाणी होते. बारमाही बागाईत असल्याने मावशीला वर्षभर मजूर लागे. मग ती एक दिवस आईला म्हणाली, "तारा रोज इकडेतिकडे जाण्यापेक्षा तू येत जा माझ्याकडे कामाला. मग आई रोज मावशीकडे जाऊ लागली. येताना रोज ती डोक्यावर सरपणाची मोळी घेऊन यायची, मान मोडेपर्यंत कष्टायची.

आई कामावरून येईपर्यंत माझी बहीण सुनी सारं घर झाडून घ्यायची. सरपण मोडून चुलीजवळ निगुतीनं लावून ठेवायची. मी शाळा सुटली की, हात-पाय धुवून

अभ्यासाला बसायचो.

दिवाळीच्या सुट्टीनंतर शाळा सुरू झाली. जरी आमचे सहामाहीचे मार्क कळले होते, तरी आम्ही पेपर मात्र पाहिले नव्हते. शाळा उघडल्यावर पहिल्याच दिवशी आम्हाला आमचे पेपर दाखवले गेले. माझे पेपर मी पाहिले. माझ्या पेपरमध्ये क्वचितच चुका होत्या. ढगे सर तर माझ्या इतिहास-भूगोलाच्या पेपरवर बेहद्द खूश होते. त्यांनी साऱ्या वर्गाला माझा पेपर पाहायला दिला; कारण मला १०० पैकी १०० मार्क त्यांनी दिले होते. ते म्हणाले, की मला कळेनाच तुझे कुठे मार्क कमी करावे ते? त्याचप्रमाणे गणितात पण मला पैकीच्या पैकी मार्क होते. मी आता मागे वळून पाहणार नव्हतो.

साधारण नोव्हेंबर एंडपर्यंत आमचा सारा अभ्यासक्रम सरांनी संपवला. आता आवृत्ती फक्त. पवार सर, इंग्रजीची प्रश्नोत्तरे घेत होते. गोरे सरांनी २०, २० मार्कांच्या टेस्ट सुरू केल्या. पत्र, निबंध, लेखन सराव चालू होतंच. गेस्ट लेक्चर्सपण सुरू झाली. कुलट सर गणितासाठी एक दिवस येऊन गेले. साऱ्या पोरांना फार बरे वाटले. त्यांनी माझ्या अभ्यासाची आपुलकीने चौकशी केली.

मी घरी पण वेळ वाया न घालवता अभ्यास करत होतो. विमान उडायच्या आधी ज्याप्रमाणे विमानात एक अनामिक शांतता असते, तशी शांतता आमच्या घरी होती. झेप घ्यायची होती. आकाशाला कवेत घ्यायचे होते; पण कुठेतरी धाकधूक पण होती. सारं काही सुरळीत पार पडेपर्यंत मला चैन लागणार नव्हती.

आमचे फोटो काढले गेले. डोक्यावर गांधी टोपी आणि अंगात शाळेचा गणवेश. पांढरा शर्ट आणि खाकी हाफ चड्डी. माझा हा आयुष्यातील पहिला फोटो होता. आमचे बोर्डाचे फॉर्म भरण्यासाठी हे फोटो लागत होते.

साधारण फेब्रुवारी महिन्याच्या पहिल्या आठवड्यात आमच्या वर्गाला निरोप दिला गेला. परीक्षा फेब्रुवारीच्या शेवटच्या आठवड्यात सुरू होऊन १५ मार्चच्या आसपास संपणार होती. निरोप समारंभाला प्रमुख पाहुणे म्हणून आमच्या संस्थेचे सेक्रेटरी माधवराव मुळे आले होते आणि मार्गदर्शन करायला देवकर सर आले होते. हे तेच देवकर सर होते, ज्यांनी मला मोडक क्लासला इंग्रजी शिकवले होते. निरोपाच्या दिवशी पोरं जरा कावरी बावरी झालती. दोन-चार पोरी रडायला पण लागल्या होत्या.

आता ही शाळा आमच्यासाठी संपणार होती. सहा वर्षे मी या शाळेत होतो. सुनील, किरण, अशोक, भारत असे मित्र मला येथे भेटले. इथल्या शिक्षकांनी माझ्यात आत्मविश्वास जागवला. सुरवंटाचे फुलपाखरू याच शाळेत झाले. अनेक आठवणी या शाळेत साचल्या गेल्या आणि आज या शाळेचा आम्हाला निरोप घ्यायचा होता. मनामध्ये आभाळ भरून आल्यासारखं वाटत होतं.

पोरांनी छान भाषणे केली, मी पण भाषण केले. मी म्हणालो, "मी नक्की बोर्डात येऊन दाखवीन." देवकर सरांनी त्यांच्या भाषणात माझ्या या आत्मविश्वासाचे कौतुक केले. गोड जेवण केले होते. पोरं उडाली आता. आतापर्यंत एका वर्गात असणारी ही पोरं आता दहा दिशांना पांगणार होती. आतापर्यंत राळेगण हेच आमचे विश्व होते. पुढील वाटांची दिशा आता परीक्षा ठरवणार होती.

आता घोडा मैदान जवळ होते. परीक्षा अवघ्या पंधरा दिवसांवर येऊन ठेपली होती. आमचे नंबर आले होते. मी अधिक फोकस स्टडी चालू केला. आता फक्त संक्षिप्त नोट्स पाहत होतो. टेन्शन तर होतेच.

परीक्षेचा पहिला दिवस. अण्णा सोबत आले. आम्ही सकाळच्या आठच्या एस.टी.ने वाळकीला आलो होतो. वाळकीची शाळा एस.टी. स्थानकाजवळच होती. बोर्डाची परीक्षा असल्याने पोलीस बंदोबस्त होता. मी माझा नंबर पाहून बसलो. अण्णा बाहेर थांबले. पहिलाच पेपर मराठीचा होता. पेपर मनासारखा लिहिला. दुसऱ्या दिवशी अण्णा मला म्हणाले, "आता तू एकटा जात जा. बाकी पोरं पण आहेत."

तेथे शाळेभोवती वेगळेच वातावरण होते. काही टुकार पोरं बाहेरून त्यांच्या मित्रांना किंवा पोरींना खिडकीतून कॉप्या पुरवायचा उद्योग करायची. कॉप्या पकडण्यासाठी तपासणी पथक होते.

इंग्रजीच्या पेपरला तर या कॉप्या बहाद्दरांना पूर आला होता. रोजच्या पेक्षा पोलीस पण जास्त होते, तरीपण त्यादिवशी शाळेच्या बाहेर गर्दी जास्तच होती. पेपर सुरू होऊन दीड तास झाला होता. वर्गात वाळकीचे एक सर येऊन गेले. त्यांनी २० मार्कांचे व्याकरण सांगितले आणि म्हणाले, "एव्हढ्यावर सारेजण पास होणार." आता तुमच्या जवळच्या साऱ्या कॉप्या फेकून द्या. आता स्कोड येणार आहे. माझे मात्र या साऱ्या प्रकाराकडे बिलकूल लक्ष नव्हते. तेव्हढ्यात अचानक गारांचा पाऊस पडावा, तसे पत्र्यावर दगड पडू लागले. तपासणी पथक आल्याची ती खूण होती. वर्गातील पोरांनी जवळच्या साऱ्या कॉप्या समोरच्या टेबलाकडे, तर कुणी खिडकी बाहेर फेकल्या. मात्र एक दगड खिडकीतून आत आला आणि खिडकीशेजारी बसलेल्या पोराच्या डोक्यात वर्मी बसला. त्याचे डोके फुटले होते. शाळेतील बाकी सर, तसेच केंद्र पर्यवेक्षक धावत आले. त्याच्या डोक्याला तात्पुरती पट्टी केली. मी अवाक् झालो होतो; तरीही या साऱ्या गोंधळात मी माझा पेपर व्यवस्थित पूर्ण केला होता.

हिंदीच्या पेपरला कांतीलालने त्याच्या जवळील २१ अपेक्षित प्रश्नसंच फाडून आणला होता, पण मजेची गोष्ट म्हणजे, त्याला त्यातील उत्तरेच सापडेनात. कोणत्या प्रश्नाचे उत्तर कुठल्या खिशात आहे, ते काही त्याला समजेना. एक तास

झाला तो चाचपडत होता. अखेर त्याने मला विनंती केली. मग मी त्याला एक चार-पाच प्रश्नांची उत्तरं त्याच्याजवळील कॉप्यांच्या बंडलातून सापडून दिली. कारण पेपरला पर्यवेक्षक आमचे मान्चीन्दार सर होते. कॉप्या करायला सुद्धा अभ्यास असावा लागतो.

रोज स्कोड आल्याच्या अफवा आल्या, की गोंधळ उडायचा. कॉप्या जमा करण्यासाठी सुद्धा ही हूल उठवली जायची; मात्र लांडगा आला रे आला या गोष्टी प्रमाणे बिजगणिताच्या पेपरला खरोखरच स्कोड आले. आमच्या वर्गात ते एकदम घुसले. साऱ्या पोरांना उभे करून दहा मिनिटे त्यांनी तपासणी केली. तपासताना पोरांना ते ओरडत होते. ती दहा मिनिटे एका दहशतीखाली पोरांनी अनुभवली. परीक्षेचे अजब तंत्र मी प्रथमच पाहत होतो. ज्या गांभीर्याने मी अभ्यास केला होता, त्याला साजेसे वातावरण परीक्षा केंद्रावर बिलकूल नव्हते.

शेवटचा पेपर संपला. घरी आलो. आल्याबरोबर अण्णांकडे गेलो. अण्णा म्हणाले, ''काय मग, झाला का पेपर? आता निवांत.''

मला सारे पेपर मनाप्रमाणे गेले होते. आता माझ्या हातात निकालाची वाट पाहण्याखेरीज काही नव्हते. बऱ्याच दिवसांनी मी निवांत झालो होतो. समोर काही नव्हते. एकदम रिते झाल्यासारखे वाटत होते. दुपार टळून गेलेली.

म्हटले अजून वेळ आहे. चला मावशीच्या मळ्यात जाऊ. अण्णांना म्हणालो, ''मी येतो मावशीच्या मळ्यातून.'' खूप दिवसांनी मी मळ्यात जात होतो. आई तिथेच रोजाने जायची. मी पायीच निघालो. माळ्याच्या वाडीवरून पुढे तसाच ओढ्या ओढ्याने मी मळ्यात गेलो.

आई खाली विहिरीच्या तालीत खुरपित होती, मावशी पण होती. अजून पाच-सात बाया होत्या. आईने माझ्याकडे पाहिले. मावशी म्हणाली, ''अगं बया, पिंटू आज कसा काय आला इकडं?'' आई म्हणली, ''आज त्याचे धाव्विचे पेपर संपले म्हणून आलाय. बाकी काय!''

मी थोडा वेळ मळ्यात हिंडलो. दिवस मावळला तशी आईची सुटी झाली. येताना आईने डोक्यावर सरपण घेतले होते. तिच्या मागं शेळी होती. माझी आई सकाळी दहाला घराबाहेर पडायची. दिवसभर उन्हात खुरपायची. दुपारी जेवणाच्या टायमाला न जेवता संध्याकाळच्या स्वयंपाकासाठी सरपण गोळा करायची.

मी तिच्या सोबत चाललो होतो. खूप दिवसांनी आम्ही माय-लेकरं संग-संग चाललो होतो. आईने मला विचारले, ''की कसा होता पेपर तुझा?'' मी म्हणालो, ''सोपा होता.'' ''आज तुझ्या आवडीचे हुलगे भिजायला टाकलेत,'' आई म्हणाली. ''आज हुलग्याचं कढान करू.'' तिला माहीत होतं, की माझे आज पेपर संपणार आहेत म्हणून. म्हणून तिने ध्यान करून माझ्या आवडीची भाजीची तयारी केली

होती. मी तिच्या मागून चालत होतो. डोक्यावर सरपण असल्याने ती एका लयीत चालत होती. आकाशात अवकाळी ढग दिसत होते. शिराळ पडल्याने एक वेगळाच निसर्ग भासत होता. आज मला, 'आई' आणि 'निसर्ग' दोघांचेच अस्तित्व जाणवत होते. मोकळ्या मनाने... 'माझी आई' आज मला प्रकर्षाने 'माझी म्हणून' जाणवत होती. सारं काही तिच्यासाठी! इथून पुढे. हायस्कूल जीवन संपले होते. दिवस बसून राहत नाहीत, मला नकळत प्रौढत्व जाणवत होते.

आता काय सुट्टी होती. काही खास काम नसायचे. या सुट्टीत मी रोज गारुड्याच्या विहिरीत पोहायला जायचो. आलो की, खूप भूक लागायची. मग दुपारी जेवण.

एक दिवस आमच्या घरी श्रीकांत अनारसे आले होते. मी आधी त्यांच्या संदर्भात ऐकून होतो. त्यांनी कलेक्टरची परीक्षा दिली, असं आमचे मळ्यातले मामा म्हणायचे. माझी श्रीगोन्द्याची मावसबहीण मनीषा, तिचे लग्न त्यांच्याबरोबर ठरले होते. ती पण त्यांच्यासोबत आली होती. मळ्यातले मामा होते. अनारसे पाहुणे एकदम भारी व्यक्तिमत्त्व. फ्रेंच कट दाढी, शर्ट इन केलेला आणि मी एक साधा शर्ट आणि रेघाळा पायजमा घातलेला. मला जरा संकोचल्यासारखं झालं होतं. मामा म्हणाले, "आमच्या पिंट्याने आत्ताच दहावीची परीक्षा दिलीय. तो नक्की बोर्डात येणार!" अनारसे पाहुण्यांनी मला विचारले, की काय करणार पुढे? मी म्हणालो, "मला मेडिकलला जायचे आहे. डॉक्टर व्हायचे आहे." मी त्यांना विचारले, "तुम्ही कधी होणार कलेक्टर? ते म्हणाले, की अजून निकाल बाकी आहे. जाताना मला म्हणाले, "निकाल लागल्यावर पेढे घेऊन ये श्रीरामपुरला." मी म्हणालो, "हो नक्की येईन."

मला कळले होतं की, जी मुलं बोर्डात येतात त्यांना आधी दहावी बोर्डाकडून निकालाच्या आधी अभिनंदनाचं पत्र येतं म्हणून. मग मी आमच्या गावातील भानुदास पोस्ट मास्तरची गाठ घेऊन त्याला सांगितले, की माझे एखादे पत्र येईल. तेव्हढे मला नक्की द्यायचे ताबडतोब आणून. मी मग रोजच उगीचच पत्राची थैली आली, की पोस्टात पाहायला जाऊ लागलो. मध्येच मी एकदा सारे पेपर परत एकदा पहिले. माझ्या मनानेच बेरीज केली मार्कांची. मला नक्की ९०%च्या पुढे मार्क पडायला हवेत, असे मला परत परत वाटत होते.

या सुट्टीत प्रथमच मी बऱ्याच लग्नांना गेलो होतो. अण्णांना काम राहायचे. मग गावातील साऱ्या लग्नांना हजेरी लावण्याचे काम माझ्याकडे आले होते. परगावी लग्न असले, की ट्रकमध्ये वऱ्हाड जायचे. मला ट्रकच्या टपावर बसायला मजा वाटायची. वर टपावर पंधरा-वीस पोरं तरी बसायची. ट्रक निघाला, की अशी भारी मोकळी हवा लागायची, की काही विचारू नका. लग्न लागलं की मी पहिली पंगत

पकडायचो. मला बुंदी भारी आवडायची. अनारसे पाहुण्यांचा निकाल लागला होता. मामा म्हणाले, "ते आता कलेक्टर झालेत. त्यांचे पण लग्न याच दरम्यान होते. त्यादिवशी आमच्या गावातील लेलेकाकांच्या लहान भावाचे, म्हणजे हनु पाटलाचे पण लग्न होते. अनारसेंचे लग्न श्रीगोन्द्याला तर हे सिद्धटेकला होते. अण्णा-आई आणि सुनी तिघे श्रीगोंद्याला गेली आणि मी सिद्धटेकला गेलो. आई मला चल म्हणाली; पण मला चांगला ड्रेस नव्हता. मी आईला त्यामुळे नाही म्हणालो. मी एक ढगाळ शर्ट आणि रेघाळा पायजमा घालून मी हनु पाटलाच्या लग्नाला गेलो होतो. त्यादिवशी मला श्रीगोन्द्याला जायला संकोच वाटत होता.

सुट्टी संपता संपत नव्हती. मला काही सुचायचे पण नाही.

निकालाची वाट पाहत होतो.

आणि अखेर कळले, की उद्या दहावीचा निकाल आहे. ती रात्र झोप आली नाही. शाळेत दुपारपर्यंत निकाल कळणार होता. आम्ही पोरं दहा वाजताच शाळेत जमलो होतो. अखेर निकाल आला बारा वाजता. कारंडे सर हसतच ऑफिसमधून बाहेर आले होते. ते मला म्हणाले, "अभिनंदन विजू. तुला ८२% पडलेत. मला काही कळेना आधी. मला ८२%? कसं शक्य आहे? आणि दुसरा धक्का देत कारंडे सर म्हणाले, की किरण पहिला आलाय ८३% पडलेत त्याला.

सरांना खूप आनंद झाला होता. त्यांचा मुलगा शाळेत प्रथम आला होता. माझ्या पायाखालची जमीन सरकली होती. मला खालतं वरतं काही सुचत नव्हतं. असंही होऊ शकतं, याची मी स्वप्नातही कल्पना केली नव्हती. साऱ्या गावात बातमी पसरली. कारंडे सरांचा किरण पहिला आलाय आणि मी दुसरा. पहिलीपासून मीच पहिला होतो. अगदी पूर्व परीक्षेपर्यंत मीच पहिला होतो. मी माझे मार्क्सशीट घेतले. खरेच ८२% होते. कोणत्या विषयात किती पडलेत, हे पण मी पहिले नाही. पोरं सारखी विचारत होती. विज्या किती पडले तुला? मी खाली मान घालून घरचा रस्ता धरला. डोळे भरून आले होते. बोर्डात येण्याचे स्वप्न होते माझे. मी त्या स्वप्नाच्या जवळपास सुद्धा नव्हतो. ऑलिम्पिकची स्वप्न पाहणारा मी पात्रता फेरीतच गारद झालो होतो. मला चार चौघांत कोणीतरी माझ्या सणकन गालावर थप्पड मारावी चार चौघांत तसे झाले होते. हातात मार्क्सशीट घेऊन मी घरी आलो. अण्णा व नाना वाटच पाहत होते. नाना म्हणाले किती पडले पिंट्या मार्क. मी म्हणालो ८२%. आणि रडू लागलो. अण्णांनी मार्कशीट घेतले. मला आता सारे काही संपल्यासारखे वाटत होते. अण्णांनी मार्क पहिले आणि म्हणाले, "चांगले मार्क्स पडलेत की!" मी मात्र रडत होतो. अण्णा म्हणाले, "एव्हढ्यावर डी.एड. ला आरामात नंबर लागेल." साऱ्या स्वप्नांचा चुराडा झाला होता.

मला डी.एड. नको होते. रात्री मी आईला म्हणालो, "मला अकरावी-बारावी

करू दे. मी बारावीला अजून जास्त अभ्यास करून जास्त मार्क्स मिळवेन. मला नाही व्हायचे मास्तर. आई म्हणाली, "मी काय सांगू? मला कळतं का काही शिक्षणातील. अण्णांनी डी.एड.च्या फॉर्मची माहिती मिळवली आणि त्यांना कळले की माझे वय सोळा पूर्ण नाही अजून आणि डी.एड.ला तर सोळा पूर्ण पाहिजे. माझे कमी वय कामाला आले. मग माझा अकरावीचा प्रवेश मोकळा झाला. मला तात्पुरता दिलासा तर मिळाला होता. आता ॲडमिशन कुठे घ्यायचे? किरण फिरोदियाला ॲडमिशन घेणार होता. मला फिरोदिया हायस्कूल आवडत नव्हते. मी ऐकून होतो, की तिथे साऱ्या शहरी पोरांचा भरणा असतो म्हणून. मला रेसिडेन्शिअल हायस्कूल आवडायचे. ते जिल्हा मराठा संस्थेचेच होते आणि सारी पोरं गावाकडची.

आता राळेगणच्या बाहेर

निकालानंतर चार-पाच दिवसांनी मी आणि किरण ॲडमिशन घ्यायला नगरला गेलो. सोबत त्याचे वडील कारंडे सर होते. सर म्हणाले, ''दोघांना एकाच ठिकाणी घेऊ ॲडमिशन. आधी फिरोदियाला ट्राय करू नाही तर मग रेसिडेन्शिअल.

मला किरण पेक्षा सहा मार्क्स कमी होते; पण फिरोदियाची ॲडमिशन ८५%ला क्लोज झाली होती. मग कारंडे सरांचा नाईलाज झाला आणि मग आम्ही रेसिडेन्शिअल हायस्कूलला आलो. जुने हायस्कूल होते हे. दगडी इमारत होती. इथे आम्हाला अपेक्षेप्रमाणे सायन्सला ॲडमिशन मिळाले. हायस्कूल एक दहा दिवसांनी चालू होणार होते. मी घरी आलो. अण्णा अजूनही चार चौघांत म्हणत होते, की अकरावी झाली, की आपण आधी डी.एड. करू. मग पुढचं पुढे पाहू. मी हो म्हणालो. आता एक वर्ष तर होते माझ्याकडे. दोन दिवसांनी अण्णा मला नगरला घेऊन गेले. त्यांनी माझ्यासाठी दोन ड्रेस टाकले शिवायला सदिच्छा टेलरकडे. माझ्यासाठी एक चप्पल घेतली. करोना कंपनीची स्लीपर सात नंबरची आणि माझे दप्तर ठेवण्यासाठी एक गळ्यात घालण्याची शबनम पिशवी घेतली.

आमचा अर्जुन पण नगरला होता. त्याची खोली नगरला सातभाई गल्लीत होती दिल्ली गेटजवळ. मी पण अकरावीसाठी तिथे राहायला गेलो. तिथे तिघेजण राहत होतो. अर्जुन, राजू कुलांगे आणि राजूचा मोठा भाऊ ज्ञानदेव कुलांगे. ते वयाने मोठे होते. सारेजण त्यांना तात्या म्हणायचे. ती खोली एका बोळीत होती. आमचा अर्जुन तिथे असल्याने मला घरच्यासारखेच वाटत होते. खोली दहा बाय दहाची होती. सारी बिड्या वळणारी कुटुंबे तिथे आसपास राहायची. खोलीला एक खिडकी होती. खिडकीच्या बाहेर थोडी बंदिस्त असलेली; पण वरून मोकळी असलेली जागा होती. आसपासचा कचरा तिथे पडायचा. मी गेलो तेव्हा तिथे एक मोठी विलायती डुकरीण व्याली होती. भले पाच पंचवीस पिलं होती तिला. सारखी गुरगुर करायची ती डुकरीण. साऱ्या चाळीत मिळून एक संडास आणि बाथरूम होते. आईने मला एक

अंथरायला सतरंजी आणि एक चादर दिली होती. माझ्या वाट्याला चाळीस रुपये खोलीभाडे होते. इथं राहून पुढील वाटचाल मला करायची होती.

आता माझ्यासाठी घरून मुक्काम्या एस.टी.ने रोज डबा येणार होता. त्यावेळी नगरला राहणाऱ्या बहुतेक पोरांचे एस.टी.नेच जेवणाचे डबे यायचे. अर्जुनने आणि मी दोघं जुन्या गंजबाजारात जाऊन एक पत्र्याचा गोल डबा घेतला. एका पेंटरकडे जाऊन त्यावर विजय अमृता कुलांगे, मु.पो. राळेगण. असं नाव टाकून घेतलं. मी आणि राजू रोज डब्याला जायचो. रोज गाडी नऊला यायची. राळेगणवरून ती आठला निघायची. माझा दोन वेळेचा डबा आई करून द्यायची. रोज डबा ठेवायला सुनी जायची. आईला डबा करून आणि घरचं सारं आवरून कामाला जावं लागायचं. आई आता रोज चारला उठत होती.

आजही ती डब्याची चव माझ्या जिभेवर रेंगाळते आहे. आई कधी भरली वांगी तर कधी कांद्याची चटणी, कधी हुलग्याची उसळ, तर कधी मोड आलेली मटकी-कांदा, लोणचं-पापड असं द्यायची. सकाळचा डबा आम्ही संध्याकाळी पण खायचो. काही निरोप द्यायचा असला, की अण्णा डब्यात चिठ्ठी पाठवायचे. मला काही पैसे हवे असतील तर मी चिठ्ठी लिहायचो. पैसे पण डब्यात यायचे. प्लॅस्टिकच्या पिशवीत आणि चपातीच्या खाली पैसे ठेवायचे. त्या डब्यात मला आई दिसायची. आम्ही सारे एकत्र बरोबर जेवायचो. गोपाळकाला असल्यागत वाटायचे. पातळ कालवणासाठी आईने दोन बाटल्या केल्या होत्या. संध्याकाळी मी पुन्हा एस.टी.ला डबा ठेवायला जायचो.

आजही मला माझा अकरावीचा पहिला दिवस आठवत आहे. मी एक मोठे रजिस्टर आणि एक फिजिक्सचे पुस्तकं माझ्या शबनममध्ये टाकून कॉलेजला गेलो. पहिल्या दिवशी आम्हाला एका मोठ्या हॉलमध्ये बसवले होते. जवळपास दीडशे मुलं होती. बहुतेक पोरं इन केलेली आणि जवळ छान पाठीवर अडकवण्याची सॅक घेऊन आलेली. माझा शर्ट अघळपघळ होता, पॅन्ट पण तशीच. कारण माप देताना मी टेलरला म्हणालो होतो, जरा ढिले शिवा म्हणून. पण बाकी पोरांचे ड्रेस पाहिल्यावर मला जाणवले, की हे जरा जास्तच ढिलं झालंय म्हणून. मी खूपच लहान दिसत होतो, बाकी पोरांच्या तुलनेने.

पहिला तास शिंदे सरांचा होता. ते सर आम्हाला फिजिक्स शिकवणार होते. पहिल्या दिवशी माझ्या शेजारी थोपटे नावाचा मुलगा बसला होता. तो पण माझ्यासारखाच गावाकडचा. मला त्याच्याकडे पाहून जरा आधार वाटल्यासारखे जाणवले. सरांनी या शाळेचा इतिहास सांगितला. शाळेतील विद्यार्थी कसे मेडिकल आणि इंजिनिअर शाखेला जातात, हे त्यांनी सांगितले. येथील अनेक मुलं पुढे बी.जे. मेडिकलला गेलेली आहेत, असं त्यांनी सांगितलं. एकूणच आम्हाला उज्ज्वल

भविष्य आहे, असे शिंदे सरांना सांगायचे होते. शिंदे सरांनी पहिल्याच दिवशी लोगरीथम शिकवायला घेतला. माझ्या तर ते सारे डोक्यावरूनच गेले. दहावीपर्यंत मराठी माध्यम आणि आता अचानक इंग्रजी माध्यम. त्यामुळं मला जरा जडच जाईल असे जाणवले. माझ्या गावातील आम्ही तीन मुलं रेसिडेन्शिअलला होतो. मी, किरण आणि केशव कोळेकर.

आमच्या तीन तुकड्या पडणार होत्या. अ, ब आणि क. का कुणास ठाऊक पण किरणला पाहिले, की मला माझा दुसरा नंबर आल्याची जाणीव व्हायची.

पहिल्या मजल्यावर आमचा अकरावीचा वर्ग भरे. सुरुवातीचे माझे दहा-पंधरा दिवस मला वर्गात काय चालले आहे, ते कळत नसे. माझ्यापेक्षा दहावीला जास्त मार्क असणारी बरीच मुलं वर्गात होती. तीन-चार मुलं इंग्रजी माध्यमातून आलेली तर, काही 'नवोदय'मधून आलेली होती. त्यात राजेश्वरी म्हसे म्हणून एक मुलगी होती. तिचे वडील जज होते. ती आपल्या साऱ्या शंका इंग्लिशमधूनच विचारायची. अजून काही पोरं फाड्फाड इंग्लिश बोलायची. मला नकळत न्यूनगंड वाटायला लागला होता. हे काम आपले नाही, असं माझ्या डोक्यात यायला लागलं. मी माझ्याच विचारकोशात हरवून जायचो.

हे इंग्रजी आपल्याला जमेल का? जर बारावीला पण नाही मार्क पडले तर? परत दहावीच्या मार्कांवर डी.एड. करावे लागणार. ही दोन वर्षे वाया जातील, असा विचार मी करू लागलो. मग विनाकारण बारावी तरी कशाला करायची? आता हे एवढे अकरावीचे वर्ष कसंबसं काढू आणि मग डी.एड.करू. मला पण अण्णांचा विचार पटू लागला होता.

मग अकरावी तरी का मोकार (रिकामा, विनाकारण) करायची? असं मला वाटायला लागलं. त्यापेक्षा आपण आयटीआय करू. एक वर्षाचा कोणता पण ट्रेड करू. तेव्हढेच रोजगाराचे साधन तरी हाताशी येईल. त्यात कोळेकर केशवने आपले सायन्सचे ॲडमिशन आर्ट्सला करून घेतले. तो म्हणाला, "नको बाबा ही इंग्रजी." मी मग अधिकच नकारात्मक विचार करू लागलो. एक दिवस असाच मी विचारात हरवलो होतो. वर्गात महान्दुळे सर केमिस्ट्री शिकवत होते. त्यांनी मला काहीतरी प्रश्न विचारला, मला काही उत्तर देता आले नाही. त्यांनी मला झापले. लक्ष नसेल द्यायचे तर बसत नको जाऊ म्हणाले.

मी रूमवर आलो. मी ठरवले आता आपण अकरावी सोडून आयटीआयच करायचे. मामाचा सुनील आयटीआयलाच होता. त्याला घेऊन दुसऱ्या दिवशी मी तिथे गेलो. प्राचार्यांना भेटलो. त्यांनी विचारले, की तू फॉर्म भरला काय? मी नाही म्हणालो. ते हसले आणि म्हणाले, "मग पुढील वर्षी ये." आता मुदत संपलीय. मी म्हणालो, "सर मी फार गरीब आहे. माझे वर्ष वाया जाईल. काहीतरी करा

प्लीज.'' ते म्हणाले, ''कारे, तुला मराठीत सांगितलेले समजत नाही का? सांगितले ना, पुढील वर्षी ये म्हणून.'' मग माझा नाईलाज झाला. मी तिथून काढता पाय घेतला.

नाईलाज... आता परत अकरावी. मी वर्गात गपगप राहायचो. मला कोणी सर ओळखत नव्हते. माझ्या वर्गात अनेक हुशार आणि एकापेक्षा एक सरस मुलं होती. ही मुलं बोलकी होती. सर त्यांना त्यांच्या नावाने हाक मारायचे. राजेश दाते म्हणून एक विद्यार्थी होता. हा अकरावीला पुण्याला होता; पण बेट्याने तिथे काही अभ्यास केला नाही म्हणून त्याला त्याच्या वडिलांनी येथे टाकले होते. तो फटाफट उत्तरं सांगायचा. सरांचा तो लाडका होता. माझ्यात न्यूनगंड वाढत चालला होता.

पण मला माझे अस्तित्व निर्माण करायचे होते. असेही मला हे वर्ष काढावे लागणार, हे निश्चित होते. मग आता टाईमपास करायचा नाही. काय करतेय इंग्रजी, मी ठरवले. आता जाणीवपूर्वक प्रयत्न करायचा. मी एक सायन्स डिक्शनरी घेतली. सर शिकवताना मराठीतून पण समजून सांगायचे. मी वर्गात सर शिकवत असताना वहीत टिपणं काढायला सुरुवात केली. त्यामुळे आपोआप माझे एकचित्त व्हायला लागले. एखादा शब्द कळला नाही, की मी तो डिक्शनरीत पाहायचो आणि पुढे जायचो. साधारण एक ते दीड महिन्यात मला जाणवले, की आपण विचार करतो तेव्हढे सायन्स अवघड नाही. फिजिक्सचे पी. जी. शिंदे सर मन लावून शिकवायचे. महान्दुळे सर, वाबळे सर यांची पण पद्धत आता मला अंगवळणी पडली होती. मी माझी दहावीची नोट्स काढण्याची सवय परत सुरू केली. बाकी पोरं अकरावी म्हणजे मजा करायचे वर्ष समजत. कारण आधीच्या दहावीला त्यांचा भुगा पडलेला असायचा. मी मात्र दहावीपेक्षा जास्त तयारीला लागलो. रूमवर आलो की लगेच अभ्यासाला बसायचो.

याचा परिणाम म्हणजे मी चक्क सहामाही परीक्षेत साऱ्या तुकड्यांमधून तिसरा आलो. राळेगणसारख्या खेड्यातला मुलगा जिल्ह्याच्या ठिकाणी एका नावाजलेल्या शाळेत दीडशे पोरांमधून तिसरा येतो, म्हणजे माझ्यासाठी ही घटना ज्याप्रमाणे राखेतून फिनिक्स उडावा, तशी होती. मी दहावीचे शल्य विसरलो. महत्त्वाचे म्हणजे आता सारे सर मला ओळखू लागले होते. तिन्ही तुकड्यांतील पोरं मला ओळखू लागली. त्याचा परिणाम म्हणजे विजय गणबोटे, राजेश दाते, सुनील बोठे, बाळू देवकर, थोपटे, नगरकर अशी हुशार पोरं; ज्यांना दहावीला माझ्यापेक्षा सरस मार्क होते, अशी पोरं माझी मित्र झाली. माझा न्यूनगंड नाहीसा झाला होता. आपण पण कमी नाही, असे मला वाटू लागले.

माझी प्रगती पाहून अण्णांना पण बरं वाटत होतं. तरीपण त्याचं डी.एड. बद्दलचं मत कायम होतं. मी असाच गावाकडे गेलो होतो. मी अण्णांना म्हटले,

"मला शाळेला जायला आणि रोज डबा ने-आण करायला खूप वेळ द्यावा लागतो. मला एक सायकल हवीय. अण्णा पण आढेवेढे न घेता लगेच हो म्हणाले. दुसऱ्या दिवशी सोमवारी अण्णा माझ्याबरोबर नगरला आले. 'मराठा सायकल मंदिर' म्हणून एक मोठे सायकलचे दुकान होते, तिथून 'ॲटलास' कंपनीची २२ नंबरची सायकल अण्णांनी घेतली. तिची किंमत होती अकराशे रुपये. आज एखाद्याला लाखाची मोटरसायकल मिळाल्यावर जेव्हढा आनंद होत नसेल, असा आनंद मला झाला होता. तिच्या हॅण्डलवर माझे नाव टाकले. माझी हक्काची सायकल मला मिळाली होती. मी दोन-तीन दिवस कॉलेज सुटले की, सायकल घेऊन साऱ्या नगरात फिरत असे.

माझी रूम खूप छोटी होती. त्यात चारजण राहायचे. मी रूममध्येच अभ्यास करायचो. आमची आंघोळीची बादली होती. ती खिडकीच्या कडेला पालथी टाकायचो, तिच्यावर एक उशी ठेवून तिची खुर्ची आणि खिडकीच्या फरशीवर एक चादर टाकून तिचा टेबल बनवायचो आणि अभ्यास करायचो. त्या चाळीत जवळपास दहा कुटुंबे राहायला होती आणि साऱ्यांत एकच बाथरूम आणि संडास. त्यामुळं जर कधी लेट उठलं तर संडासाची भली मोठी लाईन वाट पाहत असायची. आंघोळीची पण तिच कथा. त्यामुळं मी सकाळी रोज चारला उठायचो. नैसर्गिक विधी आटोपले की, मी लगेच आंघोळ करून अभ्यासाला बसायचो. माझी सकाळची लवकर उठायची सवय या अडचणीमुळे कायम अखंडित राहिली. कधी कधी आमचा खोली मालक, की जो म्हातारा होता बराच, तो पण साधारण यावेळी उठायचा. मी संडासला दार उघडायला गेलो, की तो आतून संडासमधून जोराने खोकायचा. हे त्याचे वेटिंग स्टेट्स असायचे माझ्यासाठी. अजून त्याची एक सवय म्हणजे तो संडासला गेला, की आत बिडी फुकायचा. त्याच्याशिवाय त्याला प्रेशर यायचं नाही, आणि मग तो संडासमधून बाहेर आला, की मी पाच मिनिटं संडासाचे दार तसेच उघडे ठेवायचो. कारण त्या संडासाचे गॅस चेम्बर झालेले असायचे. मला हिटलर ने तयार केलेल्या गॅस चेम्बरची आठवण यायची. ते सुद्धा असेच असले पाहिजे.

उन्हाळ्याच्या दिवसांत खूप गरम व्हायचे तिथे. पत्र्याचे छत होते; पण नाईलाज असायचा. मी मात्र काही करून माझ्या अभ्यासात खंड पडू देत नव्हतो.

आमच्या सरांनी, नालेगावात (अहमदनगरमधील एक भाग) टांगे गल्लीत क्लास चालू केले होते. सकाळी सहा ते आठ आणि संध्याकाळी सहा ते आठ. असे ते सारेजण मिळून क्लास घ्यायचे. आता मला फी आठवत नाही किती होती ते. पण सरांनी मला आणि रामदास जाधव म्हणून असाच गरीब विद्यार्थी होता, आम्हाला फी न देता म्हणजे फुकट बसण्याची परवानगी दिली. मी मग सहामाही नंतर नियमित क्लासला जाऊ लागलो. वर्गातही सर चांगले शिकवायचे. क्लास आणि

वर्ग अशी जोड मिळाल्याने माझ्या अभ्यासात सुधारणा होऊ लागली.

आणि त्यादरम्यान एक माझ्यासाठी आनंदाची घटना घडली. डी.एड.साठी आता प्रवेश बारावी नंतर करण्यात आला होता. दहावीची अट रद्द केली होती. म्हणजे आता माझी बारावी पक्की. मी घरी अण्णांना हे डब्यातून चिठ्ठी लिहून कळवले. आता मला मेडिकलसाठी प्रयत्न करता येणार होता. माझे टार्गेट ठरले होते. बारावीला बी ग्रुपला ९०%च्या पुढे मार्क घ्यायचे. बी ग्रुपमध्ये फिजिक्स, केमिस्ट्री आणि बायालॉजी असे तीन विषय होते. अपेक्षेप्रमाणे अकरावीलाच मला ग्रुपला ९३% पडले होते. सरांना पण माझ्याविषयी खात्री वाटू लागली. आता मिशन बारावी आणि मेडिकल. तेही फक्त एमबीबीएस. ठरले तर मग.

आता बारावी

आता बारावीचे वेध लागले होते. एप्रिलमध्ये जादा तास सुरू झाले होते. दहावीच्या अभ्यासात आणि बारावीच्या अभ्यासात खूपच फरक होता. माझे सर्वच मित्र अभ्यासात माझ्यापेक्षा जरा सरसच होते. मात्र मला त्याचा फायदा होत होता. मला इंग्रजी मीडियममुळे जरा अडचण यायची. मला साऱ्या कन्सेप्ट कळायच्या, पण लक्षात राहत नसायचे. अभ्यासाचा व्याप वाढत होता, तशी ही अडचण जास्तच जाणवत होती. मी मित्रांना विचारायचो, तुम्ही वाचलेले कसे लक्षात ठेवता? मित्र त्यांच्या परीने मला सांगायचे; पण मला उत्तर मिळत नव्हते.

आणि एक दिवस मी माझी बादली खिडकीशेजारी मांडून त्यावर बसून अभ्यास करत होतो. माझ्या हातात पेन आणि समोर कागद होते. मी केमिस्ट्रीचे इक्वेशन वाचत होतो आणि वाचता वाचता कागदावर लिहित होतो. अचानक मला जाणवले, की हे इक्वेशन माझं पाठ झालं आहे. मग मी इतर ही काही लिहून पाहिले आणि झालं तर. माझा प्रश्न सुटला होता. वाचता वाचता लिहिले, की माझ्या लक्षात राहते, एखादी फिगर काढली, की ती पक्की होते, अरे यार! माझाच मला नव्याने शोध लागला होता. युरेका युरेका अशी माझी अवस्था झाली.

मी मग हीच सवय कायम ठेवली. नगरच्या गंज बाजारात रद्दी कोरे पेपर वजनावर मिळत. मी ते खरेदी करायचो आणि अक्षरशः लिहित राहायचो. माझा क्लास सकाळी सहाला सुरू व्हायचा. माझा डबा अर्जुन नाहीतर राजू आणायचा. पूर्ण बारावीचे वर्ष मी डबा आणायला गेलो नाही. मला सकाळी सकाळी चहाची तल्लफ असायची. पण बऱ्याचदा पैसे नसायचे. साठ पैशाला चहा होता. मग ज्ञानदेव तात्या मला चहाला पैसे द्यायचे.

मी क्लास वरून आलो, की जेवून पुन्हा कॉलेजला निघायचो. क्लास आणि कॉलेज मधील लेक्चर यांचा मेळ घालून मी अभ्यास करत होतो. अण्णा अधून-

मधून डब्यातून चिठ्ठी पाठवून माझ्या अभ्यासाची चौकशी करत असत.

मला दुसरे कुठले नाद नव्हते. आमच्या वर्गातील अनेक मुलं सिनेमाला पण जायची. पण तिथे जाऊन तीन तास वाया घालवणे, मला योग्य वाटत नसायचे आणि खिशात पण ठणठण गोपाळ असायचा. नगरला 'आशा', 'चित्रा', 'दिपाली', 'महेश' अशी थेटरं होती. एक दिवस असाच शनिवारी सकाळचे कॉलेज करून मी रूमवर आलो होतो. मी माझी सायकल रुमच्या बाहेर रस्त्यावरच लावली होती. फ्रेश होऊन मी अभ्यासाला बसणार होतो, तेव्हढ्यात रूमवर महेंद्र कासार आला. त्याने मला सिनेमाला येण्यासाठी आग्रह धरला. बारा ते तीन सिनेमा होता, आशा थेटरला. सगळा खर्च करतो म्हणाला तो. त्याला कोणी जोडीदार नव्हते त्यादिवशी. मी सुरुवातीला नाही म्हणालो; पण मग मी पण जास्त आढे-वेढे न घेता त्याच्याबरोबर गेलो. माझी सायकल रस्त्यावरच होती. ती तशीच बाहेर ठेवून मी गेलो. बऱ्याच दिवसांतून मी सिनेमाला जात होतो.

सिनेमाचे नाव आता आठवत नाही. सिनेमा सुटला तसा मी रूमवर आलो. जरा बोर झाले होते. तीन तास मोकार (रिकामे, विनाकारण) गेले असे वाटत होते. रूमवर आलो तर माझी सायकल रस्त्यावर नव्हती. मी जरा घाबरलो. सायकल गेली की काय, असे वाटू लागले. मात्र लगेचच सायकल नेहमीच्या जागेवर लावलेली दिसली. मला वाटले अर्जुनने लावली असेल. रुममध्ये गेलो आणि मोठा धक्काच बसला. अण्णा आले होते. राजेश दाते पण रूमवर आला होता. मला मेल्याहून मेल्यासारखे झाले होते. दाते अण्णांना म्हणाला होता, की मी मित्राकडे चर्चा करायला गेलो म्हणून. अण्णा मला पाहिल्यावर म्हणाले, "झाली का तुझी चर्चा?" पण माझा चेहरा अण्णांनी आधीच वाचला होता. तीन तासांची चर्चा, तीही बारा ते तीन, अण्णा काय ते समजले होते. दाते गप्प होता. अण्णा निघाले परत घरी जायला. मला म्हणाले, "अभ्यासाकडे ध्यान दे." मी खाली मान घालून फक्त हो म्हणालो.

दुसऱ्या दिवशी अण्णांची दोन ओळींची चिठ्ठी आली जेवणाच्या डब्यातून. कालच अण्णा येऊन गेले आणि आज चिठ्ठी. मी चिठ्ठी उघडून पाहिली आणि ते जळजळीत शब्द माझे काळीज चिरत गेले.

'काल तू सिनेमाला गेला होतास. वाईट याचे वाटते, की आंधळं दळतंय अन् कुत्रं पीठ खातंय, असं वाटू लागलंय.' खूप अपराधी वाटत होतं.

पुढच्या रविवारी घरी गेलो होतो. त्यावेळी मला आईने खूप झापले. तुला लाज कशी वाटत नाही, सायकल रस्त्यावर लावून सिनेमा पाहायला जातोस? तुला जाणच नाही, आम्ही येथे खस्ता खावून तुला शिकवतो, ते अण्णा दिवसभर पाय खोडतात. मी रोजाने जाते आणि तुला अभ्यास सोडून हे धंदे सुचतात? मी गप्प

राहून ऐकत होतो. डोळ्यांतून पाणी वाहत होते. मी आईला म्हणालो, "मी पुन्हा अशी चूक करणार नाही." अण्णांनी मात्र तो विषय टाळला. संध्याकाळी जेवताना अण्णांनी दिलखुलासपणे माझ्या अभ्यासाची चौकशी केली. मला फार बरे वाटले. माझे अण्णा खरच फणसासारखे आहेत; आतून खूप गोड. पुन्हा मी सिनेमासंदर्भात कानाला खडा लावला.

आमच्या ग्रुपमधील सारेच मित्र अभ्यासू होते. कुणाला दुसरे नाद नव्हते. काही पोरं एन्जॉय करायची. पोरींच्या मागे मागे फिरायची. आमच्याकडे मात्र पोरींना आवडेल, असे काहीच नव्हते. माझी तर ढगाळ पॅन्ट, तसाच ढगाळ शर्ट, पायांत स्लीपर आणि गळ्यात शबनम पिशवी. असो.

मी माझ्या मित्रांच्या सतत संपर्कात राहायचो. बाळू, सुनील, राजू, विजय यांच्याकडून सतत माहिती घ्यायचो. स्वतःला अपडेट ठेवायचा प्रयत्न करायचो.

आमचे सर्वच सर शिस्तबद्ध होते. त्यांना सारं काही वेळेवर आणि गुणवत्तापूर्ण लागे. वाबळे सर तर प्रक्टिकलसाठी खूप काटेकोर असायचे. आम्हाला डिसेक्शनसाठी गांडूळ होते. एके दिवशी त्यांनी आम्हाला त्याची नर्व्ह रिंग काढायला सांगितली. एक तर ते गांडूळ एव्हढेसे, त्यात त्याची ती रिंग शोधणे तापदायक असायचे. माझी ती रिंग दोनदा तुटली. सर मला रागावले. त्यांनी मला तिसरे गांडूळ दिले. पुन्हा त्याची ती नर्व्ह रिंग तुटलीच. मग सरांनी माझा कान पकडला आणि मला एक झणझणीत कानामागे लगावली. बारावीला आणि तेही पोरींसमोर त्यांनी मला लगावली. मला खूप अपमान वाटला; पण मी मुकाट्याने सहन केला. आणि पुन्हा लक्ष देऊन ते प्रॅक्टिकल पूर्ण केले. आजही मला तो प्रसंग आठवला, की माझेच हसू येते. आज असा मार आणि तोही बारावीला कुणी खाईल म्हणून वाटत नाही.

जानेवारीच्या नंतर कॉलेज बंद झाले. आता फक्त प्रॅक्टिकल आणि मेन एक्झाम बाकी होती. परीक्षा फेब्रुवारीमध्ये होती. आता फक्त अभ्यास. मी दिवसभर रूमवर बसायचो. ती दहा बाय दहाची रूम, माझे बादलीवरील आसन, खिडकीचा टेबल आणि समोर मोकळी जागा. असे माझे विश्व बनले होते. अंगात बनियन आणि रेघाळा पायजमा, असा मी रुमच्या क्वचितच बाहेर पडे.

आता मी रात्री लवकर झोपायचो आणि मध्यरात्री म्हणजे १ वाजताच उठू लागलो. १ ते ६ असा पाच तास मी अभ्यास करायचो. सगळे झोपलेले असायचे, चाळीतील गोंधळपण बंद झालेला असायचा. मात्र एक नवीनच समस्या उद्भवली. आमचा म्हातारा मालक रात्री ११ वाजता लाईट बंद करायला लागला. एकदा दोनदा सांगितल्यावर तो लाईट चालू ठेवायचा; मात्र पुन्हा पुन्हा तो तसाच वागायला लागला. मग एक दिवस तात्याला घेऊन त्याच्याकडे गेलो. तात्या त्याला म्हणाले, ही पोरं इथं टाईमपास करायला नाहीत आलेली. तुम्ही लाईट काही बंद करीत जाऊ

नका. वाटलं तर भाडं वाढवून देतो. मग मात्र मालकाने लाईट चालू ठेवायला सुरुवात केली.

परीक्षा जवळ येत होती. मी अधिकच गंभीर झालो होतो. माझे जेवण तुटले होते. एक वेळ जेवण करून भूक मारायचो, का तर जेवून झोप येऊ नये म्हणून. सकाळचा डबा शिल्लक राहायचा. मला दहावीचा अपमान पुसायचा होता. माझे स्वप्न पूर्ण करायचे होते.

अभ्यास करताना रोजाने जाणारी आई दिसायची. दिवसभर मिशनीत राबणारे अण्णा दिसायचे. शाळेचा फ्रॉक सोडून दुसरा कोणताही ड्रेस नसणारी माझी बहीण सुनी, दिसायची. आईचे ते ठिगळाचे लुगडे, आणि उन्हात रापलेला गोरा चेहरा आठवला, की मी तहान-भूक हरवून अभ्यास करू लागायचो. पूर्व परीक्षेत मला अपेक्षेप्रमाणे मार्क आले होते. माझा विश्वास दुणावला होता.

आशा आणि निराशा

फेब्रुवारीत परीक्षा सुरू झाली. माझा नंबर शेजारच्या न्यू आर्ट कॉलेजमध्येच होता. अण्णा रोज मला डब्यातून आशीर्वाद म्हणून एक चिठ्ठी लिहायचे. मी ती माझ्या बॉक्समध्ये ठेवायचो. मला आधार वाटायचा. केमिस्ट्री २ चा पेपर होता, आणि त्या दिवशी वर्गात तपासणी पथक आले होते. माझी पण तपासणी केली आणि त्यांना ती चिठ्ठी सापडली. कॉपी पकडल्याचा आसुरी आनंद त्या सरांच्या चेहऱ्यावर दिसत होता; पण त्या सरांनी ती चिठ्ठी उघडली आणि त्यांच्या चेहऱ्यावरील भाव बदलले. ते ती चिठ्ठी घेऊन गेले, आणि एक पाच मिनिटात परत माघारी आले, त्यांनी ती चिठ्ठी मला परत दिली. मला खूप बरे वाटले.

सारे पेपर छान गेले होते. आता पुन्हा एकदा निकालाची वाट. या अकरावी- बारावीने मला खूप काही शिकवले. मला काही कुणी सांगायला नव्हते की, तू अभ्यास कर म्हणून. मी आतल्या प्रेरणेने अभ्यास केला. मला माझा अभ्यासाचा स्टॅमिना कळला होता. माझ्यात स्वयंशिस्त आली होती. माझे स्वत्व मला सापडले होते. मला माहीत होते मला छान मार्क येणार म्हणून. मेडिकलसाठी कुठलीही अडचण येणार नाही, अशी खात्री होती.

परीक्षा झाल्यावर मी आणि सुनील बोठे एका सिनेमाला गेलो होतो. दुसऱ्या दिवशी अकराच्या एस.टी.ने गावी गेलो. माझा अवतार पाहण्यासारखा झाला होता. केस वाढलेले आणि वजन खूप घटलेले. आई म्हणाली, ‘‘काय पोरगं झालंय अभ्यास करून.’’ अण्णा म्हणाले, ‘‘अरे तपश्यर्या आहे अभ्यास म्हणजे. त्रास घेतला तरच फळ मिळेल ना!’’

बारावीच्या निकालाचा दिवस उजाडला. मी नगरला आलो होतो. अण्णा पण सोबत होते. आमचे नाना पण त्या दिवशी काही कामानिमित्त नगरला आले होते. त्यावेळी सकाळी दहा वाजता झेरॉक्स सेंटरवर मार्क कळायचे. मी आणि नाना माझा नंबर घेऊन दिल्ली गेटला गेलो. एकूण मार्क कळले होते. मला ७९% पडले होते.

मला खूप आनंद झाला. मला वाटू लागले, की आपला बी ग्रुप स्ट्राँग असणार म्हणून. नंतर कॉलेजवर जाऊन मार्कशीट घेऊन आलो. माझा बी ग्रुप चांगला आला होता, म्हणजे मला ९१% होते ग्रुपला. बहुतेक मला आता अडचण नव्हती मेडिकलसाठी. साऱ्या कॉलेजमध्ये गणबोटे विजय पहिला आला होता. बाळूला पण छान मार्क आले होते ग्रुपला. विशेष म्हणजे मला राजू दाते, सुनील यांच्यापेक्षा जास्त मार्क होते आणि किरणपेक्षा सुद्धा.

रूमवर अण्णा होते. त्यांना मार्क कळाल्यावर खूप बरे वाटले. मला आता नक्की मेडिकलसाठी प्रवेश मिळणार म्हणून माझी कळी खुलली होती. घरी आलो. आईला पण खूप बरे वाटले. नानांनी माझी शेरनी वाटली. गावातला बँड लावला. साऱ्या गावाला कळले, की अमृताच्या पोराला चांगले मार्क पडलेत बारावीला म्हणून.

आता फॉर्म भरावे लागणार होते. अण्णाला काहीच माहिती नव्हती. मीच मेडिकलचे फॉर्म आणले. फॉर्म भरला. कॉलेजचे पसंतीक्रम दिले. पहिल्यांदा पुण्याला गेलो. मला अमेरिकेला गेल्यासारखे त्यावेळी वाटले होते.

अण्णांनी डी.एड.चा फॉर्म आणला होता. मला कळल्यावर ते म्हणाले, "अरे फॉर्म तर भरू, नाही तरी तू मेडिकललाच जा; पण न जाणो मेडिकलसाठी काही अडचण आली तर, काहीतरी हाताशी पण हवे ना. अहमदनगरमध्ये, 'अहमदनगर एज्युकेशन सोसायटी संस्थे'चे डी.एड. कॉलेज आहे. त्या कॉलेजला माझ्या गावातला क्लार्क होता एक दत्तू दुरेकर म्हणून. अण्णांनी त्याच्याकडे फॉर्म भरून दिला. तो म्हणाला, "टेलर तुमच्या पोराचा नंबर लागलाच म्हणून समजा. एव्हढे मार्क असल्यावर काही अडचण येणार नाही." अण्णांना तेव्हढेच बरे वाटले. माझ्या मनात शंकेची पाल चूकचुकत होती; पण मी काही केले तरी मेडिकललाच जाणार होतो हे नक्की.

त्यावेळी वैद्यकीय प्रवेश न्यायालयाच्या फेऱ्यात अडकले. तीन-चार महिने काहीच हालचाल होत नव्हती. मग नाईलाजाने मला डी.एड.ला प्रवेश घ्यावा लागणार होता. मोकळा वेळ घालवण्यापेक्षा डी.एड.ला जा असे अण्णा म्हणाले. नको ते समोर आले होते. मी डी.एड.ला प्रवेश घेतला.

जुलै मध्ये डी.एड. सुरू झाले. तरीपण मेडिकलच्या अॅडमिशनला वेळ होता. सहसा हे अॅडमिशन ऑगस्टमध्ये होत असते. मी वाट पाहत होतो. दोन महिने झाले होते डी.एड. सुरू होऊन. मी जणू त्या गावचाच नाही, असा वर्गात बसून राही. मला सुनील बोठेकडून कळले, की मेडिकलची प्रवेशप्रक्रिया कोर्टात अडकली आहे. पेमेंट सीट आणि फ्री सीटचा तो वाद होता, आणि यासाठी नक्कीच वेळ लागेल असं दिसू लागलं होतं. माझ्या मेडिकल प्रवेशात अडथळे सुरू झाले होते. अण्णा

म्हणाले, ''जोपर्यंत मेडिकल कॉलेज सुरू होत नाहीत, तोपर्यंत डी.एड. कॉलेजला जात जा. मग पाहू. माझे नाइलाजाने एक एक दिवस वाट पाहण्यात जात होते. मी एस.टी.ने अप-डाऊन करायचो. घरी आलो तरी गप राहायचो. आईला काळजी वाटायची. ती म्हणायची, ''तू कव्हा डाक्तर होणार? किती दिवस लागतात त्याला. कुणास ठाऊक? मी रागाने तिला बोललो होतो. तुम्हाला वाटतच नाही मी डॉक्टर व्हावे म्हणून.

मी हे विसरलो होतो, की कुठल्याही आई-बापाला आपली मुलं ही यशस्वी झालेली पाहण्यात आनंदच होत असतो. पण मी तिला रागाने बोललो होतो. मी खूप चिडचिड करायचो. अण्णा मला काही म्हणत नव्हते. एकुलता एक पोरगा. त्याचे शिक्षण पण आपल्या परिस्थितीमुळे होते, की नाही असे त्यांना वाटायचे.

ऑक्टोबर उजाडला तरी मेडिकल प्रवेशाचे चिन्ह नव्हते. मी आता उदासीन झालो होतो. जे व्हायचे ते होऊ दे, अशी मानसिकता माझी झाली होती.

एक दिवस बोरकर नावाचा माझा बारावीचा वर्गमित्र माझ्या डी.एड. कॉलेजवर आला. मला म्हणाला, ''मेडिकल ॲडमिशन सुरू झालेत. मी उद्या जाणार आहे पुण्याला. जास्त काही मुदत नाही. एक आठवड्यात प्रक्रिया संपेल. त्यावेळी online हा प्रकार नव्हता. माझ्याकडे जास्त दिवस नव्हते. त्यादिवशी मी घरी संध्याकाळी अण्णांजवळ जेवताना हा विषय काढला. ते मला म्हणाले, ''ये पुण्याला जाऊन.'' दुसऱ्या दिवशी मी पुण्याला जाऊन आलो. मला नाशिकचे कॉलेज मिळत होते, अण्णांना सांगितले.

आमच्या साऱ्या चर्चा संध्याकाळी जेवताना होत असतात. त्यादिवशी पुण्याहून आल्यावर अण्णांनीच होऊन माझ्या विषयाला हात घातला. आता बोलावे लागणार होते. माझ्या वर्गात धोंगडे म्हणून माझा मित्र होता. त्यानेही आदल्या दिवशीच डी.एड. सोडून बीएएमएसला ॲडमिशन घेतले होते. त्याला नगरचे 'आयुर्वेद कॉलेज' मिळाले होते. त्याला ग्रुपला माझ्यापेक्षा कमी मार्क होते.

मी हे सारे अण्णांना सांगितले होते. इतके दिवस अण्णा काही म्हणत नव्हते; पण आज अण्णा बोलत होते-

'हे बघ. मी दिवसभर काम करतो. मला मिळतात दीडशे-दोनशे रुपये. ते पण काम असेल तरच. तुझी आई खुरपायला जाते. तिला मिळतात वीस-तीस रुपये. तू नाशिकला गेला तर, तुला किमान महिन्याला तीन-चार हजार रुपये तरी लागतील. मेडिकल चालेल पाच वर्षं. तिथून पुढे दवाखाना उभा करायचा तर तो पण फुकट थोडीच होणार? त्याला पण पैसेच लागतील. जमीन असती तर ती विकून तुला पैसे दिले असते. सुनी आता नववीला आहे. तिला चार-पाच वर्षांत लग्नासाठी पाहावे लागणार. आपल्याला कोणता आधार आहे? उद्या कर्ज तरी कोण

देणार आपल्याला? डी.एड. केले तर दोन वर्षांत तुला नोकरी लागेल. मला आधार होईल. नंतर तू पुढे शिक नोकरी करता करता. मी तुला नाही म्हणणार नाही; पण मला तर आपले डी.एड. सोयीचे वाटते.' अण्णांनी एकदाची आपली इच्छा बोलून दाखवली. माझ्या पायाखालून जमीन सरकल्यासारखी वाटत होती.

माझे सारे मित्र मेडिकलला जाणार होते, मी मात्र मास्तर. आयुष्यभर पोरांना बे एक बे शिकवणार. मला ती कल्पना सहन होत नव्हती. बरे मला सरकारी कोट्यातून ॲडमिशन मिळत होते. एव्हढा खर्च पण होणार नव्हता. मी ते पण अण्णांना समजाऊन सांगायचा प्रयत्न केला. अण्णा म्हणाले, "सारे ठीक आहे. तू डॉक्टर झाला तर मला थोडेच वाईट वाटणार? पण मला पुढे सारा अंधारच दिसत आहे. डी.एड. झालास तर लगेच नोकरी. त्या विठ्ठल डावखऱ्याची तिन्ही पोरं शिक्षक झालेत. बघ मजेत चाललेय त्यांचे. मला तर डी.एड.चा पर्याय आपल्यासाठी योग्य वाटतोय. अरे, सारी सोंगे आणता येतात. फक्त पैशाचे सोंग नाही आणता येत." मी गप्प होतो. काहीच बोलत नव्हतो. अंथरुणावर पडल्या पडल्या माझा विचार चालू होता. आता काय तो एव्हढ्या एक-दोन दिवसांत निर्णय घ्यावाच लागणार.

मी खूप विचार केला आणि मग ठरवले, की आता अण्णांना जास्त ताण द्यायचा नाही. आपले आयुष्य आहे. आपणच घडवू. चट काहीतरी मार्ग सापडेल. निदान मास्तरकीत उपाशी तर राहणार नाही. त्या रात्री झोपच लागली नाही. पण माझा निर्णय झाला होता. मी अण्णांना माझा निर्णय सांगितला. मी म्हणालो, "मी करेन डी.एड. अण्णा-आई गप्पच होती.

दुसऱ्या दिवशी मी एस.टी.ला बसायला निघालो होतो. सकाळी सकाळी घरी मळ्यातले काका आले होते. मी निघून गेलो. एस.टी.त बसलो होतो. एस.टी. सुटायला पाच एक मिनिटे बाकी असतील; तेव्हढ्यात अण्णा आणि मळ्यातले काका एस.टी.कडे आले. मी खाली उतरलो. मला काका म्हणाले, की जा तू पुण्याला आणि ये ॲडमिशन घेऊन. मी करतो तुझा सारा शिक्षणाचा खर्च. तू नको काळजी करूस. माझ्या डोळ्यांत पाणी आले होते. अण्णा काही म्हणत नव्हते. माझ्या डोळ्यांतून पाणी पडताना पाहून अण्णा म्हणाले, "अरे खरंच जा. पाहू पुढचं पुढे. मी अण्णांना म्हणालो, "नाही. मी आता डी.एड.च करेल." एस.टी.ची डबल बेल वाजली होती. "जातो मी. टाइम झालाय एस.टी.चा." असं म्हणून मी बसमध्ये बसलो.

अशा रीतीने मी त्या दिवशी मेडिकलचा मार्ग कायमचा बंद केला. गेली दोन वर्षं मी उराशी डॉक्टरचे स्वप्न जपलं होतं; आज मी त्यावर पाणी सोडले होते. एस.टी.त खिडकीतून बाहेर पाहत मी आसवांना वाट मोकळी करून देत होतो. समोर काहीच दिसत नव्हते. डोळ्यांना आणि मनालाही.

आता डी.एड.

माझ्या आयुष्याला ही वेगळीच कलाटणी मिळाली होती. दोन वर्षांचे डी.एड. होते. काय लिहू या दोन वर्षांबद्दल? मला जणू जन्मठेप झाल्यासारखे वाटत असायचे. मागच्या बाकावर मी बसायचो. समोर काय शिकवत असत, याचं मला काही देणं-घेणं नसायचं. माझ्या शेजारी संजय कुलकर्णी बसायचा. हा कुलकर्णी बी.ई. सिव्हिल करून डी.एड.ला आला होता. बी.ई. करूनही बेकार होता. डी.एड. करून नोकरीसाठी नशीब आजमावत होता. माझ्या वर्गात चार-पाच मुले पदवीधर होती. आमच्या दोन तुकड्या होत्या. मी अ तुकडीत होतो. वर्गात बारावीला मलाच सर्वांत जास्त मार्क होते. माझ्या वर्गात ४० मुलं होती. काळी पॅन्ट आणि पांढरा शर्ट असा या कॉलेजचा गणवेश होता. दर गुरुवारी रंगीत कपडे घालण्याची मुभा होती. माझ्याकडे दोन काळ्या पॅन्ट्स आणि दोन पांढरे शर्ट होते. एक काळी पॅन्ट जीनची होती. तिचा रंग उतरायचा; मात्र ती वीस रुपयात कलर करून मिळायची. नंतर नंतर माझा हा कलर फंडा साऱ्यांना कळला होता. माझी पॅन्ट कलर केली, की मित्र मला झाली याची पॅन्ट नवीन म्हणून चिडवायचे. मी सारे डी.एड. अप-डाऊन करून केले. मी एस.टी.ला मोकळा जाऊन बसायचो. दप्तर मी कधीच घरी आणले नाही. माझ्या पहिल्या रूमवर मी माझी वह्या-पुस्तके ठेवायचो. कॉलेज १० ते ३ असायचे. मी दिल्ली गेट जवळ असलेली ललित लायब्ररी जॉईन केली होती. खूप अवांतर पुस्तके मी तिथे वाचायचो. मला ऐतिहासिक कादंबऱ्या आवडायच्या. शिवाजी, हिटलर, स्टालिन, चर्चिल, लेनिन, गांधी. असे बरेच वाचन त्या काळात मी केले. डी.एड.चा मी काहीच अभ्यास केला नाही.

आम्हाला आधुनिक भारतातील शिक्षण पद्धती शिकवायला घारे सर होते. ते फार कडक वागायचे. मी कधीच शर्ट पॅन्टमध्ये घातला नाही. म्हणजे इन केलं नाही. घारे सरांनी मला दोनदा-तीनदा वॉर्निंग दिली; पण मी नुसता शर्ट पॅन्टवर गुंडाळायचो. तेव्हापासून घारे सरांच्या दृष्टीने मी शिक्षक बनण्यासाठी लायक राहिलो नाही. मी

त्यावेळी एफ. वाय.बी.ए.ला श्रीगोन्द्याला ॲडमिशन घेतले होते. पण या घारे सरांच्या भीतीने मी ते रद्द केले. एका वेळी दोन ॲडमिशन कुणी घेतलेले आढळले तर मी त्याला घरचा रस्ता दाखवीन, अशी धमकी त्यांनी दिली होती. मला खूप रितेपण वाटायचे. अभ्यास पण काहीच नसायचा. पाठ घ्यावे लागायचे फक्त. आम्हाला पाठ घेण्यासाठी नवी पेठेतील इन्नजबाई शाळा होती. तेथील पोरांना माहीत असायचे की, ही पोरं काही आपले कायमचे शिक्षक नाहीत म्हणून. मग पोरं आमच्या पाठाला खूप धिंगाणा घालायची. माझ्या वर्गात विजय व्यवहारे म्हणून माझा मित्र होता. त्याने पाठ घेताना त्या शाळेतील एक-दोन पोरं चांगली ठोकली होती. त्याला मग घारे सरांनी प्रेमाने कसे शिकवावे, याचे ज्ञान दिले होते. डी.एड.ला कुणीच सिरियस नव्हते. आमच्यावेळी नोकरीसाठी सीइटी असायची. डी.एड.च्या मार्कांना काही महत्त्व नव्हते. म्हणून पोरं जास्त काही अभ्यास करत नसायची. काही पोरं खूप हरहुन्नरी होती. प्रसाद नांगरे खूप छान चित्र काढायचा तर संदीप रासकरचे वक्तृत्व फार असरदार होते. राजेंद्र राऊत, अविनाश निम्बोरे यांच्याकडे उत्कृष्ट संघटन कौशल्य होते. मी मात्र वर्गात आहे, की नाही, असा राहायचो. सर पुढे शिकवत असायचे आणि मी मागे लायब्ररीतली पुस्तके वाचत बसायचो.

त्या दरम्यान आमची 'केळ'ची रखमाआत्या (अण्णांची बहीण) तळ्यात पडून वारली. ती स्वभावाने फार छान होती. तिच्या घराजवळ मोठा तलाव होता. त्यात ती कशी पडली, कोण जाणे. ती मला फार जीव लावायची. एक हूरहूर लागून गेली.

दर शनिवार-रविवार मी मावशीच्या मळ्यात जायचो. मळ्यात त्यावेळी पेरूचा बाग होता. बोराची, जांभळाची झाडं होती. ऊस असायचा. माझी आईपण रोज तिथेच खुरपायला असायची. मी मिळेल तो रानमेवा खायचो. माझा मावसभाऊ आहे देविदास म्हणून. आम्ही दोघं मिळून खूप मव्हाळ (मधमाशाचे पोळे) झोडायचो. आमच्याकडे कायमच शेळी असायची. मी मग त्या शेळीला गवत पण घ्यायचो. असा हा डी.एड.चा कालखंड. आताही मी काही विशेष आठवायला गेलो तर मला स्मरतील अशा आठवणी नाहीत. ती दोन वर्षे मी फक्त लायब्ररीतील पुस्तके वाचण्यात घालवला.

नाही म्हणायला एक वेगळीच आठवण आहे. आमच्या कॉलेजला एक मुलगी होती. मी दुसऱ्या वर्षाला होतो आणि ती पहिल्या वर्षाला. मी कॉलेजला नऊ वाजताच जायचो; ती पण कॉलेजला लवकर यायची. ती जरा बोलण्यात फॉरवर्ड होती. मी जरा भिडस्त. तिने मला माझे नाव-गाव विचारले. आयुष्यात पहिल्यांदा मला एक मुलगी विचारत होती. ती दिसायला पण सुंदर होती. मला ती आवडू लागली. मी रोज लवकर जायचो आणि ती पण लवकर यायची. आम्ही गप्पा मारू लागलो. तिची घरची परिस्थिती चांगली होती. ती आली, की छान सेंटचा वास

यायचा. तिच्यापुढे मी खूप गबाळा वाटायचो. त्यानंतर मी माझे कपडे तांब्याने इस्त्री करू लागलो. मी छान राहायचा प्रयत्न करू लागलो. मी अण्णांना एक चांगली चप्पल घेण्यासाठी पैसे मागितले; पण अण्णा म्हणाले तुला आधीची एक स्लीपर आहे, तिचं वापर. मला कळेना, की मी पण त्या मुलीला आवडतो की नाही? पण माझे विचारण्याचे धाडस नव्हते. कसे विचारणार? ती जर नाही म्हणाली तर माझा पोपट होणार. असे महिनाभर चालले. त्यादरम्यान आमची १५ दिवसांसाठी एक शाळा सांभाळण्यासाठी निवड झाली. आम्हाला स्टेशनची शाळा दिली होती. त्या शाळेवर जाण्याआधी मी त्या मुलीला पत्र लिहिण्याचे ठरवले. आदल्या दिवशी मी घरी गेलो नाही. रूमवरच थांबलो. दोन तास बसून मी एक पत्र लिहिले. खूप भावनिक होऊन मी माझे प्रेम व्यक्त केले होते; पण आता ते पत्र द्यायचे कसे? मग मी त्यासाठी राजूची (राजू कुलांगे, अभियंता) मदत घेतली. दुसऱ्या दिवशी मी ते पत्र एका पाकिटात घातले. ते पाकीट राजूकडे दिले. त्याला सांगितले, की मी तुला ती मुलगी दाखवेल, ती आली की तिला हे पाकीट दे... ती आली, मी तिला न दिसेल असा दूर उभा होतो. राजूला ती मुलगी दाखवली. त्याने पटकन जवळ जाऊन तिला ते पाकीट दिले आणि सांगितले की, हे पत्र विजयने तुझ्यासाठी दिले आहे म्हणून आणि तो निघून आला.

मी कॉलेजला १५ दिवसांनी परत आलो. ती पण आली होती. तिच्याकडे ते पत्र होते. तिने ते माझ्याकडे पाहून फाडून टाकले आणि म्हणाली, "आधी स्वतःकडे बघ. आपल्या मैत्रीचा असा अर्थ घेतोस का तू? फार आलाय प्रेम करणारा.

त्यानंतर आयुष्यात मी परत कुठल्या मुलीच्या नादी लागलो नाही. आज हा प्रसंग मला आठवला, की फार हसू येते. अजूनही वाटते, की त्या पत्राची एक झेरॉक्स काढून ठेवायला हवी होती. असा हा चार घडीचा प्रेमाचा डाव वेळीच आटोपला आणि गंमत म्हणजे नंतर मला वाटू लागले, की बरे झाले ती मुलगी नाही म्हणाली ते. नाहीतर अण्णांनी मला फाडून खाल्ले असते. होते ते बऱ्यासाठीच.

माझ्या शेजारी बसणारा संजय कुलकर्णी स्पर्धा परीक्षेचा अभ्यास करायचा. स्टडी सर्कलची मासिके घेऊन तो ती वाचायचा. मला माहीत होते, की स्पर्धा परीक्षेसाठी माणूस पदवीधर असावा लागतो. पण नेमका काय अभ्यास असतो, तो कसा करतात हे काहीच माहीत नव्हते. आधी डी.एड. तर करू, मग नोकरी लागली की पाहू पुढे, असा विचार करून मी आता डी.एड. आधी पदरात पाडून घ्यायचे ठरवले.

डी.एड.च्या पहिल्या वर्षी आमची महाबळेश्वर आणि प्रतापगड येथे सहल गेली होती. मी पण गेलो होतो. अण्णांनी मला खर्चायला दोनशे रुपये दिले होते. फोटो काढताना मी किशोर गव्हाणेचे शर्ट आणि बूट वापरले होते. ही माझी पहिली सहल होती. प्रतापगड पाहताना शिवरायांची दूरदृष्टी जाणवत होती. काहीवेळ

भारावून मी प्रतापगडची माची पाहत होतो. त्यावर लावलेला भगवा झेंडा भव्यतेत भर घालत होता. तिथे मग फोटो काढले. पोरं संध्याकाळी हॉटेलात जेवायला गेली. मीही गेलो, पण मेन्यू पाहून आम्ही दोघे तिघे बाहेर टपरीवर जाऊन खाऊन घेतले.

डी.एड.च्या परीक्षेचा मी कधी अभ्यास केला नाही. कारण पुढे नोकरीसाठी स्वतंत्र प्रवेशपरीक्षा होती. त्यामुळे मी अवांतर वाचनावरच मन रमवत होतो.

सेकंड इयरची परीक्षा झाली आणि मी मग एकदम मोकळा झाल्यासारखा झालो. आता पुढे काय? मला पुढे बी.ए. करायचे होते. पण त्यालाही निकालाची वाट पाहणे गरजेचे होते. माझे बारावीचे सारे मित्र डॉक्टरकीची दोन दोन वर्षे पूर्ण केलेले होते. कुणी भेटले की मला कमीपणा वाटायचा. डॉक्टर आणि मास्तर. माझ्या दृष्टीने तुलना होऊ शकत नव्हती. म्हणून मी मग त्यांना टाळायचो.

घरी बसून काय करावे ते कळत नव्हते. मग मी आईला म्हणालो, ‘‘मी एखाद्या शाळेवर काम मिळते का, ते पाहतो. मी तिसगावला मामाकडे जातो. मामाच्या ओळखीने नक्की एखादी शाळा मिळेल. तेव्हढाच माझा खर्च भागेल. धनामामा टेलिफोनमध्ये कामाला होते. त्यामुळे त्यांच्या ओळखी होत्या. मी मामाला म्हटले, ‘‘मला एखाद्या शाळेवर काम मिळवून द्या. अजून जाहिरात सुटली नाही. तोपर्यंत घरी बसून तरी काय करू? तेव्हढाच मला पण विरंगुळा होईल आणि चार पैसे पण मिळतील. मामा म्हणाले, ‘‘आपल्या राळेगणच्या शाळेवर जे पवार सर (आमचे मुख्याध्यापक) होते, त्यांनी एक नगरला शाळा काढली आहे, पाईपलाईन रोडला. मी पाहतो विचारून. मामांनी पवार सरांना फोन केला. सरांनी मला दुसऱ्या दिवशी भेटायला बोलावले.

पवार सर पाईपलाईन रोडलाच राहत होते. मोठा बंगला बांधला होता त्यांनी. मला सर काही नवीन नव्हते. आता ते रेसिडेन्शियल हायस्कूलला प्राचार्य होते. मी गेल्यावर, सर मला म्हणाले, ‘‘अरे तू मेडिकलला का नाही गेलास?’’ माझ्या जखमेवरची खपली त्यांनी काढली; पण मला कायम माझ्या गरिबीचे रडगाणे गायचे नव्हते. मी मग म्हणालो, ‘‘सर मला मेडिकल आवडत नाही, आणि इतके दिवस शिकून डॉक्टर होण्यापेक्षा, हा शिक्षकी पेशा मला छान वाटतो.’’ सर म्हणाले, ‘‘बरंय, तर मग तू पुढच्या सोमवारपासून रेग्युलर येत जा. मी तुला तीनशे रुपये महिना देत जाईन. मी पण हो म्हटले. तेव्हढाच अनुभव पण येईल आणि वेळ पण जाईल, असा विचार करून मी तयारी केली. ती शाळा पाईप लाईन रोडला होती. माझ्या रूमपासून साधारण चार किलोमीटर अंतर होते. मी सायकलवर जायचो. मला आधी चौथीचा वर्ग दिला. त्या वर्गाचा पट होता जवळ जवळ सत्तर. बरं मी होतो एकोणीस वर्षांचा. मी पोरगाळच दिसायचो. आधीच माझी उंची कमी, त्यामुळे पोरांवर माझी छाप पडायची नाही. सुरुवातीचे दहा-बारा दिवस तर तो वर्ग कंट्रोल करण्यातच गेले. पण मग हळूहळू पोरांनाही माझे शिकवणे आवडू लागले. त्या

शाळेतील स्टाफमध्ये दोन गट पडले होते. त्यामुळे सतत ऑफिसमध्ये तणावपूर्ण वातावरण असायचे. मला अशा वातावरणाची सवय नव्हती. मी आपला मग जास्तीत जास्त वेळ वर्गावरच ध्यान देण्यात घालवायचो.

मी जॉईन होऊन साधारण पंधरा दिवस झाले असतील, तोच शिक्षक भरतीची जाहिरात पेपरला आली. नगर जिल्ह्यासाठी साधारण चारशेच्यावर जागा होत्या. औरंगाबादला पण जवळ जवळ तेव्हढ्याच जागा होत्या. मी नगर आणि औरंगाबादसाठी फॉर्म भरला. भरतीसाठी साधारण दोन महिन्यांनी परीक्षा होती. मी नगरलाच परीक्षा देण्याचे ठरवले. अभ्यास सुरू केला. शाळा पण चालू होती. हा अभ्यास मी मन लावून केला. मे मध्ये परीक्षा होती. त्यामुळे परीक्षेआधी सुट्टी पण मिळाली. मला या परीक्षेचे पेपर सोपे गेले होते.

जूनमध्ये पुन्हा शाळा सुरू झाली. आता मी निकालाची वाट पाहत होतो. पवार सरांच्या शाळेवर मला करमत नव्हते. एक तर तीन महिने झाले त्यांनी मला पगार दिला नव्हता. पगार तरी किती म्हणा; पण ते तीन महिन्यांचे नऊशे रुपये पण अजून मिळाले नव्हते. मला घरूनच खर्चायला पैसे घ्यावे लागायचे.

एक दिवस पवार सरांनी मला घरी बोलावून सहाशे रुपये दिले. माझा तो पहिला पगार. आयुष्यातील पहिली कमाई. रु ६००. त्या शनिवारी मी घरी गेलो, आणि ते सहाशे रुपये मी अण्णांकडे दिले. अण्णा आईला म्हणाले, ‘‘पोरगा लागला कमवायला.’’ अण्णांनी त्यातील ४०० रु. मला दिले आणि म्हणाले, ‘‘जा एक ड्रेस घे तुला.’’ माझ्या कमायीचा तो पहिला ड्रेस होता.

साधारण जुलै महिन्याचा शेवटचा शनिवार असावा. मी सकाळची शाळा करून घरी जाण्याची तयारी करत होतो, तेवढ्यात रूमवर माझा मित्र रावसाहेब हराळ आला. त्याने सांगितले, की आपला झेडपीचा निकाल लागलाय म्हणून. चलतोस का बघून येऊ. त्याच्या सायकलवर मी मागे बसलो. आम्ही काय एक पाच मिनिटात झेडपीत आलो. बघितले तर तिथे पाच पन्नास पोरांची गर्दी झालेली. समोरच्या भिंतीवर साडेचारशे पोरांचे भवितव्य टांगलेले होते. जो तो आपले नाव यादीत शोधण्याचा प्रयत्न करीत होता. नाव दिसताच अत्याधिक आनंदाने पोरं उड्या मारत होती. मी त्या गर्दीत स्वतःला पुढे रेटले. माझी नजर त्या यादीवरून भिरभिरत होती. छातीत धडधड वाढली होती. माझे भवितव्य, म्हणजे माझे नाव शोधताना मी आचारी की बिचारी झालो होतो. एका मागून एक यादी मी पाहत होतो; पण माझे नाव सापडत नव्हते. तेव्हढ्यात माझ्या चुलत भावाचे म्हणजे सुनीलचे नाव मला दिसले. ६४ नंबरला त्याचे नाव होते. मला खात्री होती, की मी निश्चितच त्याच्यापेक्षा चांगले पेपर लिहिले आहेत. माझे नाव असायलाच हवे; पण कुठे होते माझे नाव? हे देवा, माझे नाव दिसू दे. मनात म्हसोबा महाराजांचा जप चालू होता. पण नाव

नव्हते दिसत. सारी यादी मी शेवटपर्यंत तपासली; पण नाही.

माझ्या पोटात मोठा खड्डा पडला होता. डोळ्यांपुढे अंधाऱ्या आल्या होत्या. आता काय करू, पुढे काय? असे असंख्य प्रश्न एका क्षणात डोळ्यांपुढे उभे होते. मी निराश होऊन मागे फिरलो. माझा पडलेला चेहरा पाहून तिथेच असलेला विजय व्यवहारे मला म्हणाला, "अरे विज्या काय झाले? किती नंबरला नाव आहे तुझे?" मी म्हणालो, "माझे नाव नाही रे यादीत. 'ए काहीपण नको सांगूस मला.' तो म्हणाला. 'तू तर साऱ्यांच्या वरती असला पाहिजे. माझे नाव आहे आणि तुझे नाही, म्हणजे कसे? चल परत एकदा आपण खात्री करू.' मी परत वळलो.

विजय व्यवहारे माझे नाव शोधू लागला आणि तो ओरडला मोठ्याने. 'साल्या विज्या. बघ. तेरा नंबरलाच तुझे नाव आहे. विजय अमृता कुलांगे. बघ नीट बघ.' मी पाहू लागलो. खरेच माझेच नाव होते ते. खरेच होते. मुडच बदलला माझा लगेच. मी गुरुजी झालो होतो. म्हणजे झेडपीच्या शाळेत मी आता नोकरीला लागणार होतो. अरे खरंच मला नोकरी लागली होती.

माझ्या घरात मीच पहिल्यांदा नोकरीला लागलो होतो. मी तसाच पळत पळत रूमवर आलो. रूमवर अर्जुन होता. त्याला सांगितलं, माझी निवड झाली म्हणून. मी त्याच्याकडून शंभर रुपये उसने घेतले. तसाच कापड बाजारात गेलो. बम्बई मिठाईवाल्याकडून एक किलो पेढे घेतले. मनात विचारांचे काहूर माजले होते. दीडच्या एस.टी.ने घरी निघालो. माझं गाव नगरपासून तीस किलोमीटर अंतरावर. एक तास लागायचा. माझे एस.टी.त बसल्या बसल्याच माझे विचार चालू होते. मी आता स्वावलंबी झालो होतो. आता मला खूप आनंद झाला होता, आणि मी मेडिकलला न जाता डी.एड. करण्याचा निर्णय पण मला आता योग्य वाटत होता. आता मी अण्णांना मशीन काम करू देणार नाही आणि आईला पण खुरपायला जाऊ देणार नाही. आता सुनीची पण काळजी नाही. खरंच त्या पहिल्या नोकरीचा आनंद काही वेगळाच होता. पवार सरांच्या शाळेवर मी जात होतो खरा; पण माझ्या दृष्टीने ती नोकरी नव्हतीच मुळी. मी घरी आलो.

अण्णा मशीनमधील काम आटोपून लिंबाखाली बसले होते. नाना पण तिथेच होते. माझी आजी होती. आई कामाला गेली होती. मी अण्णांना पाहिल्याबरोबर म्हटले, "माझी निवड झाली अण्णा. अण्णा लगेच आईला म्हणजे माझ्या आजीला म्हणाले, "आई, बघ झाला आपला पिंटोबा मास्तर. आता काय काळजी नाही. मी पेढे अण्णांकडे दिले. अण्णांच्या, नानाच्या, आईच्या पाया पडलो. अण्णांच्या चेहऱ्यावर एक वेगळेच समाधान दिसत होते. आपण याला डी.एड. करायला लावले खरे; पण पुढे सारे सुरळीत होईल का, असे त्यांना नेहमी वाटत राहायचे. त्यांची काळजी आता मिटली होती. मला म्हणाले, "आधी एक धुराजी अण्णाच्या

दुकानातून नारळ आणि उदबत्ती आन, आणि म्हसोबाला पेढे ठेवून ये. मी मंदिरात गेलो. नारळ फोडला, पेढे ठेवले. अण्णा गुरवाला १०रु. दिले आणि देवापुढे नतमस्तक झालो. देवा ही फक्त सुरुवात आहे. अजून पुढे माझा खरा प्रवास आहे. असाच पाठीशी राहा.

घरी सर्वांना पेढे दिले. अण्णांना खूप आनंद झाला होता. आता ही बातमी मला आईला सांगायची होती. आई मावशीच्या मळ्यात खुरपायला गेली होती. मी मग मळ्यात सायकल घेऊन निघालो. मन पिसासारखं हलकं झालं होतं. सायकल ओढ्यात लावली आणि बांध चढून वरच्या तालीत गेलो. आई, मावशी, अजून तीन- चार बाया मिरच्या खुरपीत होत्या. गेल्या गेल्या आईला सांगितले, ''आई माझी निवड झाली शिक्षक म्हणून!'' आईचा चेहरा लागलीच फुलला. तापलेले वातावरण वळवाचा पाऊस येऊन गार गार व्हावे, अशी तिची अवस्था झाली. तिच्या डोळ्यांत पाणी आले होते. साऱ्यांना पेढे दिले. मावशीने मला वीस रुपये दिले बक्षीस म्हणून. पाच वाजत आले होते. मी आईबरोबरच घरी निघालो. आईच्या डोक्यावर सरपणाची मोळी होती. मी एका हातात सायकल धरून तिच्यासोबत पाईपाई चालत होतो. आज तिच्या डोक्यावर सर्पनाचे ओझे जरी होते, तरी तिला आयुष्याचे ओझे हलके झाल्यासारखे वाटत होते. आता आपल्याला चांगले दिवस येतील, आई म्हणाली.

सूर्य मावळतीला टेकला होता. आम्ही दोघे मायलेकरं होऊ घातलेल्या सूर्योदयाची वाट पाहत घराकडं निघालो होतो.

संध्याकाळी आम्ही सारे ओट्यावर बसलो. गप्पा रंगल्या. वातावरण तणावमुक्त झाले होते. आईने माझ्या आवडीचे हुलग्याचे कढाण शिजायला टाकलं होतं, तिथं लिंबाच्या बुडालाच असलेल्या चूलीवर. आमच्या बरोबर गप्पा मारत तिचा स्वयंपाक चालला होता. नाना म्हणाले, ''तुला आता आम्ही मास्तर म्हणणार.'' अण्णा म्हणाले, ''त्यो कितीबी मोठा झाला तरी आपल्या घरासाठी पिंट्याच राहणार.'' मला हसायला येत होते.

दुसऱ्या दिवशी मी पवार सरांच्या शाळेवर गेलो. सरांना भेटलो आणि सांगितले, की मला आता आठवडाभरात ऑर्डर येईल. आता मी काही शाळेवर येणार नाही. ठीक आहे, सर म्हणाले. मला वाटले चार महिन्यांचा पगार मिळेल म्हणून. पण सरांनी पगाराचा विषय घेतलाच नाही. माझा पण धडा झाला नाही पगार मागायचा.

पुढील आठवडाभर मी घरीच राहिलो. ऑर्डरची वाट पाहत.

आणि ५ ऑगस्टला मला ऑर्डर मिळाली. नेवासा तालुका मला दिला होता. पंचायत समितीत मला हजर होण्यासाठी सांगितले होते. हजर होण्यासाठी दहा दिवसांची मुदत देण्यात आली होती. यापूर्वी मी नेवाशाला कधीही गेलो नव्हतो. नगरवरून साधारण सत्तर कि.मी. अंतर होते.

गुरुजी, बे एके बे

माझं बरोबर वीस वर्षे वय झाले होते. माझे बारावीचे वर्गमित्र अजून शिकतच होते आणि मी आता नोकरीला सुरुवात करणार होतो. माझी पोटापाण्याची चिंता तर मिटली होती. नेवासा म्हणजे पवित्र तीर्थक्षेत्र. तिथं पैस खांबाचं मोठं मंदिर आहे. चला तेव्हढेच दर्शन होईल म्हणून माझ्याबरोबर अण्णा, मळ्यातले मामा आणि काका निघाले. मी सारी कागदपत्रं घेतली होती. साधारण बारा वाजेपर्यंत आम्ही पंचायत समितीत आलो. एस.टी.स्टँडच्या जवळच पंचायत समिती होती.

गेल्याबरोबर मी माझी ऑर्डर आगळे भाऊसाहेब (पंचायत समितीचे क्लार्क) यांच्याकडे दिली. मला पाहून तो म्हणाला, ''पोरगेलाच दिसत्योय खरं. मी काहीच बोललो नाही. हजर रिपोर्ट लिहिला. माझी नोकरी सुरू झाली होती. माझे तीन-चार वर्गमित्र सुद्धा हजर व्हायला आले होते. पंचायत समितीतून शाळेचे गाव मिळायला किमान दहा दिवस लागतील, असे सांगण्यात आले. आता रोज पंचायत समितीत येऊन सही करायची होती. हा सारा सोपस्कार उरकल्यावर आम्ही सारे पैस खांबाच्या दर्शनाला निघालो. पंचायत समितीपासून एक अर्धा कि.मी. अंतरावर हे मंदिर आहे. इथेच ज्ञानेश्वरांनी खांबाला टेकून 'ज्ञानेश्वरी' लिहिली. मी तिथे माथा टेकला. मंदिरात काही लोकं पारायण करीत होती. आम्ही थोडा वेळ खाली टेकलो. सुरुवात तर झाली. आता मला इथं थांबून चालणार नाही. पुढे नक्की काय करायचे ते माहीत नव्हते; पण आयुष्यात आत्ताशी पहिल्या पायरीवर पाय ठेवला होता. अजून शिखर गाठायचे होते. मी माझ्या पायावर वयाच्या विसाव्या वर्षी उभा राहिलो होतो. एक अनपेक्षित वळण माझ्या आयुष्याने घेतले होते.

१४ ऑगस्टला आम्हाला शाळा देण्यात आल्या. तो दिवस गुरुवार होता. मला गलनिंबची शाळा दिली होती. मला हे गाव माहीत नव्हते. माझ्या बाकीच्या मित्रांना मात्र घोडेगाव परिसरातच शाळा मिळाल्या होत्या. हे मोठे गाव होते आणि बरीच मुलं त्या परिसरात शाळा मिळण्यासाठी प्रयत्न करत होती. ते ठिकाण नगरजवळ होते.

मी क्लार्कला विचारले, की कुठे आहे हे गलनिंब गाव. त्याने सांगितले, तिकडं सालाबतापूरच्या पुढे आहे. गंगथडीलाच आहे ते गाव. माजी पंचायत सभापती आप्पासाहेब शेळके यांचे ते गाव. खडका फाट्यावरून जावं लागत. मी मला अमुक गाव द्या म्हणून कुणालाच म्हणालो नव्हतो. बाकी पोरांनी मात्र वशिला लावून आपापल्या सोयीने शाळा बसवून घेतल्या होत्या. दुसऱ्या दिवशी स्वातंत्र्यदिन होता. म्हणजे आता मला १६ ऑगस्टला हजर व्हायला जावे लागणार होते. लांबची शाळा भेटल्याने मी जरा नाराज झालो होतो. आता घरून रोज येणे शक्य नाही होणार. संध्याकाळी मी घरी आलो. अण्णांना सांगितले की मला गलनिंबची शाळा भेटली आहे.

अण्णा म्हणाले, "मग लगेच का हजर होऊन नाही आलास?"

'मला ते गाव माहीत नाही अण्णा आन् त्यात उद्या सुट्टी. मग जाऊ कसा मी हजर व्हायला?'

अण्णांना कोणतीही जोखीम नको होती. अण्णा म्हणाले, "उद्याच जाऊ हजर व्हायला. सुधाकर गुरुजीची गाडी घेऊ आणि जाऊ. आधी शाळेवर हजर होणे महत्त्वाचे आहे. गुरुजींची एमएटी गाडी घेऊन दुसऱ्या दिवशी मी अन् अण्णा निघालो.

आम्हाला जायला चार तास लागले.

खडका फाट्यावरून सलाबतपूर रोडने निघालो. जळका, सलाबतपूर मग गोगलगाव आणि त्यापुढे गलनिंब. जसे गोगलगाव मागे पडले, तसा डांबरी रस्ता संपून कच्चा रस्ता सुरू झाला. रस्त्याच्या दोन्ही बाजूने एड्या बाभळी उगवलेल्या. दाटीवाटीने उभ्या. एखाद्या बोळातून जावे तसे वाटत होते. रस्त्याची सारी खडी वर आलेली. कधी एकदा गाव येतेय, असे झालेले. गावात आलो. शाळा कुठे ते एका पोराला विचारले. पोराने सांगितले की, या रस्त्याच्या पलीकडेच आहे शाळा. गेलो शाळेत. आम्हाला बारा वाजून गेले होते. स्वातंत्र्यदिनाचा कार्यक्रम संपला होता. बाहेर पताका दिसत होत्या. ध्वज फडकत होता. मी बाहेरून ती शाळा पाहत होतो. गावाच्या मध्यभागी होती ती शाळा. आता ही माझी कर्मभूमी असणार होती. मला अचानक प्रौढ झाल्यासारखं वाटू लागले. गावातील एक-दोन मंडळी आम्हाला पाहून शाळेत आली. त्यांनी आमची विचारपूस केली. मी सांगितले, की मी शिक्षक म्हणून हजर व्हायला आलोय. इथे कुणी शिक्षक राहायला आहेत काय? त्यांनी केने गुरुजींचे घर दाखवले.

गुरुजींनी खूप आपुलकीने आमचे स्वागत केले. त्यांना बरे वाटले होते, की एक नवीन शिक्षक शाळेला मिळालाय म्हणून. गाव खूप छोटे होते. जायकवाडी धरणातून विस्थापित झालेले.

दुसऱ्या दिवशी मी शाळेत रीतसर हजर झालो; मात्र आम्ही काहीच सामान घेऊन आलो नव्हतो. अण्णा केने गुरुजींना म्हणाले, "आम्हाला दोन दिवस सुट्टी द्या. म्हणजे येताना हा आपलं सारं सामान घेऊन येईल. अण्णा आणि मी मग पुन्हा माघारी फिरलो. माझ्या डोक्यातून शाळेचे चित्र जात नव्हते. किती लांब आहे ही शाळा. घरी पोहोचायला संध्याकाळ होऊन गेली होती. आई मळ्यातून आली होती. मला ती म्हणाली, "खूप दमल्यावाणी झालास. मी गप्पच होतो. आता मला पुन्हा जाण्याची तयारी करावी लागणार होती. समजत नव्हते माझे काय होणार ते?"

दोन दिवस होते माझ्याकडे. मी माझी जाण्याची तयारी करू लागलो. आता लांब जावं लागणार म्हणून मला उचलून फेकल्यागत व्हत व्हतं.

आईने माझ्यासाठी लाडू आणि चिवडा केला. तिथं खानावळ मिळण्याची कोणतीच शक्यता नव्हती. मला हातानेच स्वयंपाक करावा लागणार होता. म्हणून आईने गव्हाचे पीठ चाळून ठेवले. एक किलो बटाटे, हिरव्या मिरच्या, शेंगदाण्याचा कूट, लाल मिरची असं सारं एका पिशवीत तिनं भरून ठेवलं. सुनिनी तिला मदत केली. एक स्टोव्ह, दोन लिटर रॉकेल पण घेतले. एक मोठी परात, एक प्लेट, कढई, आणि गोडंतेल, खोबऱ्याचं तेल पण घेतले. माझ्याकडे असलेले दोन ड्रेस घेतले. एक चादर आणि एक रग घेतला. टॉवेल, साबण, असं सारं काही एकाच खताच्या पांढऱ्या गोणीत भरले. नक्की वीस किलोचा बोजा झाला असेल. हे सारं घेऊन मला गलनिंबला जायचं होतं. मलाच हाताने करून खावे लागणार होते. मी तर आयुष्यात कधी कांदा कापला नव्हता माझ्या हाताने. माझ्या आईला तिच मोठी काळजी होती.

'तू काही काळजी नको करूस आई.' मी आईला म्हणालो.

'पाण्यात पडल्यावर हात-पाय हलवत की माणूस.'

पण आईला घोर होताच.

सोमवार उजाडला. आठच्या एस.टी.ने मी जाणार होतो. घरी आता सुनी एकटीच राहणार होती. ती अकरावीला जात होती. आईने आजचा डबा करून दिला होता. मला जणू काळ्या पाण्यावर पाठवल्यागत होत होतं. नोकरी मिळाल्याचा आनंद आता सरला होता. आता समोर दिसणाऱ्या भवितव्याच्या सागरात मला एकट्याला पोहायचे होते.

मी अण्णा-आईच्या पाया पडलो. मला खूप रडावसं वाटत होतं. मला स्टँडवर वर बसून द्यायला सारेच आले. अण्णा, सुनी, नाना. नानांनी माझी गोनी खांद्यावर घेतली. आई म्हणाली, "जीवाला जपत जा आणि पोटभर खात जा."

बसमध्ये बसलो. गोनी नीट ठेवली. आता मनाची तयारी झाली होती. बस निघाली. गाव मागे पडत होता. झाडं, शिवार डोळ्यात साठवत होतो. माझी विद्यार्थी

दशा आता संपली होती. या नोकरीवर आपण समाधान मानायचे नाही, असं मी वारंवार मनाला बजावत होतो. नगरला आलो. नेवाशाची नऊची गाडी उभीच होती. गोणी खांद्यावर घेतली आणि त्या गाडीत बसलो. मला नेवाशाला यायला साडे अकरा वाजून गेले होते. नेवाश्यात चहा घेतला आणि गलनिंब गाडीची वाट पाहत stand वर एका फळीवर बसलो. गाडी साडेबारा वाजता होती. तेव्हडी एकच एसटी त्या गावाला जायची. आणि मग संध्याकाळी मुक्कामी गाडी असायची. नवं गाव, नवीन लोकं, आता हे सार मला जुळवून घ्यायचं होतं.

बस पार एक वाजता लागली. एसटीत सारे लोकं अनोळखी लागत होते. एक दोघेजण माझ्याकडे पाहत होते. नवीन दिसतोय जणू. मला जायला पाऊण तास लागला. मला पोहचायलाच दीड वाजून गेला होता. ऑगस्ट महिना होता तरी पाऊस नव्हता. दुपारची वेळ होती त्यामुळे गावात वर्दळ नव्हती. मी माझी गोणी उचलली अन् खांद्यावर घेतली. आणि शाळेकडे निघालो.

शाळेची जेवायची सुट्टी झाली होती. माझ्या खांद्यावर गोणी होती. मला पाहताच केने गुरुजी पुढे झाले. त्यांनी पोरांना पुढे घातले. एकाने मग माझा भार हलका केला. पोरं माझ्या भोवती गोळा झालती. नवीन गुरुजी. नवीन गुरुजी म्हणून ओरडत पळत होती. ऑफिस मध्ये गेलो. भद्‌गले गुरुजी हेडमास्तर होते. सारे मिळून सात जनाचा स्टाफ होता. मी आठवा. मोठी शाळा होती ती. इथून तिथून पडवी असलेली मोठी इमारत. पुढे पटांगण. शाळेला मैदान होते, पण कंपाऊंड नव्हते.

मी येणार हे माहीत होते. गावातील एक वयोवृद्ध, आप्पा शेळके मला भेटायला आले. ते नेवाश्याचे माजी सभापती होते. ते म्हणाले, गुरुजी, काय काळजी करू नका. इथं तुम्हाला काडीचाही तरास होणार नाही.

माझी सर्वांत मोठी अडचण म्हणजे राहण्याची होती. एक तर हे गाव जायकवाडी प्रकल्पात विस्थापित झालेले. त्यामुळं या गावात ज्याने त्याने आपापल्या गरजेपुरते निवारे बांधलेले. केने गुरुजींनी एक दोघांना विचारून पहिले, पण रूम नव्हती. त्यादिवशी मी केने गुरुजीच्या घरी राहिलो. दुसऱ्या दिवशी प्रार्थनेला कडलक गुरुजींनी माझी ओळख मुलांना करून दिली. ही शाळा सातवी पर्यंत होती. गावात आठवीपासून हायस्कूल होते. मला पाचवीचा वर्ग दिला. शाळेत शिक्षकामध्ये मीच सर्वांत लहान होतो. गोरे आडनाव असणारे दोन गुरुजी होते. एक त्रिंबक गोरे. ते पाथर्डी मधील खरवंडी कासार या गावचे होते. आणि तुकाराम गोरे. ते जवळच्याच वरखेड या गावचे होते.

मी वर्गात गेलो. पोरं कौतुकाने माझ्याकडे पाहत होती. सुमारे पन्नास पट (विद्यार्थी संख्या) होती वर्गाची. मी शिकवायला सुरुवात केली. मुलं तल्लख होती. माझी शाळा सुरू झाली.

दोन दिवसांत माझा राहण्याचा प्रश्नही सुटला. आमच्या पहिलीच्या वर्गाला लागूनच ग्रामपंचायतीची खोली होती. तिच्यात आप्पा शेळके यांचे दहा-बारा पोते गहू ठेवले होते. त्यांनी ते जरा बाजूला खोलीतच लावून घेतले. खोलीचा परवर (घराची जमीन) सारून घ्यायचा होता. केने गुरुजींनी चार-पाच पोरींना शेण आणायला लावले, आणि ती खोली सारवून घेतली. समोरच हपशा (हातपंप) होता. मी खूश झालो. निदान पाण्याची तरी काळजी नाही. खोलीत मी माझा संसार मांडला. एका कोपऱ्यात एक पोते अंथरले. त्यावर स्टोव्ह, माझी भांडी लावून ठेवली. कपडे ठेवण्यासाठी एक दोरी बांधली; पण त्या खोलीत फार उंदिर होते. त्यांना मारण्यासाठी औषध आणावे लागणार होते.

दुसऱ्या दिवशी माझी फार फजिती झाली. त्याचे असे झाले, की मी पहाटेच उठलो. कारण तिथे आंघोळीसाठी न्हाणी नव्हती. त्यामुळे आंघोळ करायची तर ती बाहेर पहाटेच अंधारात उरकावी लागणार होती; शिवाय संडासला पण लांब जावे लागणार होते. मी समोरच्या हपशावरून एक पाण्याची बादली भरून आणली. खोलीच्या बाहेर एका दगडाजवळ मांडली. पहिला तांब्या अंगावर घेतला. गार पाण्याने अंग शहारलं आणि मग साबण डोक्याला लावला तर सारं डोकं चिकट चिकट झालं. मला कळेना, का असं होतंय ते! मग माझ्या डोक्यात उजेड पडला. हे पाणी खारं होतं. मग तशीच आंघोळ केली. अंग पण चिकट चिकट झालेलं. डोक्याला तेल लावले. मग कोठे केस ठिकाण्यावर आले. म्हणजे या हापशाचा मला फार उपयोग होणार नव्हता.

आता माझा पहिला दिवस स्वयंपाक करण्याचा. मी याआधी कधी कांदाही चिरला नव्हता. काहीच माहिती नव्हती; पण आता इलाज नव्हता. मी पीठ घेतले. आईने चाळून दिले होते. परात घेतली व पीठ मळायला लागलो. चिकट चिकट हात झाले. मुद्दामच जरा निबर पीठ मळले. पहिली चपाती लाटली. तिचा आकार काहीसा भारतासारखा झाला. अशा चार-पाच चपात्या लाटल्या, आणि मग भाजायला घेतल्या. स्टोव्ह पेटवला. त्याचा पंप नीट काम करीत नव्हता. मला त्या स्टोव्हला हवा मारता मारता चिमटेही बसले, पण इलाज नव्हता. स्वयंपाक तर करायचाच होता. आता तवा गरम झाला होता आणि मी पहिली चपाती तव्यावर टाकली. चर्र आवाज झाला. तवा खूप गरम झालता. चपाती तव्याला चिकटून बसली. उलथने होते, पण तोवर चापातीतून धूर निघू लागला होता. माझी पहिली चपाती तव्यावरच शहीद झाली होती. मग स्टोव्ह जरा कमी केला. मग उलथन्याने त्या चपातीचा देह दूर केला. तवा जरा खरवडून काढला आणि मग दुसरी चपाती. आता जरा अंदाज आला होता. उलथन्याने हळूच तिला उलटवली. जरा काम जमलं होतं या खेपेला. हाताने तिला तेल लावून फिरवायला लागलो. मग ती जळायच्या आत तिला

तव्यापासून दूर केली. चपातीला तव्याचा जास्त संग चांगला नाही, हे मला त्यादिवशी कळले. अशा चार चपात्या झाल्या. त्यांच्याकडे नजर टाकली. खरच त्यावेळी या चपात्यांचा फोटो काढून ठेवायला पाहिजे होता.

आता भाजी करायची होती. साला एक तास झाला; पण फक्त चपात्याच झालत्या. तरी बरं मी स्वयंपाकाला लवकरच सुरुवात केली होती. घरून बटाटे घेऊन आलो होतो. चाकूने त्याच्या फोडी केल्या. चारच बटाटे कापले, तरी अर्धी कढई भरली होती. स्टोव्हवर कढई ठेवली. लसून-कांदा यांची फोडणी टाकली. बटाटे छान परतून घेतले. मिरचीचा ठेचा टाकला. शेंगदाण्याचा कुट टाकला आणि उकळी फुटायची वाट पाहू लागलो. आठ वाजून गेले होते.

त्या खोलीत मी एकटाच भूतासारखा बसून होतो.. लाईट नव्हती त्या खोलीत. भाजीला उकळी फुटली. एक बटाट्याची फोड हातात घेऊन दाबून पहिली, शिजली होती ती. मला सकाळी जेवायची सवय. कडाडून भूक लागली होती. ताटली घेतली. त्यात भाजी घेतली. चपात्या एकदमच चुरल्या. माझ्याकडून भाजीचा रसा जास्त झाला होता; पण काही हरकत नव्हती. माझा हा पहिलाच प्रयोग होता स्वयंपाक करण्याचा. मलाच तो प्रयोग अनुभवायचा होता.

मांडी घालून बसलो. मला घरची खूप आठवण येत होती. राहून राहून डोळे भरून यायचे. पहिला घास मी घेतला आणि मला रडूच आवरेना. एकटाच खूप रडलो. कोण होते तिथे मला जेव म्हणणारे. जरा सावरल्यावर मग जेवण केले. स्वयंपाक बऱ्यापैकी जमला होता.

माझा शाळेचा खऱ्या अर्थाने पहिला दिवस होता. आज मी वर्गात शिकवण्याचे काम सुरू करणार होतो. माझी ती खोली शाळेच्या पहिलीच्या वर्गाला चिकटूनच होती. काही मोठी पोरं शाळेत आली होती. मी त्यातल्या एकाला चावी आणायला सांगितली. त्याने केने गुरुजींच्या इथून चावी आणली. मी ऑफिस उघडले. पोरं धडाधड आतमध्ये घुसली. आपापल्या वर्गाच्या चाव्या घेतल्या आणि वर्ग उघडायला पळाली. पंधरा एक मिनिटांत साऱ्यांनी वर्ग झाडून घेतले. मी पडवीतून चाललो होतो. परिसर पाहत होतो. सहा खोल्या एका ओळींत होत्या आणि दोन खोल्या त्याला काटकोनात लागून होत्या. शाळेला तारेचे कुंपण होते. पण जागोजागी तुटून गेले होते. एक दोन मोठी झाडे होती. शाळेला मैदान होते. पोरं माझ्या मागं मागं येत होती. सातवीपर्यंतची ती शाळा होती. पोरं-पोरी मोठी थोराड दिसत होती. माझ्या मागून आवाज आला. आरं, हा गुरुजी आपल्यापेक्षा लहान दिसतोय की! आणि एक मोठा हशा पिकला. मी दुर्लक्ष केलं.

पावणे दहा वाजत आले होते. बरोबर दहाला त्रिंबक गोरे गुरुजी आले. आम्ही मग पोरं मैदानात रांगेत उभी केली प्रार्थनेसाठी. चौदा रांगा. पोरा-पोरींच्या मिळून.

सावधान-विश्राम, मी खणखणीत आवाजात ऑर्डर दिली; मग चुळबुळ एकदम थांबली. सारी पोरं नवीन गुरुजीकडं म्हणजे माझ्याकडे कुतूहलाने पाहू लागली. एकसाथ राष्ट्रगीत शुरू कर! जण गण मन... वातावरणात सूर उमटले... माझ्या अंगावर रोमांच उभे राहिले. राष्ट्रगीताची ही जादू आहे आणि मग राष्ट्रगीतानंतर प्रतिज्ञा घेतली. भारत माझा देश आहे... पोरं सरावाने म्हणत होती. परिपाठाची वही हातात घेऊन मग मुलींनी प्रार्थना सुरू केली, 'खरा तो एकची धर्म, जगाला प्रेम अर्पावे...' प्रार्थना सुरू असताना मग बाकीचे गुरुजी आले.

पाचवी ते सातवी या वरच्या वर्गाला तासवारी होती. वर्गशिक्षक म्हणून माझ्याकडे पाचवीचा वर्ग होता, आणि सहावी-सातवीचे मी विज्ञान, आणि समाजअभ्यास हे विषय घेतले. मी जरी डी.एड.ला नाइलाजाने गेलो होतो, मला आवडत नव्हते तरी; मात्र तरीही मला शिकवायला खूप आवडायचे. मला शाळा आवडली होती. पोरं एकदम गावरान ढंगाची होती; पण खूपच निरागस होती. मच्छिंद्र, दीपक, पपू, वनिता. अशी पोरं. गरीब घरांतली, पण खूप आनंदी. दिवसभर शाळेत वेळ कसा गेला ते समजलेच नाही. मधल्या सुटीत सगळे जेवायला ऑफिसमध्ये बसले. मी वर्गातच थांबलो. मी दुपारचा डबा नव्हता केला; पण तुकाराम गोरे गुरुजींनी मला जेवायला बोलावले. मला माझा डबा नसताना जेवणे बरोबर वाटेना. पण फारच आग्रह झाला मग जेवलो. आता उद्यापासून दुपारला डबा आणायचे ठरवले. पण मनात होते, की माझा डबा यांना आवडेल का?

लहान गोरे गुरुजी आणि मोठे गोरे गुरुजी, दोन्ही माझे चांगले सहकारी बनले. अजून एक शिंदे गुरुजी होते. ते माझ्याच तालुक्यातले होते, नगरमधील सांडव्याचे. केने गुरुजी तर गलनिंबचे होते. गव्हाणे गुरुजी जवळच्याच मंगळापुरचे होते. कर्डक जोडी सलाबतपूरची होती आणि मुख्याध्यापक होते भद्गले गुरुजी. ते उस्थळदुमाला येथील होते.

गळनिंब गाव गोदावरी नदीच्या काठाला वसलेले. जायकवाडी धरण झाले आणि हे गाव विस्थापित झाले. शासनाने जवळच गावठानाला जागा उपलब्ध करून दिली. गावात सारे कच्चे रस्ते. ज्याने त्याने आपल्यापुरता निवारा बांधलेला. माझी राहायची अडचण त्यामुळेच तर झाली होती. पावसाळा आला, की सारा गाव चिखलात असायचा. चप्पल घालणे मुश्कील व्हायचे.

एक दिवस शाळा सुटल्यावर लहान गोरे गुरुजी म्हणाले, "काय करताय संध्याकाळी?" मी म्हणालो, "काही नाही. थोडे वाचन आणि मग जेवण तयार करणे." ते मला म्हणाले, "चला आज गंगथडीला जाऊन येऊ. संध्याकाळी आमच्या घरी जेवू. ते गावातच कुंभार आळीला राहत होते. गोदावरी नदी साधारण दोन कि.मी. दूर होती. नदीपर्यंत कच्चा रस्ता होता. रस्त्याच्या दोन्ही बाजूने सारा

ऊस लावलेला. मुख्य पिक ऊसाचे. लोकं मला ओळखत नव्हते; पण गोरे गुरुजींना लोकं ओळखून रामराम घालत होते. मला ते प्रत्येक भेटणाऱ्याशी ओळख करून देत होते. मीही रामराम घालायचो.

अचानक ऊसाची शेतं संपली आणि समोर मोकळं खडकाळ रान पसरलेले. त्याला लागून नदी पसरलेली दक्षिण गंगा गोदावरी. सूर्यास्त होत आलेला. समोरच्या त्या पाण्याच्या विस्तारात मावळतीचे रंग दिसत होते. पाणी लाल लाल दिसत होतं. आम्ही नदीत जाऊन हात-पाय धुतले. ही गोदावरी नगर आणि औरंगाबाद जिल्ह्याला विभागते. मला पोहण्याची खूप इच्छा झाली होती; पण वेळ सायंकाळची असल्याने बेत नंतर करायचाच असे मनात ठरवले.

मी गोरे गुरुजींबरोबर पुढील वाटचाली संदर्भात चर्चा करत होतो. गोरे गुरुजी म्हणाले, "मला स्पर्धा परीक्षेची तयारी करायची आहे." मी म्हणालो, "आपण सोबतीने अभ्यास करत जाऊ. मी त्यावेळी बी.ए.च्या दुसऱ्या वर्षाला होतो. मी बहिस्थ प्रवेश घेतलेला होता पुणे विद्यापीठात. म्हणजे अजून दोन वर्षांनी मी परीक्षेला बसू शकत होतो.

आता मला रेग्युलर तर कुठले कोर्स करता येणार नव्हते आणि स्पर्धा परीक्षा हे एक असे माध्यम होते, की ज्यांतून मला माझ्या व्यक्तिमत्त्वाला आणि माझ्यातील क्षमतेला न्याय देता येणार होता. बाकी कुठला योग्य पर्याय दिसत नव्हता.

अंधार पडत चालला होता. आम्ही माघारी निघालो. संध्याकाळी गोरे गुरुजींच्या घरी जेवलो. त्यांना एक वर्षाचा मुलगा होता... फारच गोंडस! पुढे मी आठवड्यातून एकदा का होईना, त्यांच्याकडे जेवायला असायचो.

आता माझे रुटीन बसले होते. रोज सकाळी पहाटे उठणे, आंघोळ करणे, मग स्वयंपाक आणि मग शाळा. मी सकाळी साडे आठलाच तयार व्हायचो.

माझ्याकडे सकाळी खूप वेळ राहायचा. तुकाराम गोरे सरांकडे सातवीचा वर्ग होता. मी त्यांना म्हणालो, की मी सातवी स्कॉलरशिपचे तास घेतो. ते म्हणाले ठीक आहे. तुम्ही भाषा आणि बुद्धिमत्ता विषय घ्या. झाले मग. मला सकाळचे काम मिळाले. मी मराठी व्याकरण आणि बुद्धिमत्ता शिकवू लागलो. शिष्यवृत्तीचा अभ्यासक्रम याआधी मी कधी पाहिला नव्हता. नवनीतचे गाईड वापरून मी सुरुवात केली. सातवीचे हे दोन्ही विषय काठीण्य पातळीनुसार कठीण होते; पण मी दोन्ही साठी संदर्भ वापरून शिकवू लागलो. व्याकरणाला मो. रा. वाळिंबे तर बुद्धिमत्तेसाठी वा. ना. दांडेकरांची पुस्तके मी वापरत असे.

त्याचा मला फायदा झाला. मला दोन्ही विषयांत रस वाटू लागला. नकळत वाटत होते, की याचा आपल्याला भविष्यात फायदा होणारच.

दर शनिवारी मी पोरांना शेण घेऊन यायला सांगायचो. सकाळच्या शाळेला

जायच्या आधी मी माझी खोली सारवून घ्यायचो. सुरुवातीला माझ्या तळहाताची सालपटे गेली. हाताची खूप आग व्हायची. मग सराव झाला. माझी आई कसे सारवून घेत असेल असे त्यावेळी वाटायचे.

आमच्या शाळेचे हेडमास्तर, भद्गले गुरुजी, आजारी असल्याने रजेवर होते. त्यांच्या डोळ्याचे ऑपरेशन झाले होते; पण ते काही यशस्वी झाले नव्हते. ते नुकतेच हजर झाले होते. कृश व्यक्ती, पण काटक आणि करारी व्यक्तिमत्त्व होते. त्यांनी माझी विचारपूस केली. कुठे राहता तुम्ही? ते म्हणाले. मी म्हणालो, "मी इथेच ग्रामपंचायतीच्या खोलीत राहतो." मग ते म्हणाले, "आपण ऑफिस मध्येच राहू. मी पण एकटाच राहतोय." मला आयडिया छान वाटली. आमचे ऑफिस स्वतंत्र होते; शिवाय तेथे टी.व्ही. पण होता. त्याच दिवशी मी माझे बिऱ्हाड, त्या ग्रामपंचायतीच्या खोलीतून हलवले, आणि ऑफिसमध्ये राहायला आलो. ऑफिसमध्ये एक लाकडी कपाट होते. त्या कपाटात मी माझा सारा संसार ठेवला. अगदी गोधडीसकट. ऑफिसमध्ये चार-पाच मॅटच्या गाद्या होत्या. माझी अंथरण्याची पण सोय झाली. नाही तरी अजून काय पाहिजे एका सड्या माणसाला?

भद्गले गुरुजी आणि मी एकत्र राहू लागलो. त्यांना गप्पा मारायची खूप सवय होती. त्यांची बोलण्याची लकब पण खूप वेगळी होती. अतिशय स्वाभिमानी व्यक्तिमत्त्व होते त्यांचे. ते म्हणायचे, की माझी सायकल आणि तिला टांगलेली एक पिशवी, एव्हढंच माझं सामान. मी कधीच बिऱ्हाड केले नाही. त्यांच्या डोळ्यांचे ऑपरेशन झालेले; पण ते काही यशस्वी झाले नाही. गुरुजी सारखे त्या डॉक्टरला शिव्या द्यायचे. त्यांच्या उजव्या डोळ्यांत कृत्रिम डोळा बसवला होता. कधी कधी तो डोळा फिरायचा, आणि मग गुरुजी विचित्र दिसू लागायचे. मग शाळेतील पोरं त्यांना हसायची. त्यांच्या डोळ्यांतून सारखा पू यायचा.

मी स्वयंपाक करायला लागलो, की गुरुजी, कुठे कांदा काप, कुठे लसूण सोल, अशी कामं करायचे. मी नको नको म्हणत असतानाही ते मला मदत करायचे. स्वयंपाक झाला, की मग जेवण. गुरुजी मग खांबाला टेकून शिगारेट शिल्गवायचे. हवेत धूर काढायचे. असे एकटे बसले, की ते शून्यात नजर लावून बसायचे. मनात खूप खोल बुडी मारत असावेत ते.

गुरुजी त्यांच्या कुटुंबाबद्दल कधी जास्त बोलायचे नाहीत; पण त्यांची तब्येत खालावत चालली होती. डोळा जास्तच दुखत होता. सारखे डोळ्यांतून पाणी यायचे. मला म्हणायचे, "कुलांगे गुरुजी, मला हे असं जीवन नको वाटते. मी त्यांना पाणी पण आणून द्यायचो. त्यांना ही अशी सवय नसावी. ते मला म्हणायचे, की तुम्ही माझे काम करत जाऊ नका.

५ सप्टेंबर होता-शिक्षक दिन, त्यामुळे सुट्टी असल्याने मी आणि गुरुजी

सकाळीच आंघोळ करून गावातल्या पोलीस पाटलाच्या इथे चहा घ्यायला गेलो होतो. येताना एका मध्यम वयीन माणसाने आम्हाला हटकले. काय गुरुजी, आज कसली सुट्टी आहे? भदगले गुरुजी हजरजबाबी होते. ते म्हणाले, ''आज आमचा दिवस आहे. या जेवायला!'' मला त्यानंतर तो किस्सा आठवून आजही हसू येतं. ते म्हणायचे, ''साली ही माणसं. यांना सारख्या गुरुजी लोकांच्या चौकशा करायला लागतात.

मी दर शनिवार-रविवार घरी जायचो. गुरुजीही जायचे. मी सोमवारी परत माघारी यायचो. दहाला शाळा भरायची. मी घरून पहाटेच निघायचो. नगरहून औरंगाबादला जाणारी गाडी पकडून मी खडका फाट्यावर उतरायचो. तिथून परत मिळेल ते वाहन पकडून 'सलाबतपूर'ला जायचो. तिथून मात्र गाडी नसायची. माझ्याकडे दर सोमवारी नाही म्हटलं तरी, दहा किलो तरी बोजा असायचा. कारण सारा शिधा मी घरून घेऊन जायचो. पार मीठ, मिरची, शेंगदाणे, पीठ सुद्धा आणि कपडे. मग ती पिशवी घेऊन मी तडा तडा गलनिंबच्या दिशेने पायी निघायचो. एक तास लागायचा. सात कि.मी. अंतर होते. दर सोमवारी माझा हा नित्यक्रम असे.

एका शुक्रवारी शेजारच्या सुरेगावला साक्षरतेचा कार्यक्रम होता. संध्याकाळी मी तिकडेच जेवलो. मी भदगले गुरुजींना विसरून गेलो होतो. माघारी यायला मला दहा वाजून गेले होते. गोरे गुरुजींनी मला शाळेवर सोडले. मी ऑफिसमध्ये गेलो. भदगले गुरुजीं झोपले होते. मी गेल्यावर गुरुजी उठले. त्यांनी जेवण केले नव्हते; मला कसेतरीच झाले. मी नसल्यामुळे त्यांनी जेवण केले नव्हते.

दुसऱ्या दिवशी शनिवारी नेहमीप्रमाणे मी पहाटे उठलो. माझी रोज साडेचारला उठून प्रातर्विधीला जाण्याची सवय. मी पाहिले तर भदगले गुरुजी बिछान्यावर नव्हते. आज कसे काय लवकर उठले कुणास ठाऊक, असा विचार करून मी आतून दाराची कडी काढायला गेलो तर दाराची आतली कडी उघडी होती. दार उघडायला गेलो, तर काय दाराची कडी बाहेरून लावलेली. मला वाटले भदगले गुरुजींनी अनवधानाने कडी लावली असावी. मी खुर्ची घेतली आणि वरच्या जाळीतून हात घालून कडी उघडली. मी नंतर माझी अंघोळ उरकली. घरी जाण्याची पिशवी भरली. सात वाजले तरी भदगले गुरुजी काही आले नव्हते. एव्हढा उशीर त्यांनी यापूर्वी कधी केला नव्हता; पण मला वाटले, की बसले असतील कुठे चहा पीत आणि गप्पा मारत.

साडेसात वाजता शाळेशेजारचा एक माणूस माझ्याकडे आला. मला म्हणाला, ''भोसेकराच्या विहिरीवरही मोठी गर्दी जमलीय. भदगले गुरुजींच्या चपला विहिरीच्या काठावर आहेत आणि पाण्यात एक बादली तरंगतेय. माझ्या छातीत धस्स झालं. मी पळतच विहिरीच्या दिशेने निघालो. लोकं माझ्याकडे विचित्र नजरेने बघत होते. मला कळेना नेमकं काय झालंय ते? मी विहिरीवर गेलो तर मोठी गर्दी काठावर

जमलेली. मी जाताच काहींनी बाजूला होऊन मला वाट करून दिली. पोलीस पाटील होते तिथे. ते मला म्हणाले, ''या चपला भदगले गुरुजींच्याच आहेत का?'' मी पहिल्या तर काठावर दोन्ही चपला व्यवस्थित ठेवलेल्या. पाण्यावर माझी बादली अर्धी भरलेली तरंगत होती. मी म्हटले, ''चपला गुरुजींच्याच आहेत आणि बादली माझी आहे. जवळपास हे नक्की झालते, की गुरुजींनी पाण्यात उडी मारलेली होती; पण गुरुजींना तर पोहता येत होते. मग?

थोड्या वेळाने पोलीस आले. त्यांनी विहिरीत गळ टाकून पाहायला सांगितले. मग एकाने गळ टाकला. दहा बारा मिनिटं गेली असतील, आणि गळाला काहीतरी लागले. मग त्याने गळ ओढायला सुरुवात केली. जसजसा गळ वर येत होता, तसा माझा जीव खाली-वर होत होता. गळ वर आला, तर त्याला काथ्याचा दोर लटकला होता. माझ्या बादलीचा होता तो दोर. मग एक दोघांनी तो काथ्याचा दोर ओढायला सुरुवात केली. दोर ओढायला जड जात होता आणि मग भदगले गुरुजी दिसले. कमरेत वाकलेले. डोळे मिटलेले. चेहऱ्यावर स्मित हास्य. जणू कुणावर नाराज नाही आणि पायाला मोठा दगड बांधलेला. पोहता येत होते ना म्हणून. गुरुजींनी आत्महत्या केली होती. मला ही त्यांनी जाणवू दिले नाही. त्यांनी रात्री जेवण केले नाही, ही रुखरुख मात्र मला सारखी लागून राहिली होती.

त्यादिवशी आषाढी एकादशी होती. मला घरी जायचे होते; पण माझा सारा दिवस या घटनेत गेला. पोलिसांनी माझी प्राथमिक चौकशी केली. रविवारी मी घरी गेलो. झाला प्रकार मी घरी सांगितला.

आता मी एकटाच होतो ऑफिसमध्ये. सकाळी मी ऑफिसमध्येच शिष्यवृत्तीचे तास घ्यायचो. दिवस तर शाळेत कसा जात होता, ते कळत नसे. संध्याकाळी पुन्हा वाचन, आणि गावातली पण काही तरुण मुले गप्पा मारायला येत.

आमची शाळा गावातच होती. यापूर्वी शाळेला कुंपण केलं होते; पण ते क्रिकेट खेळणाऱ्या पोरांनी जागोजागी मोडले होते. त्यामुळे एव्हढे मैदान असूनही शाळेत झाडे नव्हती. मी आधी कुंपण दुरुस्त करण्याचा प्रस्ताव कर्डक गुरुजींपुढे मांडला. ते म्हणाले, ''गुरुजी, तुम्ही नवीन आहात. इथे काही केले तरी गावाचा पाठींबा मिळत नाही. त्यात हे गाव दोन पार्ट्यांचं. त्यामुळे चाललंय ते ठीक आहे. मी नाराज झालो. पण मनातून काही जात नव्हते. मी दोन्ही गोरे गुरुजी आणि शिंदे गुरुजींना माझा विचार सांगितला. एव्हढे मोठे मैदान; पण धड पोरांना खेळता येत नाही, की झाडे लावता येत नाहीत. मोठे गोरे गुरुजी म्हणाले, ''चला, करू आपण. झाले तर! दुसऱ्या दिवशी पोरांना घरून कुऱ्हाडी, मोठाली सरळ लाकडे, बांबू आणायला लावले. केनेच्या दुकानातून काही काठ्या आणि सुतळी आणली. एका पोराला पहार आणायला लावली आणि मग मी बाह्या मागे केल्या आणि पहारीने, जिथे जिथे कुंपण

मोडले होते तिथे तिथे खोल दर (खड्डे) घ्यायला सुरुवात केली. पोरांना उत्साह वाटत होता. बऱ्याच दिवसांनी त्यांना असले काम करायला मिळत होते. मी आणि सातवीतल्या मोठ्या पोरांनी मिळून शाळेमागच्या एड्या बाभळीच्या काट्या तोडल्या. मग बांबू रोवून त्याला सुतळीच्या मदतीने त्या काट्या पक्क्या केल्या. एका दिवसात कुंपणाला पडलेल्या साऱ्या वाटा बंद केल्या. मला माहीत होते, की शाळा सुटल्यावर जी पोरं क्रिकेट खेळायला येतात, ती नक्की परत उपद्रव करणार. मग मी शाळा सुटल्यावर बाहेरच खुर्ची टाकून एक पुस्तक घेऊन वाचत बसलो. साधारण साडेपाचला पोरं आलीच क्रिकेट खेळायला. सारी टुकार पोरं. तोंडात गुटखा चघळत आणि माझ्याकडे बघत, आणि मी बंद केलेल्या कुंपणावर त्यांची शेरेबाजी चालली होती. त्यातल्या एकाने बॅटने ते कुंपण तोडायचा प्रयत्न केला. मी त्याला विनंती केली, की बाबा आम्हाला शाळेसाठी आता झाडे लावायची आहेत, तेव्हा तुम्ही सहकार्य करा आणि मेन गेट जाण्या-येण्यासाठी वापरा. माझ्या निर्धारपूर्वक पण ठाम आणि शांत विनंतीमुळे तो मुलगा मागे हटला.

मग पोरं क्रिकेट खेळून शांतपणे निघून गेली; पण त्या दिवशी साऱ्यांना कळले होते, की गावातल्या शाळेत एक धडपड्या गुरुजी आला आहे. साधारण दोन-तीन दिवसांनी मी परत कर्डक गुरुजींना म्हणालो, "आता कुंपणाचा प्रश्न तर मिटला आहे, आपल्याला पाण्याची पण अडचण नाही. आता आपण झाडे लावू." तिथे मोठे गोरे गुरुजी होते. ते लगेच म्हणाले, "छान उपक्रम आहे. चला आज लगेचच." शिंदे गुरुजींनी पण अनुमोदन दिले. झाले मग गोरे गुरुजींनी गाडी काढली आणि निघालो राहुरी कृषी विद्यापीठात झाडे आणायला. साधारण चाळीस कि.मी. अंतर होते. जाता जाता सलाबतपूर मधून दोन क्यारट बॉक्स घेतले. सुतळी घेतली. मला त्यादिवशी फार बरे वाटत होते; कारण पहिल्यांदा मी घेतलेल्या निर्णयावर मला अंमलबजावणी करायची संधी मिळत होती.

विद्यापीठाची नर्सरी मोठी होती. आम्ही सुरू, अशोकाची आणि जास्वंद अशी शंभर एक रोपे घेतली आणि निघालो. दोन क्यारट घेऊन मोटरसायकलवर जाणे एक दिव्यच होते. आमची गाडी खडका फाट्यावर असेल, की आमच्या गाडीचा मागचा टायर फुटला. त्यासरशी मी एक क्यारट बोकांडी घेऊन रस्त्यावर धाडदिशी आपटलो. रोपे रस्त्यावर विखुरली. औरंगाबाद-नगर हायवे होता तो. गोरे सर कसेबसे हेलपाटत गाडी उभी करण्यात यशस्वी झाले. माझी कंबर पार कामातून गेली होती. असह्य कळा कमरेतून निघत होत्या. नशीब मोठे की आमच्या मागे-पुढे कोणतीही गाडी नव्हती. त्यामुळे वाचलो, मी कसाबसा उठलो. रोपे गोळा केली. करायला गेलो मारुती आणि झाला गणपती, अशी अवस्था झालेली. पण फारसे बिघडले नव्हते. आणि जवळच केरळी टायरचे दुकान होते, त्यामुळे गाडी ढकलण्याची पण वेळ

आली नाही. तिथे टायरचे पंक्चर काढले आणि निघालो शाळेकडे. शाळेत येता-येता साडेचार वाजून गेले होते. शाळा सुटण्याची वेळ झाली होती. उद्या वृक्षारोपणाचा कार्यक्रम करू, असे ठरले. आम्ही पडलेलो मात्र कुणालाच सांगितले नाही.

दुसऱ्या दिवशी सारी शाळा, सारे गुरुजी एका नव्या उत्साहाने या मोहिमेत सहभागी झाले. सातवीच्या पोरांना खड्डे आखून दिले. काही पोरांनी घरून शेणखत आणले. काहींनी पाण्यासाठी बादल्या, हंडे, काहींनी टिकाव, फावडे, जमेल त्या पद्धतीने पोरे झाडे लावण्यात गढून गेली. कुंपणाच्या चारी बाजूंनी सुरुची झाडे लावली. शाळेच्या समोर अशोक आणि जास्वंद लावले. मी नगरहून डीडवनिचे (कुंपणासाठी ही वनस्पती वापरतात) बी आणले होते. ते पडवीच्या साईडने टाकून दिले. साधारण दोन ते तीन दिवस आमचा हा कार्यक्रम चालला होता. मी मन हरखून नवीन लावलेल्या झाडांकडे पाहत होतो. मी ऑफिसमध्येच राहत होतो. त्यामुळे झाडांकडे सुद्धा विद्यार्थ्यांप्रमाणेच मला वैयक्तिक लक्ष देता येणार होते.

पण एक अडचण होती. क्रिकेट खेळायला येणारी पोरं मुद्दाम खोड्या काढायची. एका-दोघांनी तर एक सुरूचे झाड उपटून फेकले. आता या पोरांना शिंगावर घ्यावेच लागणार होते. एक दिवस शाळा सुटल्यावर मी मुद्दाम मैदानातच थांबलो. पोरं आलीच साडेपाचच्या दरम्यान. त्यांनी स्टम्प रोवताच मी ते स्टंप उपटले आणि ऑफिसमध्ये नेऊन ठेवले. झालं. सारी टुकार कंपनी माझ्या ऑफिसमध्ये गोळा झाली, आणि माझ्याशी वाद घालू लागली. त्यात एक पेताड पण घुसला. मी एकटा आणि समोर वीस-पंचवीस जण. तरी मी घाबरलो नाही. मला माहीत होते की, माझ्यावर हात टाकायची कुणाची हिम्मत नाही. मी ठामपणे सांगितले, की इथे क्रिकेट जमणार नाही. जोपर्यंत झाडे मोठी होत नाहीत, तोपर्यंत इथे मी क्रिकेट खेळू देणार नाही आणि तुम्हाला नसेल जमत तर माझी बदली करा. माझा आवेश पाहून पोरांनी माघार घेतली.

दुसऱ्या दिवशी हा किस्सा साऱ्या शाळेला कळला. केने गुरुजी मला म्हणाले, ''कुलांगे गुरुजी, तुम्ही काय घाबरू नका. बघू कोण इथे येतंय ते? मला जरा हुरूप आला. मोठ्या गोरे गुरुजींच्या डळनितली काही पोरं होती. त्यांनीही त्या पोरांना समजावले आणि मग शाळेच्या मैदानावरील तो क्रिकेटचा खेळ थांबला. मी खेळाच्या विरुद्ध नव्हतो; पण मला शाळेला एक रूप द्यायचे होते. मला हवे तसे. काही काळ तरी त्यासाठी द्यावा लागणार होता. झटावे लागणार होते. मला एक हुरूप आला होता. मला ती शाळा माझी वाटू लागली होती. वर्गात शिकवताना तर मी देहभान हरपत असे. पोरांना सारं काही समजले पाहिजे, असा माझा प्रयत्न असायचा. त्यासाठी मी शिकवायच्या आधी उजळणी करायचो. त्यामुळे माझं

शिकवणं पोरांना आवडायचं. मी साऱ्या पोरांत लोकप्रिय झालो. मी प्रत्येक विद्यार्थ्याकडे वैयक्तिक लक्ष देण्याचा प्रयत्न करायचो.

सारी शेतकऱ्यांची पोरं ती. घरी गेली, की त्यांना गुरांना खायला टाक, कुठं शेणकुर कर, अशी काम करायला लागायची. सकाळी पण तिच तऱ्हा. बिचारी पोरं कधी अभ्यास करणार? मी, अभ्यास नाही केला की पोरांना जबर ठोकायचो. पोरं मग पालकांना घेऊन यायची. मला कळले, की पोरांना नुसते मारून जमणार नाही. काहीतरी उपाय करायला हवा.

माझ्या मनात आले. जर रात्रीची अभ्यासिका सुरू केली तर! तसा मी रात्री आठ पर्यंत मोकळाच होतो. मग मी ते मनावरच घेतले. दोन्ही गोरे गुरुजी सोबत होतेच. केने गुरुजी म्हणाले, ''आपल्या सातवीच्या पोरी मोठ्या आहेत. आधी त्यांच्या पालकांना विचारा.'' दुसऱ्या दिवशी मग ग्रामशिक्षणसमितीची बैठकच बोलावली. त्यात हा अभ्यासिकेचा विषय घेतला. साऱ्या सदस्यांनी एकमुखाने पाठींबा दिला.

दोनच दिवसांत नेवाशातून मी आणि लहान गोरे गुरुजींनी लाईटचे सारे सामान आणले. ट्यूब, वायर, बटन असे सारे साहित्य जमा केले. आणि आम्ही दोघांनीच लाईट फिटिंग सुरू केली. मी हाताखाली सामान द्यायचो आणि लहान गोरे गुरुजी जोडाजोडी करीत होते. केने गुरुजी पण मदत करीत होते. सुरुवात ऑफिसमधून केली. एक ट्यूब जोडून झाली. लगेच टेस्ट केली. साऱ्या ऑफिसमध्ये लख्ख उजेड पसरला. सारी मरगळ पळून गेल्यासारखी झाली. साऱ्यांना एक अनामिक उत्साह वाटत होता. सारे गुरुजी या नवीन प्रयोगासाठी सज्ज झाले होते.

मी गोरे गुरुजींना एक एक वायर(cable) हाताखाली देत होतो. नेमके तिचे उघडे टोक माझ्या हातात होते. बटन बंद होते; पण मेन करंट चालूच होता, आणि बटन न्यूट्रल वायरला होते. मला ते उघडे टोक हातात आल्याबरोबर जोराचा शॉक बसला. मला काय होते ते काही क्षण कळलेच नाही. पायात पण काही नव्हते. मी जागेवर थडथड उडत होतो. सारे गुरुजी माझ्याजवळ, पण बहुतेक त्यांना ही काय करावे, ते सुचत नसावे. अखेर देवाला माझी दया आली असावी. मी जोराचा झटका बसून दूर पडलो, तशी माझ्या हातातील वायरचे टोक निसटले आणि माझी त्या जीवघेण्या प्रसंगातून सुटका झाली. माझ्या हाताला भाजले होते. सोमवारपासून आम्ही रात्रीची अभ्यासिका चालू केली. दिवसभर आम्ही दिलेला गृहपाठ पोरं तिथे पूर्ण करायला लागली आणि काही अडचण आली तर मी होतोच. लहान गोरे गुरुजी ही यायचे. त्यामुळे पोरांचा अभ्यास रेग्युलर व्हायला लागला. मला तर आता दिवस कुठे जात होता, ते सुद्धा कळत नव्हता.

रोजचा दिवस मला नवीन वाटायचा.

साधारण सहामाही परीक्षेआधी शाळांच्या विविध गुणदर्शन स्पर्धा असायच्या.

त्यात सांस्कृतिक कार्यक्रम आणि खेळांच्या स्पर्धा असायच्या. आम्ही पोरांचा सराव चालू केला. मी आणि दोन्ही गोरे गुरुजी पोरांमध्ये कबड्डी, खो-खो खेळायचो. मजा यायची आणि पोरांना खूप हुरूपही यायचा.

मोठे गोरे गुरुजी म्हणाले, की आपण चालू वर्षी नाटक बसवू. सांस्कृतिक कार्यक्रमासाठी. सातवीला रामशास्त्री प्रभुणेंवर लिखित 'प्रायश्चित्त' हे नाटक होते. त्याच्यावर आपणास छान नाटक बसवता येईल, असे ते म्हणाले. मीही हो म्हणालो. आमची तयारी सुरू झाली. सारं काही मुळातून करायचे होते. सवांद तर तयार होते; पण मेक अप, ड्रेस, पडदे तसेच संगीत अशी बरीच तयारी करायची होती.

गावात हिवाळ्याचा बाबूराव म्हणून एक म्हातारा होता. त्याला गणपतीच्या नाटकाचा अनुभव होता. आम्ही त्याच्याकडे गेलो. त्याने मेक अप करून देण्याची तयारी दाखवली. संगीत देण्याचाही प्रश्न सुटला. एक सुरेगावचा गणगे आडनावाचा भजनी माणूस होता. त्याचा हार्मोनियमवर छान हात बसलेला होता. त्याने संगीत देण्याची तयारी दाखवली. लागलो आम्ही तयारी करून घ्यायला. पात्र निवडीसाठी आम्ही एक एक संवाद मुलांना म्हणायला सांगायचो. मोठे गोरे गुरुजी विशेष मेहनत घेत होते. जसेजसे पोरं फिट संवाद म्हणायची, त्यांना आम्ही बाजूला उभं करायचो.

साऱ्यांत अवघड पात्र होते रामशास्त्री प्रभुणे यांचे. त्यांचे धारदार संवाद पोरं काही म्हणू शकेनात. सातवीच्या वर्गात एक सोमनाथ केने म्हणून पोरगा होता. गोरा-गोमटा, लहान चणीचा. गुटगुटीत. पण विलक्षण खोडकर. अभ्यासात कायम मागे. माझा खुपदा मार खाल्लेला. गोरे गुरुजींची त्याच्यावर नजर गेली. मला म्हणाले, "आपण सोम्याला रामशास्त्री करू, काय म्हणता?" मला काय बोलावे ते कळेना. मी म्हटले की, हा कलाकार रामशास्त्रींचे संवाद वाचून तरी म्हणेल का? कुणास ठाऊक?

पण गोरे गुरुजींनी त्याला निवडले. सोम्याने एक-दोनदा अडखळत संवाद म्हटले आणि काय आश्चर्य! पाहता पाहता त्याच्या आवाजात रामशास्त्रींची धार यायला लागली. त्या बहाद्दराने ते संवाद एका दिवसात पाठही केले. सोमनाथ शेळके आणि अजून अशीच मोठी टगी पोरं गारद्यांच्या भूमिकेत चपखल बसली. आनंदीबाईचे नाव आता आठवत नाही; पण ती पोरगी पण कलाकार होती.

मी नगरहून, बाबूराव यांनी जे जे मेकअपचे सामान सांगितले ते आणून दिले. मण्यांच्या माळा, चमचम कापडं, चमकी, कलर, असे सारे काही गोळा केले. सत्काराला आलेल्या फेट्याचे टोप बनवले. नऊवारी साड्या, धोतर अशी सामग्री गावातच मिळाली. पोरांच्या उत्साहाला सीमा नव्हती. साऱ्या पात्रांचे संवाद चपखल बसले होते. रोज रंगीत तालीम चालू होती. सुरुवातीला किरकोळ वाटणारे नाटक, पण आता भारी वाटत होते. साऱ्यांनाच नवलाई वाटत होती. आम्ही स्पर्धेच्या आधी

सराव म्हणून ते नाटक गावकऱ्यांना दाखवले. काय खुश झाली पब्लिक. विचारू नका. त्यावेळी आम्हाला त्या प्रयोगाला दोन हजार रुपये मिळाले असतील, बक्षीस म्हणून. आता आमच्या नाटकाचा पहिला प्रयोग गोगलगावात होणार होता, म्हणजे केंद्रपातळीवर. इथे मोठ्या गटात आम्हाला स्पर्धक अजून तीन शाळा होत्या. ही स्पर्धा केंद्रपातळीवरील होती; पण आमच्या अपेक्षेप्रमाणे आम्हालाच यश मिळाले. गायकवाड साहेब आमच्या केंद्राचे केंद्रप्रमुख होते. त्यांनी काही किरकोळ बदल सुचवले. त्यांनी पाठीवर शाबासकीची थाप टाकली. आमच्यासाठी केंद्रप्रमुख म्हणजे खूप मोठा साहेब. खूप आनंद झाला आम्हाला.

मोठे गोरे गुरुजी फार कल्पक होते. त्यांनी नाटकात फार कल्पक बदल करून नाटकाला उठाव दिला होता. विशेषतः नाटकाच्या शेवटी रामशास्त्रींचा जो संवाद होता, आणि त्यात तो जेव्हा सदाशिव भावूस ठणकावून सांगतो. 'या गुन्ह्यास एकच प्रायचित्त, आणि ते म्हणजे...' आणि मग एक लांब पॉज, प्रेक्षकांची उत्कंठा ताणून धरणारा... मग सोम्याचा धारदार संवाद फेकीचा तो क्लायमॅक्स. 'देहांत प्रायश्चित्त!!' असा टिपेला पोहचलेला स्वर आणि मग प्रेक्षकांच्या टाळ्या. खरंच नाटक जमून आलं होते.

तालुका पातळीची स्पर्धा नेवाशाला होती. मोठ्या गटात जवळपास वीस शाळा होत्या. बऱ्यापैकी फाईट होती. आम्ही तर जोरात तयारीत होतो. भानसहिवरा, सोनई, घोडेगाव अशा शहरी शाळा आमच्यासाठी मोठ्या आव्हान होत्या. आमची शाळा म्हणजे गंगथडीची शाळा. पोरं कधी बाहेर न पडलेली. पण आमची तयारी होती. आमचा स्पर्धेसाठी अठरावा क्रमांक होता. म्हणजे किमान दुपारचे ४ तरी वाजणार होते. सकाळी अकराला स्पर्धा सुरू झाली. कुणीच नाटिका आणली नव्हती. साऱ्या जणांनी गाणी बसवलेली. सारे आमच्याकडे यांनी हे काय नाटक आणले, असे पाहत होते. सोनई(एक गाव) शाळेचे गाणे जोरदार झाले. मला पण जरा धाकधूक वाटत होती. याआधी सलग दोन वर्षे सोनईने बक्षीस नेलेले. साऱ्यांना ते गाणे पाहिल्यावर सोनई hattrik करणार असेच सारेजण गृहीत धरून चालले होते.

आमचा नंबर आला. तयारी होतीच. नाटक चालू झाले. गोरे गुरुजींनी यावेळेस सुरुवातीला... गारदी नारायणरावला मारतात, असा सीन ठेवला होता. रक्ताळलेल्या डोळ्यांचे गारदी हातात तलवारी घेऊन स्टेजवरून पळू लागले आणि सारे प्रेक्षक नजर रोखून नाटकाला पाहू लागले. पहिल्या मिनिटाला नाटकाने पकड घेतली होती. गाणी पाहून कंटाळलेले परीक्षक पण हा वेगळा प्रयोग उत्कंठा ताणून पाहत होते, आणि तेव्हढ्यात एका गारद्याची तलवार नारायणरावाच्या छातीत घुसते आणि रक्ताच्या चिळकांड्या उडतात आणि नारायणराव कोसळतो. त्याची, 'काका, मला वाचवा,' ही किंकाळी जमलेल्या प्रेक्षकांचे काळीज चिरत जाते. आणि मग काय

होणार दुसरे. आमच्या नाटकाने बाजी मारली होती.

गलनिंब शाळा, मोठा गट- प्रथम क्रमांक. अशी घोषणा ऐकल्यावर आमच्या पोरांनी आकाश डोक्यावर घेतले.

याच नाटकाला आम्हाला जिल्हा पातळीवर दुसरा क्रमांक मिळाला होता.

मी रुजू झाल्यापासून मी नवनवीन उपक्रम सुचवत होतो. त्याच वर्षी आम्ही पाचवी ते सातवीचे विद्यार्थी घेऊन महाबळेश्वर आणि प्रतापगडाला सहल नेली. त्याच्या दुसऱ्या वर्षी तर आम्ही कळसुबाई शिखरावर ट्रेकिंग ठेवले. आमची वीस मुले; ज्यात पाच मुली पण होत्या. आम्ही ते शिखर सर केले. कुठलेही ट्रेकिंगचे ज्ञान नसताना आणि आमच्या पोरांच्या पायात साधी चप्पलही नसताना आम्ही ते शिखर सर केले होते. आज मला मसुरीला असताना आम्ही केलेले ते कळसुबाईचे ट्रेकिंग आठवते. आउटडोर activity करण्यात मी आघाडीवर असायचो. मीच प्रथम विज्ञान प्रदर्शनमध्ये भाग घेण्यास सुरुवात केली. त्यात बक्षीसही मिळवले.

एक दिवस गलनिंब गावाला पाणीपुरवठा करणारी मोटार जळाली. जवळपास आठवडाभर आमच्या झाडांना पाणी मिळाले नाही. बरं त्या गावची सारी जमीन काळवाटीची. लगेच जमिनीला भेगा पडायच्या. आमची झाडं सुकायला लागली. काहीतरी करणे भाग होते. त्यात उन्हाळा लागलेला. मी ठरवले, की आता झाडांना बादलीने पाणी घालायचे. पण झाडे काय एक-दोन होती की काय? ती होती लहान-मोठी मिळून दीडशेच्यावर. मग पाचवी ते सातवीच्या पोरांना आदल्या दिवशी शाळा सुटायच्या आधी सूचना दिली, की उद्या येताना साऱ्या जणांनी एक एक बादली आणायची. दुसऱ्या दिवशी सारी पोरं जमेल ती बादली घेऊन हजर. शाळेपासून एक तीनशे मीटर अंतरावर शेळके यांची विहीर होती. मी पाणी शेंदून देत होतो आणि पोरं आणून झाडाला ओतत होती. विहिरीपासून शाळेपर्यंत एक मुलांची साखळी तयार झाली होती आणि बादली एकाच्या हातातून दुसऱ्याच्या हातात अशी करत झाडाच्या बुडाला रिती होत होती. पुरा दिवस यात गेला. रात्री माझा खांदा प्रचंड वेदना करत होता; पण मनात झाडांना पाणी दिले याचे समाधान होते. कोणतेही काम असले, की मी ते झपाटून करायचो.

आम्ही बंद पडलेले शौचालय चालू केले. साऱ्या टुकार पोरांनी त्यात घाण केलेली. मी उभा राहून आणि स्वतः हातात झाडू घेऊन ती घाण साफ केली. मग पोरं सुद्धा नाक दाबून सहभागी झाली. आपले शौचालय, आपणच वापरणार; मग ते आपणच साफ करायला हवे, हे कृतिअंती पोरांना पटले.

दोन-तीन पोरांनी मला खूप जीव लावला होता. त्यातले मच्छिंद्र आणि दीपक हे तर माझ्याबरोबर ऑफिसमध्ये झोपायला असायचे. त्यांना माझ्यामुळे टी.व्ही. पण पाहायला मिळायचा. अभ्यासात 'ढ' असलेली ही पोरं काम करण्यात मात्र पटाईत

होती. मला ती स्वयंपाक करू लागायची. मी नको म्हणत असताना ती माझी भांडी पण धुवायची. राहुल नावाचा एक विद्यार्थी. अभ्यासात अतिशय हुशार. तो सातवीला स्कॉलरशिपमध्ये मेरिटमध्ये आला होता. त्याला मी अजूनही बबलूच म्हणतो. नुकतीच त्याने एमपीएससीची परीक्षा दिली. आज तो बी.डी.ओ. आहे, अशी पोरं अजूनही मला आठवतात.

दर शुक्रवारी आम्ही मी आणि दोन्ही गोरे गुरुजी, संध्याकाळी एक कोंबडी आणून चिकन पार्टी करायचो. कधी कधी प्रवरासंगमच्या धाब्यावर जायचो. त्या दोघांनी मला खूप जीव लावला होता; जणू माझे ते मोठे भाऊच होते. मोठ्या गोरे गुरुजींकडे होंडा कंपनीची सीडी १०० गाडी होती. तिच्यावर बऱ्याचदा आम्ही तिघे बसलेलो असायचो. कधी मी चालवणार तर कधी गोरे गुरुजी.

मोठे गोरे गुरुजी त्यांच्या वडिलांच्या कष्टाच्या आठवणी सांगायचे. ते त्यांच्या वडिलांना 'तात्या' म्हणायचे. तात्यांनी लोकांच्या इथे कावडीने पाणी घालून त्यांना शिकवले होते. मी ते ऐकले की, मला माझ्या आई-अण्णांची आठवण यायची. कधी कधी घरच्या आठवणीने जीव गलबलून यायचा. तरी बरं मी दर आठवड्याला घरी जायचो.

लहान गोरे गुरुजी आणि मी गोदावरी नदीला फिरायला जायचो. उन्हाळ्यात सकाळची शाळा झाल्यावर तर दुपारचा आमचा हा ठरलेला कार्यक्रम असायचा. तिथे उन्हाळ्यात टरबूज, खिरे, याची वाडी असायची. भरपूर टरबूज खाल्ले, की मग आम्ही पोहायला नदीत उतरायचो. मी आत दूरवर पोहत जायचो. परत माघारी येताना ऊस खात खात यायचो. एक वेगळेच जीवन होते ते. कधी कधी माझ्याकडून भलते धाडस व्हायचे. असे भलते साहस करण्याच्या नादात अनेकदा मी नसती आफत ओढवून घ्यायचो.

एक दिवस असाच शनिवार होता. मला घरी जायचे होते. मी वर्गावर गणित शिकवत होतो. तेव्हढ्यात लहान गोरे गुरुजी माझ्या वर्गाबाहेर आले. मला ते म्हणाले, ''अहो सर, या बाहेरच्या इंग्रजी चिंचांवर पाहिले का किती मोठे माव्हाळ (मधमाश्यांचे पोळे) बसले आहे. नक्की मोठा कांदा असणार त्याचा... मी लगेच बाहेर आलो आणि पहिले तर खरेच एक मोठे माव्हाळ त्या झाडाला लटकले होते. पण ते झाड काटेरी होते. तोपर्यंत पोरं पण वर्गाबाहेर आली होती. माझ्या मनात धाडसी विचार आला. मी गोरे गुरुजींना म्हणालो, ''सर, मला एक प्लॅस्टिकची पिशवी द्या. मी लगेच पाच मिनिटांतच त्याला झोडतो.'' गोरे गुरुजी म्हणाले, ''झाड काटेरी आहे आणि माशा लाल दिसतात. नक्की चावके माव्हाळ असणार. तुम्ही नका नादी लागू...'' पण मला आता ते झोडायचेच होते. मी दीपकला एक प्लॅस्टिकची पिशवी आणायला सांगितली. पोरं पण मला प्रोत्साहन देत होती.

"गुरुजी गुरुजी चढा वर." झाले तर मग. मी डोक्यात पिशवी घातली आणि चढलो झाडावर. काटे चुकवत चुकवत मी झाडावर चढलो. गेलो माव्हाळजवळ आणि एका हाताने घट्ट फांदी पकडून दुसऱ्या हाताने मी माव्हाळला झटका दिला. त्यासरशी साऱ्या माश्यांचा लचका माझ्या डोक्यात पडला. माश्यांनी माझ्या चेहऱ्याला चावा घ्यायला सुरुवात केली. पोरं खालून मोठ मोठ्यानं ओरडत होती... "गुरुजी... खाली या." मला काय करावे ते सुचेना. बरे ते झाड काटेरी. मला पटकन खाली पण उतरता येईना. कसा बसा मी खाली आलो. माझ्या हाताला, पायाला, तोंडाला, मिळेल तिथे माश्या चावल्या होत्या. नक्की शंभरच्या वर मला माश्या चावल्या होत्या; पण मी जणू काही मला झालेच नाही, अशा भावात खाली आलो, कारण मला माझे पोरांदेखत हसू होऊ द्यायचे नव्हते. पण सारे अंग आतून पेटले होते जणू. घरी जाईपर्यंत माझे तोंड चांगलेच सुजले होते. घरी आईने पुन्हा माझा उद्धार केला. "एकटा राहतो, तर नीट राहावं ना."

असे दिवस जात होते. आमच्या केंद्रात, म्हणजे गोगलगाव केंद्रात साधारण वीस शाळा होत्या. आमचे केंद्रप्रमुख गायकवाड साहेब स्वभावाने छान होते. प्रत्येक केंद्रसंमेलनात ते मला एक विषय द्यायचे; मग मी त्यावर बोलायचो. त्यामुळे मी एक तज्ज्ञ म्हणून साऱ्या केंद्रात माहीत झालो होतो. पण मी बऱ्याचदा स्कॉलरशिपवर बोलायचो. गणित सोडवण्याच्या सोप्या क्लृप्त्या हा माझा आवडता भाग असायचा, आणि यासाठी मी अभ्यास करायचो. मी वैदिक गणिताचा पण अभ्यास सुरू केला होता.

आम्ही 'स्वच्छ शाळा-सुंदर शाळा' या उपक्रमात भाग घेतला होता. साऱ्यांनी झटून काम केले. वृक्षरोपण, शौचालय, वर्ग सजावट, गणवेश, ओळखपत्र आणि मुलांची गुणवत्तावाढ या विषयांवर आम्ही खूप काम केले होते. आमचे वर्ग आतून कसे नटलेले असायचे. रेकॉर्ड, साऱ्या नोंदी जिथल्या तिथे असायच्या. शिंदे गुरुजी रेकॉर्डसाठी मेहनत घ्यायचे. पार टाचणापासून तर सारे रजिस्टर ते पूर्ण करायचे. साऱ्या वर्गात आम्ही स्वतः तक्ते तयार करून लावले होते. परत वेगवेगळ्या नक्षीच्या पताकांनी वर्ग सजवले होते. शाळेला छान रंगही दिला. शाळा बाहेरून आणि आतून तयार करण्यासाठी आम्ही झटत होतो. नुसती सजावट नाही तर आम्ही मुलांच्या गुणवत्ता वाढीसाठीही झटत होतो. त्याचाच परिणाम म्हणून त्यावर्षी आमची तीन मुले सातवी स्कॉलरशिप परीक्षेत मेरिटमध्ये आली. पहिल्यांदा गलनिंब शाळेला हे यश मिळाले होते. पालक त्यामुळे खूश होते.

मी तर पूर्ण वेळ गुरुजी होतो, माझे काम २४ बाय ७ असे असायचे. जेव्हा जिल्ह्याचे निरीक्षणपथक आले, तेव्हा त्यांना आम्ही सारे काही व्यवस्थित दाखवले. पथकाने शाळा बारकाईने पहिली. पथकाला वाटले नव्हते, की एव्हढ्या

दुर्गम भागात, जिथे नीट पायी जायलासुद्धा धड रस्ता नाही, तिथे एव्हढी छान शाळा पाहायला मिळेल म्हणून. त्यांनी आमच्या कामाचे कौतुक केले.

या उपक्रमात आमची शाळा जिल्हा पातळीवर दुसरी आली होती. शाळेला 'स्वच्छ शाळा-सुंदर शाळा'हा पुरस्कार मिळाला. कष्टाचे चीज झाल्यावर एक वेगळाच आनंद मिळत असतो, तो आम्ही सारे अनुभवत होतो.

मी गावातही खूप मिसळून राहायचो. आधी पालक सहलीला मुलांना पाठवायला तयार नसत; पण आम्ही त्यांना सहलीचे महत्त्व आणि ही सहल कशी सुरक्षित आहे, हे पटवून द्यायचो. अनेक कामे आम्ही लोकसहभागांतून केली. शाळेबद्दल लोकांना आदर निर्माण झाला होता. त्यांना आमच्यावर विश्वास होता. आम्ही जे जे करतोय ते पोरांच्या हिताचे आहे, हे त्यांना पटले होते. त्यामुळे एव्हढी दुर्गम गावातली शाळा; पण आम्ही तिला एका उंचीवर नेऊन ठेवले होते.

गावात माझ्या आता बऱ्यापैकी ओळखी झाल्या होत्या. साऱ्या गावाला माहीत होते, की मी शाळेत राहतो आणि हाताने करून खातो म्हणून. त्यामुळे गावात कुणाच्या घरी काही कार्यक्रम असला, की मला हमखास बोलावणे असायचे. विशेषतः पितृपक्ष असला, की पुरा महिना माझा असाच बाहेरच्या आमंत्रणांत जायचा. इकडे लोक डाळ बट्टी करायचे. ते जेवण केले की झोप लागलीच पाहिजे. असलं जड जेवण असायचे ते आणि यानिमित्ताने मला लोकांत मिसळता यायचं. पोरांच्या समस्या मला जाणून घेता यायच्या आणि लोक काय अपेक्षा ठेवतात शाळेकडून ते पण कळायचे.

हा हा म्हणता एक वर्ष निघून गेलं होतं. आमची छान टीम जमली होती. सारे एक जीवाने शाळेचा विचार करायचे. म्हणूनच कामाचे समाधानही मिळत होते. मी बऱ्याचदा एखादा उपक्रम सुचवायचो, आणि मग आम्ही सारेजण तो राबवायचो. मला आधी डी.एड.ला जाताना जीवावर आले होते; मात्र आता शाळेवर काम करताना वाटायचे, की चला आपला निर्णय १००% तर चुकला नाही. मला माझे विश्व मिळाले होते. मी आणि माझी शाळा, माझे विद्यार्थी, फार समाधान मिळायचे. मुलांचा खूप विश्वास असतो आपल्या गुरुजींवर. गुरुजी सांगतील, ती पूर्व दिशा. मग घरच्यांनी कितीही आणि काही सांगितले, तरी पोरं त्यावर विश्वास ठेवत नाहीत आणि शाळा म्हणजे एक बाग. तेथे रोज नवीन नवीन कल्पना राबवायची संधी. रोज नवीन विचारांची फुलं वेचायला मिळायची. पोरं पाहिली, की मी सारं काही विसरून जायचो. बस हेच जीवन. नाहीतरी समाधान मिळण्यासाठीच माणूस जगत असतो ना! पण...

कधी मधी माझे मेडिकलला असणारे मित्र भेटले, की मग मला माझी नोकरी कमीपणाची वाटायची. ते मित्र अजून शिकत होते. कॉलेज जीवन अनुभवत होते.

माझे अण्णा आणि आई

माझ्या दोन्ही आजी..
उजवीकडे आईची आई,
अन डावीकडे अण्णांची आई

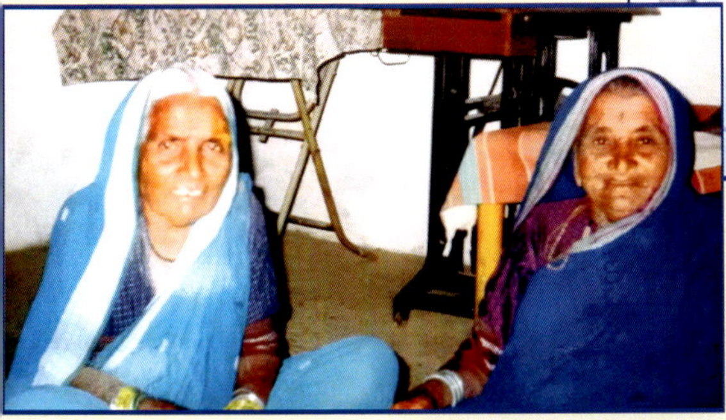

मी, निर्मला अन्
माझी बहीण सुनिता व
माझे दाजी, विलास शिंदे

आम्ही दोघे अन् कृष्णा, ज्ञानेश्वरी

माझी पहिली नेमणूक..
प्राथमिक शिक्षक..
गळनिंब शाळा.. नेवासा..

माझे चुलते,
नाना व ताई समवेत...
(तहसीलदार निकालावेळी)

माझ्या डावीकडे त्रिंबक गोरे गुरुजी,
अन उजवीकडे तुकाराम गोरे गुरुजी
गळनिंबचे जोडीदार

डीएड च्या आठवणी.. प्रतापगड सहल..

कोनजाईची सहल... पठारे गुरुजी, मी अन् मुलं..

दत्तवाडी शाळा.. माळरानावर उगवलेले रोपटे

दत्तवाडी शाळेतील ध्वजारोहण..एक आठवण

जामखेडकरांचा प्रेमळ निरोप... मा. महसूलमंत्री श्री. बाळासाहेब थोरात यांच्या हस्ते हा मोठा पुष्पहार स्वीकारताना.. सोबत तत्कालीन जामखेड आमदार श्री. राम शिंदे.. आणि जामखेडकर ग्रामस्थ

तहसीलदार जामखेड.. शिवार फेरी.. शिवार रस्ते खुले करताना..

घरकुल योजनेसंदर्भात चर्चासत्र..
जि. गंजाम, ओडिशा.
सोबत श्री. दत्तात्रय शिंदे,
परिविक्षाधीन आयएएस

आदिवासी पाड्याला भेट.. गंजाम, ओडिशा

महिला बचत गट मेळावा.. बँक कर्ज वाटप... गंजाम, ओडिश

'रोहयो'च्या कामांची यादी आता फ्लेक्सद्वारे!

जामखेड तालुक्यातील उपक्रम; तहसीलदार, गटविकास अधिकाऱ्यांचा पुढाकार

गर्भलिंग तपासणी करणारा डॉक्टर पोलिसांच्या ताब्यात

तहसीलदार व पोलिसांचा छापा

डॉ. कोल्हे झाला दुसऱ्यांदा गजाआड

कारवाई | आचारसंहितेमुळे राजकीय हस्तक्षेप टळला, सुमारे ३० वर्षांपासूनची अतिक्रमणे हटवली, कारवाईचे ग्रामस्थांकडून स्वागत

जामखेडमधील १०० अतिक्रमणे जमीनदोस्त

संयुक्त कारवाई

शहर सुशोभीकरणाचा प्रयत्न

पर्यायी जागा द्यावी

ई-सकाळ

21-12-12

पाण्यासाठी तहसीलदारांनी कंबर कसली

जामखेड तालुक्यातील खासगी स्रोतांची पाहणी; 'कुकडी'साठीचे आंदोलन थंडावले

जामखेडमधून एका वर्षात दिले १२ हजार दाखले

पुणतांब्याचा पाणीप्रश्न गंभीर

वाळूतस्करांचा तहसीलदारांवर हल्ला

चौंडी येथील घटना; अंगावर ट्रॅक्टर घालण्याचा प्रयत्न; दोघांविरुद्ध गुन्हा

जामखेड तालुक्यातील ८६ रस्त्यांचा श्वास मोकळा

सकाळ विशेष

(छायाचित्र : अशोक वीर)

शिवार रस्ते अनेक वर्षांपासून वापरात आहेत; मात्र पायवाट, पांदरस्ते अतिक्रमित असल्याने रहदारीसाठी मोठी गैरसोय होती. ती यानिमित्ताने दूर होऊ शकली. यामध्ये खूप मोठे समाधान आहे.
- विजय कुलांगे, तहसीलदार

ग्रामीण भागात रस्त्यामुळे बांधा-बांधावर भांडणे होतात. राजस्व अभियानामुळे शेतकऱ्यांना वापरासाठी रस्ते मोकळे झाले. यापुढे असे संघर्ष टळतील.
- विजयसिंह गोलेकर

कुलांगे यांनी समाजाची परीक्षा उत्तीर्ण केली : थोरात

जामखेड, ता. ३ : "सातत्यपूर्ण अभ्यास करून तहसीलदार विजय कुलांगे आय. ए. एस.ची परीक्षा उत्तीर्ण झाले. हजार माणसं यशस्वी होतातच; मात्र त्यांच्या या यशापेक्षा त्यांनी अडीच वर्षांत तळागाळातील समाजासाठी जामखेड तालुक्यात केलेल्या कामातून त्यांनी समाजाची परीक्षा उत्तीर्ण केल्याचा प्रत्यय येतो," अशा शब्दांत महसूलमंत्री बाळासाहेब थोरात यांनी तहसीलदार कुलांगे यांचे कौतुक केले.

जामखेड तहसील कार्यालय व ग्रामीण विकास केंद्र (जामखेड) यांच्या संयुक्त विद्यमाने अनुसूचित जाती, भटक्या-विमुक्त जाती-जमातींतील व्यक्तींना जातीच्या दाखल्यांचे वाटप महसूलमंत्री थोरात यांच्या हस्ते शनिवारी करण्यात आले. या वेळी पाचशे व्यक्तींना दाखले देण्यात आले. अप्पर जिल्हाधिकारी सदानंद जाधव, आमदार प्रा. राम शिंदे, प्रांताधिकारी संदीप कोकडे, तहसीलदार विजय कुलांगे, नायब तहसीलदार राजेंद्र दराडे, जयसिंह भैसडे, कृषिभूषण रवींद्र कडलग, सेतू समन्वयक प्रा. रामदेव डुचे, लोकाधिकार आंदोलनाचे अध्यक्ष ॲड. अरुण जाधव, सरपंच प्रा. कैलाश माने, राजेंद्र नागवडे, विशाल डुचे, ॲड. माणिकराव मोरे, शिवाजी राळेभात, बाळासाहेब पाटील, अंकुश उगले, तुषार पवार आदी उपस्थित होते.

या वेळी वैदू, मांग गारुडी, गारुडी, कोल्हाटी या जातींतील पाचशे व्यक्तींना स्थानिक गृह चौकशी, ग्रामसभेच्या ठरावाच्या आधारे, पुराव्यांच्या अटी शिथिल करून जातीचे दाखले देण्याचा अभिनव उपक्रम राबविला गेला.

श्री. थोरात म्हणाले, की तहसीलदार कुलांगे यांनी पुढाकार घेतला. त्यांना प्रांताधिकारी कोकडे व अरुण जाधव या कार्यकर्त्यांनी साथ दिली. त्याचे फलित दाखले मिळण्यात होऊ शकल्याचे सांगून, राजस्व अभियानांतर्गत आपण जातीच्या ४२ लाख दाखल्यांचे वाटप करून 'लिम्का बुक'मध्ये रेकॉर्ड केले. तोच आकडा ८० लाखांपर्यंत गेला."

आमदार प्रा. शिंदे यांनी महसूलमंत्री थोरात यांचे व तहसीलदार विजय कुलांगे यांचे तोंड भरून कौतुक केले.

श्री. कुलांगे यांनी अडीच वर्षांत तालुक्यात महसूल विभागात केलेल्या उल्लेखनीय कामांची माहिती दिली.

या वेळी विविध संघटना, समूह व कार्यकर्त्यांनी कुलांगे यांचा गौरव केला आणि नवीन सेवेच्या पदार्पणासाठी शुभेच्छा दिल्या. दरम्यान, तहसीलदार कुलांगे यांनी अडीच वर्षांत महसूल विभागात केलेल्या विविध उल्लेखनीय कामांची छायाचित्रांसह माहिती 'डिजिटल फ्लेक्स' स्वरूपात कार्यक्रमस्थळी मंडपात लावली होती.

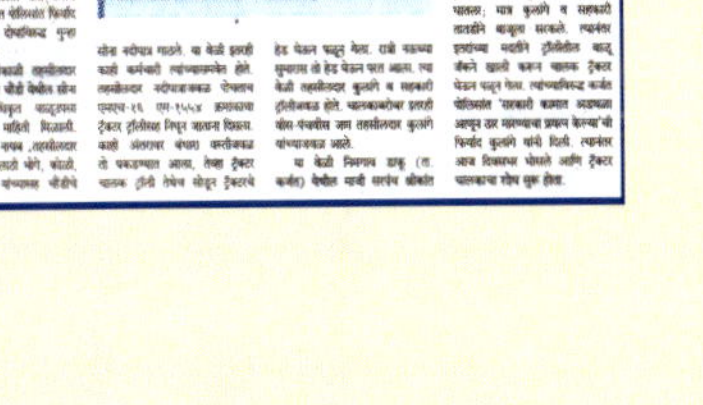

जामखेड : महसूलमंत्री बाळासाहेब थोरात यांच्या हस्ते तहसीलदार विजय कुलांगे यांचा गौरव करण्यात आला. या वेळी समवेत स्थानिक कार्यकर्ते. (छायाचित्र : अशोक वीर)

स्वप्नपूर्ती...

माझी मेडिकलला जाण्याची इच्छा अपुरीच राहिली. मी उदास व्हायचो. एक दिवस मला विजय गणबोटेचा निरोप आला, की आपल्या बारावीच्या बॅचचे (batch) 'गेट टुगेदर' ठेवायचे आहे. तू नक्की ये. मला वाटते तो दिवस ऑगस्टमधला दुसरा रविवार होता. सारे वर्गमित्र 'रेसिडेन्शिअल हायस्कूल'मध्ये जमले होते. साधारण चाळीसजण होते. बहुतेक पोरं मेडिकल आणि इंजिनिअरिंगला गेलेली. उज्ज्वल भविष्याच्या आशा त्यांच्या चेहऱ्यावर दिसत होत्या आणि मी मास्तर. माझा तसाच बिना इस्त्रीचा शर्ट, पॅन्ट, पायांत स्लीपर. मला त्या क्षणी माझीच का कुणास ठाऊक लाज वाटू लागली. तिथे आम्हाला शिकवणारे शिंदे सर, महान्दुळे सर आले होते. दोघांनी माझी आपुलकीने चौकशी केली. महान्दुळे सर म्हणाले, "काय चाललंय विजय?" मी काय म्हणणार... "सर, चाललीय मास्तरकी..." माझ्या स्वरात जणू एक अपराधीपणा होता. मला माहीत होते... नाही... माझी धारणा होती, की कोणताच जॉब कमीपणाचा नाही; पण का कुणास ठाऊक, त्या दिवशी मला माझी मास्तरकी कमीपणाची वाटत होती. सरांशी बोलता बोलता माझे डोळे पाणावले होते. सरांनी माझ्या पाठीवर हात ठेवला आणि मला म्हणाले, "विजय, पुढे शिकत राहा. खूप संधी आहेत अजून... तो पाठीवर सरांनी ठेवलेला हात मला आज आठवतोय. दुर्दैवाने महान्दुळे सर आज हयात नाहीत; पण माझ्याबद्दल त्या माणसाला खूप आपुलकी होती.

मी त्या क्षणी ठरवले, की मी स्वतःला पुरेपूर सिद्ध केल्याशिवाय थांबणार नाही. आताशी तर माझा प्रवास सुरू झाला आहे; पण मला नक्की काय करायचे, त्यासंदर्भात काही पक्के नव्हते. स्पर्धा परीक्षा द्यायच्या होत्या; पण अभ्यास काहीच नव्हता. काय करायचे आणि कसे करायचे, काहीच ठाऊक नव्हते.

माझे बाहेरून पुणे विद्यापीठाचे बी.ए. चालू होते. आमच्या नगरला मेधा गाडगीळ कलेक्टर होत्या. एक दिवस त्यांची 'लोकसत्ता'ला मुलाखत आलेली. मी ती वाचलेली. त्यांनी यूपीएससी परीक्षा दिलेली आणि त्यात त्यांनी 'समाजशास्त्र' हा विषय घेतलेला. म्हणून मी पण माझ्या पदवीसाठी 'समाजशास्त्र' विषय ठेवला होता. पण माझ्या शाळेच्या व्यापांत मला अभ्यास करायला वेळ मिळत नव्हता. मी माझे काम खूप वाढून ठेवले होते. सकाळी पाणी सुटले, की मी पाईप आणि मोटार घेऊन झाडांना पाणी देत बसायचो. मग साडेआठ वाजता स्कॉलरशिपच्या मुलांचा जादा तास, मग शाळा. पुन्हा शाळा सुटली, की रात्रीची पोरांची अभ्यासिका व माझा स्वयंपाक. असा भरगच्च कार्यक्रम. त्यामुळे पहिल्या वर्षीच्या बी.ए.च्या परीक्षेला मी प्रगती (एक प्रकाशन) गाईड आदल्या दिवशी वाचून गेलो आणि पेपर लिहिले. शाळेच्या बाहेर असलो, की मला भरपूर वाटायचे की आपण स्वतःला वेळ द्यायला हवा. जरा सिरियस होऊन अभ्यास करायला हवा; पण नव्हते जमत.

मध्येच माझ्या मनात यायचे, की आपण आता रजा टाकून अभ्यास केला तर? पण आता माझ्यावर म्हणजे माझ्या पगारावर घर चालले होते. ज्या वयात माझे मित्र शिकत होते, त्या वयात मी कमवायला लागलो होतो. त्यामुळे बिनपगारी रजा टाकण्याची माझी हिम्मत कधी होत नव्हती. अण्णांना मशीन काम करून पोटाचा त्रास सुरू झाला होता. त्यामुळे मी त्यांना सांगितले, आता काम बंद करा. मी आहे आता. आईने पण आता रोजाने जायचे बंद केले होते. तेव्हढेच एक समाधान होते, की मी आता अण्णा-आईला काही प्रमाणात का होईना, पण सुखाचे दिवस दाखवले आहेत.

मला मोटरसायकल घ्यायची होती. मी आत्तापर्यंत मळ्यातल्या काकांची मोटरसायकल वापरायचो. ती गाडी मजेशीर होती. ती जुनी गाडी होती. तिला इंधन म्हणून रॉकेल टाकायचे. चालू करायला तिला फुकावे लागायचे. म्हणजे तिच्या कार्बोरेटरला एक सलाईनची नळी लावली होती. ती नळी फुंकली, की मग गाडीची किक मारायची. गाडी लगेच चालू व्हायची. एकदा गरम झाली, की मग काळजी नाही. पेट्रोलवर ती परवडत नसायची; पण मला आता वाटू लागले होते, की आपली पण एक गाडी हवी. किती दिवस दुसऱ्याची गाडी वापरणार? मी अण्णांना तसे म्हटले. अण्णांनी पण जास्त आढेवेढे घेतले नाहीत; ठरले मग. माझ्या डोक्यात होंडा कंपनीची सीडी १०० सीसी ही गाडी होती. त्यावेळी ती चाळीस हजाराला होती. माझ्याकडे तीस हजार होते बँक खात्यावर. १० हजार मी कोळेकर केशवकडून उसने घेतले आणि मग गणेश चतुर्थीला नगरला गेलो आणि गाडी आणली. नव्या कोऱ्या गाडीवर बसण्याचे एक वेगळेच समाधान मला मिळत होते. स्वतःच्या गाडीवर बसल्यावर मला आत्मविश्वास जाणवत होता. म्हसोबाच्या मंदिरात जाऊन गाडीची पूजा केली.

सुनीता बारावीला होती. अण्णा म्हणायचे, "आता बारावीत पाहू किती मार्क पडतात ते! नाहीतर तिचे लग्न करावे लागेल. ती शाळेला बऱ्यापैकी होती; पण घरी तिला छोटे-मोठे काम असायचे आणि मी नोकरीला लागल्यामुळे अण्णांना तिच्याकडून जास्त अपेक्षा नव्हत्या. ती आणि शेजारची आशाबाई बरोबरच वाळकीच्या शाळेत जायच्या. बारावीला सुनीताचा इंग्रजी विषय गेला. तिला न क्लास, ना काही जास्त मार्गदर्शन. त्यामुळे तिचे इंग्रजी कच्चे राहिले ते राहिलेच. अण्णा म्हणाले, "आता शाळा बस्स!" परत विषय पण तिला देता आला नाही. त्यात शेजारच्या आशाबाईचे लग्न झाले. अण्णांना आता सुनीच्या लग्नाचे वेध लागले होते. अण्णा म्हणायचे, "आपल्यासारख्याला नोकरीवाला मुलगा कोठून मिळणार? आपली जास्त हुंडा द्यायची ऐपत नाही. शेतकरी का असेना; पण फक्त निर्व्यसनी मुलगा हवा." माझी चुलत बहीण, अनिताचे पण लग्न जमले होते. अण्णांनी ठरवले, की यंदा सुनीताचे

लग्न करायचेच.

श्रीगोंद्याच्या काकांनी एक स्थळ आणले. मुलगा आढळगावचा होता. शिंदे कुटुंबामधला. वडील नव्हते, ते एक वर्षापूर्वीच रस्ता अपघातात वारले होते. मुलाला आई आणि एक लहान भाऊ होता.

सुनीताला पाहायला पाहुणे आले. मी त्यावेळी गलनिंबला होतो. आमची सुनीता त्यांना पसंद पडली. मी शनिवारी घरी आलो. आई म्हणाली, की तू आता आढळगावला जा आणि एकदा मुलगा पाहून ये. मग पुढे बोलता येईल. मी आणि मुलाचे मांडवगणला काका होते, असे दोघेजण माझ्याच गाडीवर गेलो आढळगावला. मुलगा तिथे फोटोग्राफी आणि एक स्पेअरपार्टचे दुकान अशी कामे पहायचा. शेती होती साधारण पाच एकर. पाण्याची दोन एकर असेल. मी त्यांच्या घरी गेलो. घर म्हणजे एक मोठा वाडा. पाच मोठ्या खोल्या असलेला. पाच भावांसाठी पाच खोल्या. आमचे घर म्हणजे मातीच्या भेंड्याचे. मला ते पक्के घर छान वाटले. मुलगा पण छान होता. मुलगा दहावी शिकलेला व कुठले व्यसन नव्हते. मुलाचे काका मला म्हणाले, ‘‘गुरुजी, हे असे आहे, मग पहा आणि आम्हाला सांगा निरोप तुमचा. पसंद किंवा नापसंद ते!’’ म्हणजे पुढची बोलणी करायला, आणि आताच सांगतो, की तिला शेतीत काम करावं लागेल.

मला मस वाटायचे की, सुनीला नोकरदार स्थळ मिळायला हवे. तिला शेतीच्या कामाचा काही अनुभव नाही, आणि कितीही नाही म्हटले तरी तिथे तिला शेतीत जावे लागणारच. माझा जीव असा कोड्यात पडलेला. संध्याकाळी मी घरी आलो. मी सुनीला विचारले, ‘तुला मुलगा पसंद आहे का?’ पण अण्णा म्हणाले, ‘‘अरे मुलगा छान आहे. माणसं साधी आहेत. घरात काय एक तर सासू आणि दीर. काही अडचण वाटत नाही.’’ सुनी पण काही बोलली नाही. आई म्हणाली, ‘‘पहा तुम्ही बापलेक. तुम्ही कराल ते ठीक.’’ एकूण घरात त्या स्थळाबद्दल अनुकूल मत तयार झाल्याने आम्ही त्यांना होकार कळवला.

पण मुलगा शेतकरी असल्याने आई जरा नाराजच होती. अण्णा म्हणाले, ‘‘माणसं चांगली आहेत, नको काळजी करू.’’ त्यानंतरच्या गुरुवारी मुलाच्या घरचे आणि काही नातेवाईक लग्न जमवायला आले. मी अण्णांना म्हणालो होतो, की जास्तीत जास्त पंधरा हजार हुंडा देऊन सोईरिक जमवा; त्यापेक्षा जास्त काही हुंडा देऊ नका; पण अण्णांनी अठरा हजार हुंडा आणि दोन ट्रकचे भाडे आणि नवरदेवाची हळद आमच्याकडे, अशा पद्धतीने लग्न जमवले. जमल्यावर काय मग तीन महिन्यांतच तारीख धरली. किमान लग्नाला लाखभर रुपये लागणार होते. पैशाची काहीतरी व्यवस्था करावी लागणार होती. आमच्याकडे वीस एक हजार असतील आणि माझी सर्व्हिस किती दोन वर्षे तर झालेली. पगार असा किती मिळत होता,

साडेचार हजार फक्त. मी माझा शिक्षक बँकेचा रोखा (कर्ज) उचलायचं ठरवलं. नेवाशाला शिक्षक बँकेत जाऊन चौकशी केली. एक नंबर रोख्याला सुमारे साठ हजार रुपये कर्ज मिळत होते.

कर्ज प्रकरण केल्यावर दोन दिवसांत पैसे मिळाले. शनिवारी घरी जाताना पैसे घेऊन गेलो. अण्णांकडे पैसे दिले. अण्णांना फार समाधान वाटले. आता निदान आपल्याला आपल्या ऐपतीप्रमाणे लग्न करता येईल, या विचाराने घरात सारे खूश झाले. मला घरातील पहिल्याच मोठ्या खर्चाला हातभार लागला, या विचाराने मला आनंद होत होता.

आढळगावचे शिंदे म्हणजे मोठं प्रस्थ. एकत्र कुटुंब असल्यासारखे ते राहायचे. एक प्रकारचा दबाव होता आमच्या साऱ्यांवर. लग्न व्यवस्थित पार पडणे महत्त्वाचे होते. हे कुटुंब थोडे जुन्या वळणाचे. खानदानी असल्यासारखे त्यांचे वर्तन असायचे. लग्नाला आम्ही गावातील भापकरचा मंडप लावला होता. लग्न गल्लीतच होते. जागा तशी अपुरीच; पण आमचे बजेट लिमिटेड होते. स्वयंपाक सुद्धा आम्ही आचारी लावून आणि साऱ्या भावकीला बोलवून केला होता. आदल्या दिवशीच साऱ्यांना घरी जाऊन स्वयंपाकाचे निमंत्रण दिले होते. आदल्या रात्री आम्ही सारे जागे राहून स्वयंपाकाला मदत केली होती. पुऱ्या लाटायला भावकीमधल्या महिला आल्या होत्या. खेड्यातील लग्नाचा हा एक वेगळाच अनुभव असतो. रात्रभर माणसं बुंदी हलवत होती.

लग्नाच्या दिवशी वऱ्हाड आले. दोन ट्रक भरून. नवरदेवाचे मोठे चुलते रागानेच म्हणाले, ''इथे तर स्टेज पण नाही. आमचा नवरदेव खाली उभा राहणार नाही.'' पण ऐनवेळी आमचे आळेकर पाहुणे मदतीला धावले. ते त्यांना म्हणाले, ''हे गाव आहे म्हसोबाचे. इथे कोणी स्टेज वापरत नाही.'' झाले... देवाचे नाव मध्ये आल्यावर मग सारे शांत झाले व लग्न लागले.

आता सुनीता सासरी जाणार होती. खरेतर तिचे शिकण्याचे वय होते. अठराव्या वर्षी तर तिचे लग्न झाले. ती आईला खूप मदत करायची. त्यावेळी आम्ही पेट्रोलपंपावरून पेट्रोल आणून ते विकायचो. ती सारा हिसाब ठेवायची. आमच्याकडे एक शेळी होती. त्या शेळीकडे, करडाकडे ती ध्यान द्यायची. आई रोजाने जायची त्यावेळी ती, आई येईस्तोवर सरपण कडी करून ठेवायची. तिला काम सांगावे लागायचे नाही. तिची कधी हौस झाली नाही. न कुठे फिरण्याची, की छान छान ड्रेस घालण्याची. या लग्नाने बाईपन तिच्या वाट्याला आलेले होते. आता न शाळा ना काही. संसाराच्या रहाटगाडग्यात ती फसली होती. मी आता घरात एकटाच असणार होतो. मला लग्न लागताना रडू आवरत नव्हते. मी आत घरात जाऊन खूप रडलो.

सुनी सासरी गेली. माझीही रजा संपली होती. पुन्हा शाळा आणि मुलं.

आमच्या शाळेतील मोठे गोरे गुरुजी, तुकाराम गोरे गुरुजी यांची बदली झाली शिरसगावला. मला काही माहिती नव्हते, त्यांनी अर्ज केलाय म्हणून. पण गोरे गुरुजी माझे जिवलग जोडीदार होते. त्यांच्या बदलीने मला फार वाईट वाटले. शाळेतील पोरं सुद्धा फार रडली.

सुनीच्या लग्नानंतर माझ्या लग्नाची प्रक्रिया सुरू झाली. वय नव्हते; पण आता काय नोकरी पण लागलेली. आणि अण्णांचे मत होते, की डी.एड. पोरगी मिळाली, की लगेच उरकून टाकू. त्यामुळे माझ्यासाठी स्थळ पाहायला सुरुवात झाली होती. सुनीच्या लग्नाच्या आधी मी तीन मुली पाहून आलो होतो. त्यांतील दोन मुली मला फार आवडल्या होत्या; पण त्या मुलीच्या घरचे माझे घर पाहायला आले. आमचे घर मातीच्या भेंड्याचे होते. दोन्ही घरचे पाहुणे आले आणि आधी मला पसंद करणारे पाहुणे, माझे घर पाहिल्यावर मात्र मला नाकारून गेले.

मी मुलगी पाहून यायचो. मला पाहून सारे 'हो' म्हणायचे; पण पुन्हा घर पाहिले की मला नकार वाट्याला यायचा. बरं डी.एड. पोरी पण कमी होत्या. त्या पोरींना फार मागणी असायची. त्यामुळे पोरींचे बाप, त्यांची पोरगी म्हणजे, लग्नाची गरज नसल्यासारखे करायचे. मी अण्णांना म्हणायचो, "अण्णा, मला नको डी.एड. पोरगी; पण अण्णा म्हणायचे, की आपली परिस्थिती गरिबीची डी.एड. पोरगी असली म्हणजे एकाला दोघे होणार. डबल पगार असला म्हणजे पुढे कसली अडचण नाही. तसं पण तुझं काही जास्त वय झालं नाही अजून, पाहू मिळेल. मी जवळपास बारा-तेरा पोरी पहिल्या. पण त्यापैकी बहुतेक पोरींनी मलाच नाकारले. का तर मला घर नाही, शेती नाही. एकदा तर कहर झाला. एक पाहुणे म्हणाले, की, मला भाऊ नाही. म्हणजे आई-बापाची जबाबदारी माझ्यावरच. पोरीला सासू-सासऱ्याचे करावे लागणार, नको असले स्थळ. आता काय म्हणावे, या वृत्तीला.

असाच बीड जिल्ह्यातील आष्टी या तालुक्याच्या गावी मी मुलगी पाहायला गेलो. माझा मावसभाऊ, देविदास आणि मी. दोघेच गेलो. आमच्या नान्दुरच्या काकांनी हे स्थळ सुचवलेले. मुलगी नुकतीच डी.एड. सुटलेली. मुलीचे वडील वायरमन होते. आम्ही देविदासची सुझुकी गाडी घेऊन गेलो. मे महिना होता. भर दुपारी त्यांच्या घरी गेलो. मुलगी पाहिली. एखाद्याच्या लेकराला नावं ठेवू नये; पण मुलगी केवळ डी.एड. होती म्हणून माझ्यासाठी सुचवलेली होती. मुलीची थोरली बहीण पण शिक्षिका होती. तिचा नवरा शिक्षक. घर एकदम छान! आर्थिक स्थिती आमच्या कैकपट उजवी; पण मला मुलगी पसंद नव्हती. आम्ही त्यांना सांगितले की, तुम्हाला निरोप देतो म्हणून. थेट नकार कसा देणार?

अण्णा-आईला मी सांगितले, की मला मुलगी पसंद नाही म्हणून. अण्णा-आईला काळजी वाटत होती. कधी लग्न होणार याचं?

एक आठवडा उलटला असेल. मी घरीच होतो. पाच वाजले असतील. दारात गाडीचा आवाज आला म्हणून बाहेर आलो तर काय आष्टीचे ते वायरमन आणि त्यांचा थोरला जावई आलेले. आता हे बिगर आमंत्रणाचे कसे काय आले, म्हणून माझ्या डोक्यात प्रश्नाचे काहूर माजले होते. मी उसने हसून त्यांना या म्हटले. चहा-पाणी झाले. अण्णांना बरे वाटले होते. बऱ्याच दिवसांनी कोणीतरी माझ्यासाठी होकार घेऊन आले होते. पण मला मुलगी बिलकूल पसंत नव्हती. मी हळूच आईला सांगितले, मला जमणार नाही. त्यांच्या त्या शिक्षक जावयाने डायरेक्ट विषयाला हात घातला. आम्हाला मुलगा पसंत आहे. कधी बैठक टाकता म्हणून. अण्णांना काय बोलावे ते कळेना. अण्णा म्हणाले, की मुलाच्या मामाला, काकाला विचारावे लागेल. तुम्हाला चर्चा करून कळवतो म्हणून. मला वाटले की आता ही ब्याद जाईल म्हणून; पण तो शिक्षक जावई म्हणाला, "आता खूप उशीर झालाय. आज आम्ही येथेच थांबतो आणि आम्हाला तुमची जमीन पण पहायची आहे. सकाळी जमीन पाहायला जाऊ. आता काय करावे यांना? अण्णा पण चक्रावून गेले. अण्णा म्हणाले, "आमची जमीन असून नसल्यासारखीच आहे. दोन एकर आणि ती पण जिरायत. पाहून काय करणार? पण तो वायरमन आणि त्याचा तो शिक्षक जावई ठाम होते. बरे त्यांना थेट नाही पण म्हणता येईना.

झाले तर मग आज रात्री हे पाहुणे आमच्याकडे मुक्कामी थांबणार, हे नक्की झाले. आईने त्यांना पुरी-भाजीचा स्वयंपाक केला. आमचे घर फार छोटे. जागा पुरावी म्हणून मी माझे कपडे घेतले आणि सावतामाळ्याच्या देवळात झोपायला गेलो. तशीही मला त्यांच्यापासून सुटका हवी होती.

रात्रीचे दहा वाजून गेले होते. अचानक वादळ चालू झाले. जोराचा वारा वाहू लागला. विजा चमकू लागल्या आणि अचानक मोठा आवाज झाला. काय झाले ते कळेना. तेव्हढ्यात सुनी धावत पळत देवळात आली. म्हणाली, "आपल्या पत्र्यावर लिंबाची फांदी पडली; पत्रा फुटलाय आणि साऱ्या घरात पाणी झालंय. मला तर काही कळेना. तसाच पळत घरी गेलो. पाऊस चालूच होता. पाहतो तर आईने कंदील लावलेला. सारे कपडे ओले झालेले. वायरमन आणि त्याचा तो शिक्षक जावई भेदरून गेलेले. उघड्याच्या घरी नागडं गेलं, अशी त्यांची अवस्था झालेली. मग त्यांना घेऊन मी देवळात आलो. रात्रभर अण्णा-आई आणि सुनीला झोप नाही लागली. सकाळी सारी आळी घरी गोळा झालेली. पाहुणे तशाही अवस्थेत आमची जमीन पहायचं म्हणत होते. अखेर अण्णा त्यांना घेऊन पठारावर गेले. जमीन पाहून आल्यावर ते अण्णांना म्हणाले, "आम्हाला तुमचे सारे पसंद आहे." अण्णा

म्हणाले, "हो आम्हीही तुम्हाला विचार झाला, की सांगतो.

त्यानंतर आम्ही त्या फुटलेल्या पत्र्यावर एक प्लॅस्टिकचा पारदर्शक पत्रा टाकला. घरात आता छान प्रकाश मिळायला लागला.

डी.एड. पोरी एकतर कमी होत्या. त्यात दिसायला छान हवी ही माझी अट. त्यामुळे माझी लग्न मोहीम फत्ते होण्यात अडचणी येत होत्या.

एक दिवस असाच पुण्याला मुलगी पाहायला गेलो. श्रीगोन्द्याची मुलगी होती. अण्णांचे गावातलेच मित्र, साळुंखे. त्यांनी हे स्थळ सुचवलेले. तिचे वडील कलेक्टर कचेरीत ट्रेझरीत कामाला होते दौंडला. मुलगी डी.एड.च्या दुसऱ्या वर्षाला होती. तिचे मामा अण्णांचे वर्गमित्र होते. मी, अण्णा आणि आमच्या गावातील साळुंके होते सोबत. आम्ही एस.टी. पकडून पुण्याला गेलो. मुलीचे मामा वाघोलीला राहत होते. बसने उतरल्यावर साधारण अर्धा कि.मी. गेल्यावर मामाचे घर आले. खूप मुली पाहिल्यामुळे अण्णांचे माझ्यावर दडपण वाढत चालले होते. मुलगी सेवासदन डी.एड. कॉलेजला होती. अण्णा मला म्हणाले, "आता काय जास्त पाहू नको. हो म्हणून टाक." मी जरा तणावाखाली होतो. चहा झाला आणि मुलगी चहा घेऊन आली. मुलीने पंजाबी ड्रेस घातलेला. मी मात्र जास्त गबाळ्यासारखा अवतार घेऊन गेलतो. साधा लांब बाह्याचा शर्ट, ढगळ पॅन्ट, गळ्यात मफलर आणि दाढी वाढवलेली हा, आणि पायात स्लीपर.

मला ती माझ्यापेक्षा जास्त उंचीची वाटली. रंगाने निमगोरी होती. मामा मला म्हणाले, "विचारा निर्मलाला काही विचारायचे असेल तर. मी कुठे डी.एड. करता एव्हढंच विचारलं. मुलगी पसंत होती; पण तिच्या घरचे अजून आमच्या घरी येणार होते, त्यामुळे खात्री नव्हती. या पाच बहिणी होत्या. निर्मला शेवटची. तिच्या पाठीवर एक मुलगा होता. मुलीचे मामा म्हणाले, की आम्ही चर्चा करून निरोप देतो.

पुढच्या रविवारी पाहुणे आले. मुलीचे वडील, चुलते आणि दोन जावई. मुलीची मोठी बहीण पण आली होती. आम्ही त्यांना पुरी-भाजीचे जेवण केले. घरी माझे राहणीमान खूपच साधे असायचे; आजही असते. मी एक रेघाळा पायजमा घातलेला आणि एक जुना शर्ट. आई मला म्हणाली, "अरे, जरा छान कपडे घालत जा, निदान पाहुणे आल्यावर तरी." पण मी नाही घालायचो. मी आहे, असं मला स्वीकारलं तर ठीक, असा मी विचार करायचो. दोन्ही जावई शिक्षक होते. थोरली बहीण जी आमच्या घरी आली होती, ती पण शिक्षिका होती. जेवण वगैरे झाल्यावर बैठक बसली. शिंदे पाहुणे; जे थोरले जावई होते, ते म्हणाले, "आम्हाला सारे पसंत आहे. आम्हाला पण सारे ठीक वाटत होते. एक दिवस आई श्रीगोन्द्याला जाऊन मुलगी पाहून आली. तिलाही सारे काही ठीक वाटले. आता मग आम्हीही होकार कळवला.

लवकरच सुपारीचा कार्यक्रम ठेवला. १९ फेब्रुवारी तारीख होती. मुलगी डी.एड.झालेली होती. हुंडा हा विषय येण्याचे काही कारणच नव्हते. मला व अण्णांना पहिल्यापासूनच हुंड्याची चीड. पण नुकतेच सुनीताचे लग्न झालेले आणि आमच्याकडे फार पैसेही नव्हते. माझ्या पगारातून आता कर्जाचा हप्ता कापून जायचा. त्यामुळे घरखर्च भागून मागे काही जास्त उरत नव्हते. त्यामुळे माझ्या लग्नाच्या खर्चाची मला चिंता होतीच; शिवाय मुलीला चार मणी का होईना, हवेत सोन्याचे. लग्न जमले तरी माझे आणि निर्मलाचे कधी बोलणे झाले नाही. त्यावेळी आमच्याकडे फोन नव्हता.

लग्नाचा बस्ता आम्ही नगरला केला. मी एक सफारी ड्रेस घेतला. टायटनचे एक घड्याळ घेतले आणि एक बूट. मी निर्मलाच्या कपड्याचा खर्च केला आणि तिच्या वडिलांनी माझ्या कपड्यांचा. एकूण दुकानदाराचा मात्र फायदा झाला.

मे महिन्यात १३ तारखेला लग्न होते. मी आदल्या दिवशी हळदीला गेलो होतो. आम्हाला राहायला एक खोली दिली होती. 'जानुसाची खोली' म्हणतात त्याला. हळदीच्या कार्यक्रमाला आमच्या देविदासने (माझा मावसभाऊ) खूप धिंगाणा घातला. जो-तो एकमेकाला हळद लावत होता. रात्री माझ्या हातावर मेंदी काढण्यासाठी निर्मला आली होती. माझे काय धाडस झाले नाही तिच्याकडे पाहण्याचे.

माझी एक मावसबहीण होती माझ्यासोबत. मला देण्यात आलेले भांडे, कपाट, पलंग आम्ही पाहत होतो. त्यावेळी लग्नात दिवाण देण्याची प्रथा होती; पण मला लोखंडी खाट दिली होती. माझी मावसबहीण मला म्हणाली, "काय पिंट्या तुला दिवाण द्यायचा तर ही काय खाट दिली?" मी म्हणालो, "आक्का कशाला आपण होऊन मागायचे काही. ऐपत येईल त्यावेळी घेईन मी सारं."

मी लग्नाला चाळीस हजार कर्ज काढलं होतं. त्यामुळे अण्णांनी अगदी गरज असेल तिथेच खर्च चालवला होता. मला बसायला आमच्या गावातील विलास पिंपळेची टेम्पो ट्रॅक्स गाडी भाड्याने केली होती. ती गाडी शिटावरची गाडी होती. लग्नाच्या आधी मारुतीच्या मंदिरातून मला आणण्यासाठी त्याने पैसे मागितले, का तर आधी बोली नव्हती केलेली म्हणून. तेव्हढ्यात मुलीचा एक चुलता पुढे आला आणि म्हणाला, की बैलगाडीतून येणार का नवरदेव? मी हो म्हणालो. मग मारुतीच्या मंदिरातून मी वाजत गाजत बैलगाडीतून आलो. त्यावेळी डीजेचा शोध लागलेला नव्हता आणि मीही कुणाला दारू प्यायला पैसे दिले नव्हते. साहजिकच मग नवरदेवापुढे नाचायला कुणी नव्हते.

बरोबर १२.३० वाजता ठरलेल्या वेळी माझे लग्न लागले. माझ्या आयुष्यातला दुसरा टप्पा. गृहस्थाश्रम सुरू झाला. संध्याकाळी नवरीला वाटं लावताना वातावरण हळवे झाले होते. येताना मी एकटा होतो; आता निर्मला सोबत होती. माझ्या मनात

प्रश्नांचे काहूर माजले होते. चार बाय चारच्या खोलीत कसा संसार थाटणार? सासऱ्यांनी दिलेले सामान ठेवायलाही जागा नव्हती.

राळेगणला आलो. मी घराबाहेरच बसलो. अण्णा आज निवांत वाटत होते. त्यांना डी.एड.झालेली सून मिळाली होती. भविष्यातील आशादायक चित्र त्यांच्या चेहऱ्यावर दिसत होतं.

एकदाचे माझे लग्न पार पडले. लग्नाचे सारे फोटो आमच्या आढळगावच्या शिंदे पाहुण्यांनी काढले. अण्णा-आईला जास्त आनंद झाला होता. आता दिवस निश्चितच पालटतील, असे त्यांना वाटू लागले. माझ्या जीवनाचे हे वळण अतिशय शांतपणे पार पडले. न कुठली हौस न मौज. लग्नानंतर आम्ही कुठेही फिरायला गेलो नाही. हनिमून हा प्रकार फार दूरचा होता.

माझ्या बायकोला फार वाटायचे, की आपण कुठेतरी फिरायला जावे; पण माझी स्थिती नव्हती फिरायला जायची. आधीच एक लाखाहून अधिक कर्ज लग्नामुळे झालेले. त्यात अजून, 'रिण काढून सण' साजरा करणे मला आवडत नव्हते. आमच्या भाऊंची खणाची खोली होती. तिला आमची बेडरूम केले. लग्नात आलेला पंखा तिथे बसवलेला; पण आनंदी जीवन होते ते. लग्न झाल्यावर ना जागरण गोंधळ, ना सत्यनारायण. कोणताही कार्यक्रम आम्ही केला नाही. अण्णांना कोणत्याही धार्मिक गोष्टींवर खर्च करणे फारसं आवडत नसायचे.

मी परत शाळेवर रुजू झालो. आता शाळेत जास्त मन रमेना. मी आता एकटा नव्हतो. निर्मला अण्णा-आईत मिळून मिसळून राहायची. तिच्या माहेरी एकत्र कुटुंब असल्यामुळे तिला माणसांची सवय होती. त्यामुळे मला चिंता नव्हती; पण मला वाटायचे आता कुठे तरी घराजवळ बदली व्हायला हवी. मात्र बदली सोपी नव्हती.

त्याच वर्षी माझे बी.ए. पण पूर्ण झाले होते. आता स्पर्धा परीक्षा देण्याचा मार्ग मोकळा झाला होता; पण दिशा मिळत नव्हती. चार वर्षे झाली होती मला आता गलनिंब शाळेवर. मला तिथून बाहेर पडायचे होते, आणि मला माझ्या कामगिरीवर परिणाम पण होऊ द्यायचा नव्हता; त्यामुळे मी बदलीच्या मागे लागलो.

सुदैवाने निर्मलाला त्याच वर्षी नोकरी लागली.'शिक्षणसेवक' ही नवीन योजना शासनाने सुरू केली होती. तीन वर्षे तीन हजार रुपये पगार आणि मग फूल पगार. तिला श्रीगोंदा तालुक्यातील मांडवगण शाळा मिळाली. माझ्या घरापासून ती शाळा काय फक्त पाच कि.मी. होती आणि आमच्याजवळ गाडी पण होती. आता तिला सोडायला आणि आणायला अण्णा जाऊ लागले. घरात आता बायकोचे तीन हजार येऊ लागले. माझे कर्जाचे हप्ते जाऊन हातात तीन हजार यायचे; पण आता या सहा हजारात बऱ्यापैकी भागू लागले होते. निर्मलाचे राहणीमान साधे असायचे. कधी तिने ड्रेससाठी हट्ट केला नाही. तिला शहरी जीवन आवडायचे. तिच्या बऱ्याच मैत्रिणी

शहरात दिलेल्या; पण निर्मलाने मला कधी शहरात जाण्याचा आग्रह धरला नाही. बऱ्याचदा आम्ही दोघे नगरला गाडीवर जायचो; पण कधी हॉटेलमध्ये जेवायला गेलो नाही. आमचे मातीच्या भेन्ड्याचे घर तिला आवडले होते. दर दिवाळीला आम्ही भिंतीला चुना द्यायचो. त्यात निळा रंग कालवलेला असायचा.

आई आणि ती दोघी मिळून स्वयंपाक करायच्या. दारात पटांगण होते. संध्याकाळी आम्ही, नाना, ताई, अशी सारी जेवायला बसायचो. खूप भारी वाटायचे. गप्पा निघायच्या.

निर्मलाला दिवस गेले होते. मी तिला एक दिवस गलनिंबला गाडीवर घेऊन गेलो. माझी शाळा तिला दाखवली. मुलं तिच्याकडे कौतुकाने पाहत होती. माघारी येताना दत्ताचे देवगड, शनी शिंगणापूर असं फिरत आलो. एका दिवसात मोठा प्रवास झाल्याने ती दमून गेली होती.

एक दिवस माझे थोरले साडू शिंदे गुरुजी, जे जामगावला होते त्यांच्याकडे आम्ही दोघे गेलो होतो. जाताना वाटेत निर्मलाची एक मैत्रीण राहत होती. त्या दोघी एकाच वर्गात होत्या. तिचे पतीही माझ्यासारखे शाळा मास्तरच होते; पण तिची परिस्थिती छान होती. आम्ही त्यांच्या घरी गेलो. त्यांनी छान पोहे केले आमच्यासाठी. मला संकोच वाटत होता. ते घर फार शहरी वाटत होते. मला त्यावेळी वाटले. आपण आपल्या बायकोला काय दिले. साधे कुठे फिरायला पण नेले नाही. त्यांच्या घरी डायनिंग टेबल होता. त्याच्यावर मला जेवायची सवय नव्हती. मला कधी एकदा तिथून बाहेर पडतो असे झाले होते.

मला बदली होणे अतिशय गरजेचे झाले होते. मी पती-पत्नी एकत्रीकरण अंतर्गत बदलीसाठी श्रीगोंदा तालुक्यासाठी अर्ज केला होता. आता मी गलनिंब मधून सलाबतपूरला राहायला आलो होतो. शिंदे गुरुजींसोबत जात होतो. साधारणपणे मार्चनंतर सारे इच्छुक गुरुजी बदलीसाठी झेड.पी.मध्ये खेट्या मारायला सुरुवात करतात. अर्ज दिला म्हणजे बदली होत नाही, भेटावेच लागते. मी त्यावेळी अण्णा शेलार यांना भेटलो. ते झेड.पी. चे उपाध्यक्ष होते. त्यांनी आश्वासन दिले, की होईल तुमची बदली. मी त्यांच्या पी.ए. ला भेटलो. भेटून त्यांना सांगितले, की मला बदली कशी गरजेची आहे आणि मी पती-पत्नी एकत्रीकरणामध्ये बदलीला पात्र आहे. पण तरी बदली होईल, याची खात्री नव्हती. कारण बदल्या म्हणजे एक मोठी उलाढाल असायची. त्यात अर्थपूर्ण भाग घेतला नाही तर बदली अशक्य होती. पण शेवटी माझा मावसभाऊ, देविदास कामाला आला. देविदासचा मेव्हणा, आणि अण्णा शेलार एकाच बैठकीतले होते. त्याचा शब्द अण्णा शेलार यांनी अखेर पाळला आणि माझी बदली श्रीगोंदा तालुक्यात झाली.

निर्मलाचे दिवस भरत आले होते. आम्ही नगरला निर्मलाची एका खासगी

दवाखान्यात नोंद केली होती, आणि वेळोवेळी तपासणी पण करीत होतो; पण तरी दिवस भरत आल्याचा अंदाज चुकला. ती त्यादिवशी नेहमीप्रमाणे शाळेत गेली होती. अण्णांनी तिला गाडीवर शाळेत सोडले होते. सकाळची शाळा होती. मंगळवार होता. बाजारचा दिवस आणि सकाळी दहाच्या सुमारास तिच्या पोटात कळ यायला सुरुवात झाली. शाळेत जुन्या शिक्षिका होत्या; त्यांच्या लगेच लक्षात आले आणि त्यांनी निर्मलाला तिथेच सरकारी दवाखान्यात हलवले, त्या दिवशी ११जून तारीख होती आणि साधारण अर्ध्या तासातच कृष्णाचा जन्म झाला. सारे सुखरूप पार पडले होते. अनपेक्षितरीत्या हे घडले होते. मला खूप वाईट वाटले. तिला खरे तर सुट्टीची गरज होती; पण डॉक्टरांचा अंदाज चुकला. त्यामुळे निर्मला बाळंतपणाच्या दिवसापर्यंत शाळेत जात राहिली. पण सारे सुरळीत पार पडले होते. आमच्या घरात आता छोटा पाहुणा आला होता सावळ्या रंगाचा. साऱ्यांच्या मनात त्याचे नाव 'कृष्णा' ठेवायचे होते.

निर्मलाला तीन महिने रजा मिळाली होती. कृष्णाचा जन्म झाल्यावर साधारण महिन्यातच माझी बदलीची ऑर्डर आली. श्रीगोंदा तालुका मिळाला. आयुष्यात मनासारखे बदल घडत होते.

गलनिंब शाळा आता सुटणार होती. माझा निरोप समारंभ ठेवला होता. पहिला निरोप समारंभ. दिवस कसे भुरकन उडाले ते कळलेच नाही. खूप काही करता आले होते. समाधान तर नक्कीच होते. माझ्या नोकरीची पहिली नियुक्ती होती ती. अत्यंत प्रतिकूल स्थिती असलेल्या गावात मी माझे एक स्थान केले होते.

निरोप समारंभासाठी बाहेर मैदानात पोरं बसवली होती. माझ्याकडे सहावीचा वर्ग होता. ती पोरं माझ्या बदलीची बातमी ऐकून हैराण झाली होती. कावरीबावरी होऊन ती माझ्याकडे पाहत होती. नजरेत हतबलता होती त्या लेकरांच्या. बदली, नोकरी अशा व्यावहारिक गोष्टी त्यांना माहीत असण्याचे काहीच कारण नव्हते. पोरं मनापासून गुरुजींवर प्रेम करतात. गुरुजी म्हणजे त्यांचे सर्वस्व आणि एका बदलीच्या आदेशाने त्यांचे गुरुजी निघाले होते. मी तसाच मन घट्ट करून बसलो होतो. सारे शिक्षक होते. गावकरी होते. सारे माझ्या बद्दल छान छान बोलत होते; पण पोरांकडे पाहण्याची माझी काही हिम्मत होत नव्हती. मला माझे मनोगत सांगण्यासाठी बोलावले गेले. मी काय बोलणार? खूप मनात होते; पण मन भरून आले होते. या शाळेला सोडून जायचे, या कल्पनेने कसे तरी होत होते. पोरं रडायला लागली होती. मी उभा राहिलो आणि तसाच रडायला लागलो. सारेच अवाक् झाले. पोरं तर मोठ्याने सूर काढायला लागली. शेवटी करडक गुरुजींनी कार्यक्रम आटोपता घेतला. मी ऑफिसमध्ये गेलो. स्थिर झाल्यावर बाहेर आलो. पोरांना समजावले. सारे स्वप्नवत वाटत होते. खरच या पोरांनी खूप जीव लावला होता मला.

मी माझा संसार परत दोन गोणींत भरला. येताना दोन गोण्या होत्या. जाताना सुद्धा दोनच. शिंदे गुरुजींच्या एमएटी गाडीवर गोण्या बांधल्या आणि निघालो. गलनिंब सुटले होते. मागे आता फक्त आठवणी. दिवस बसून राहत नाहीत. न चांगले ना वाईट.

सलाबतपूर ओलांडले आणि जरा भानावर आलो. जळका, खडका फाटा, नेवासा फाटा असं मागे पडत पडत नगर आले. त्यांना पण आता मी जवळ राहील म्हणून बरे वाटले होते. एकदा नाती जुळली, की सोडताना दुःख होतं. गलनिंबचं काहीसं तसंच झालं. गाव, पोरं, शाळा हे माझं विश्व बनलं होतं.

दुसऱ्या दिवशी मी श्रीगोंदा पंचायत समितीमध्ये हजर होण्यासाठी निघालो. श्रीगोंदा माझ्या गावापासून चाळीस कि.मी. अंतरावर होते. एक तासाचा रस्ता. श्रीगोन्द्याला माझे खूप सारे नातेवाईक होते. माझी मावशी, बहीण, सासुरवाडी सारं तिथेच. मला श्रीगोंदा नवीन नव्हते. मी सरळ पंचायत समितीत गेलो. हजर रिपोर्ट दिला आणि सोबत मला मांडवगण जवळ शाळा मिळावी, म्हणून अर्ज पण दिला. कारण निर्मला तिथे शाळेला होती आणि माझी बदली पती-पत्नी एकत्रीकरण नियमानुसार झाली होती. मला हजर करून घेतले. मला परत शाळेचा आदेश घेण्यासाठी दुसऱ्या दिवशी बोलावले. मी गेलो आणि मला धक्काच बसला. मला अनगरे (एक गाव) शाळेची ऑर्डर दिली होती. हे गाव माझ्या गावाच्या एकदम विरुद्ध दिशेला, म्हणजे माझ्या घरापासून सत्तर कि.मी. दूर. म्हणजे बदली होऊन पण मी गैरसोईच्या शाळेत जाऊन पडणार होतो. आता काहीतरी हालचाल केलीच पाहिजे. मग मी मांडवगण गणाचे पंचायत समिती मेम्बर असलेले सूर्यकांत बोरुडे यांना गाठले. तसे ते आमचे नातेवाईक पण होते. मी त्यांना माझी अडचण सांगितली. मग त्यांनी जरा लक्ष घातले. त्यावेळी पंचायत समितीच्या सभापती लता पाचपुते या होत्या. सूर्यकांत बोरुडे आणि मी त्यांच्याकडे गेलो आणि त्यांनी माझी अडचण लताताईंना सांगितली. आधी त्यांनी आढेवेढे घेतले; पण नंतर मात्र त्यांनी गटशिक्षणाधिकारी यांना माझा आदेश बदलून देण्यास सांगितले.

त्यावेळी श्रीगोंदा पंचायत समितीत अनिल शिंदे म्हणून एक शिक्षण विस्तार अधिकारी होते. खूप सहकार्य करणारे. त्यांनी मग पुढाकार घेऊन मला दत्तवाडी (खांडगाव) ही शाळा मिळवून दिली. ही शाळा मला सोयीची होती. माझ्या गावापासून ती फक्त १५ कि.मी. होती आणि रोडलाच होती. मला आनंद झाला होता. आता मी रोज घरापासून येऊन-जाऊन करू शकणार होतो. माझ्यासोबत निर्मलाचीपण येण्या-जाण्याची सोय होणार होती. अण्णांना फार बरे वाटत होते.

जि. प. प्राथमिक शाळा, दत्तवाडी

दुसऱ्या दिवशी मी हजर होण्यासाठी दत्तवाडी शाळेवर गेलो. मला जायला अर्धा तासच लागला. घरापासून १५ कि.मी.अंतर. ती शाळा माळावरच होती. एक दत्तमंदिर होते. त्या मंदिरातच शाळा भरत असे. जवळच प्रेमचंद गांधींच्या दोन खोल्या होत्या. त्यांनी त्या तात्पुरत्या शाळेसाठी दिल्या होत्या. माळ म्हणजे सारा काळा पाषाण होता. जवळपास दोन-तीन घरे होती. बाकी विखुरलेल्या वस्त्या. दत्ताचे मंदिर त्यामुळे ठळक उठून दिसायचे. शाळेच्या दोन्ही बाजूला मोठे डोंगर होते. पूर्वेला खाकीबाचा डोंगर आणि पश्चिमेला कोनजाई देवीचा डोंगर होता.

मी माझी ऑर्डर घेऊन शाळेत गेलो. दादाभाऊ पठारे हे तिथे मुख्याध्यापक होते. ही एक शिक्षकी शाळा होती. पठारे सर सारे काही पाहत. आता मी आल्यामुळे ती शाळा द्विशिक्षकी झाली होती. त्यांना खूप बरे वाटले. एकाला दोघे. शाळेत पोरं होती फक्त सोळा. एक ते चार वर्गात सोळा पोरं. मी गलनिंबला एका वर्गात पन्नास पोरं शिकवीत होतो. मला ही शाळा अगदीच लिंबू टिंबू वाटली. पठारे सरांनी मला शाळेबद्दल सांगितले. खरे तर त्यांनीच पुढाकार घेऊन ही शाळा एक वर्षापूर्वीच चालू केली होती. पठारे सर राळेगणसिद्धीचे. म्हणजे अण्णा हजारे यांच्या गावचे. त्यांच्या पत्नी मांडवगण हायस्कूलवर शिक्षिका होत्या. त्यामुळे त्यांना पण ही शाळा सोयीची होती. त्यावेळी दहाच्या पुढे एखाद्या वस्ती शाळेचा पट गेला, की तिथे दोन शिक्षक द्यायचे. पठारे सरांनी तर सोळा पोरं जमवली होती. ते मला म्हणाले, "तुम्ही कोणतेही दोन वर्ग घ्या." मी थोडा वेळ विचार केला आणि म्हणालो, "मला स्कॉलरशिप शिकवण्याची आवड आहे. मी तिसरी आणि चौथी असे दोन वर्ग घेतो. झाली मग आमची वर्ग वाटणी.

ऑगस्ट महिना होता. पावसाळ्याचे दिवस होते. माळावर मऊ लुसलुशीत कुसळी उगवली होती. माझी प्राथमिक शिक्षक म्हणून एक इनिंग संपली होती आणि आता दुसरा अध्याय चालू झाला होता. गलनिंब सरले आता दत्तवाडी.

गलनिंब आणि दत्तवाडी दोन्ही शाळेत जमीन-अस्मानाचा फरक होता. दत्तवाडी एकदम लहान शाळा. वस्तीशाळा होती ती. माझ्याकडे तिसरी आणि चौथी मिळून नऊ पोरं होती. घोडकेसाहेब हे आमच्या पिसोरेखांड केंद्राचे केंद्रप्रमुख होते. फार बडबड करायचे ते. मी हजर झालो हे त्यांना कळाल्यावर ते शाळेवर आले. तासभर बसून स्वतःविषयी सांगत राहिले. नंतर मला पण घोडके साहेबांच्या स्वभावाची सवय झाली.

साधारण एक महिनाभर मी राळेगणवरून शाळेला येत होतो. निर्मलाची रजा आता संपत आली होती. पण तीन महिन्यांच्या लहान कृष्णाला घेऊन अप-डाऊन करता येणार नव्हते. म्हणून मग आम्ही सारे मांडवगणला राहायला आलो.

पहिल्यांदाच आम्ही सहकुटुंब घर सोडलं होतं. त्यादरम्यान सुनीता पण तिच्या दुसऱ्या बाळंतपणासाठी आमच्या घरी आली होती. तिला पहिली मुलगी होती. मुलीचे नाव आम्ही योगिता ठेवलेले; पण सारे तिला दीदी म्हणत. ती खूप रडायची. ती किती दोन तर वर्षांची होती. मांडवगणला आल्यावर जरा खर्चात वाढ झालेली. सुनीताचे पहिले सीझर झालेले. त्यामुळे या खेपेला पण सीझर होणार, हे जवळपास नक्कीच होते. मांडवगणच्या त्या लहान खोलीत आम्ही सातजण राहात होतो.

बदली झाल्यापासून मी एमपीएससीचा अभ्यास सुरू केला होता. माझे पदवीचे शिक्षण पण पूर्ण झाले होते. मी एम.ए. समाजशास्त्रला बहिस्थ ॲडमिशन घेतले होते. पुण्याहून मी काही पुस्तके आणली होती. साधारण सकाळी दोन तास आणि संध्याकाळी दोन तास मला मिळायचे. शाळेवर मी कधी पुस्तके नेली नाहीत. नेली तरी मी ती वाचू शकत नसे; कारण शाळेवर शाळेचे काम असायचे. असा अभ्यास चालू होता. गलनिंबपेक्षा इथे वेळ जास्त मिळत होता; पण दिशा नव्हती. पुण्याला क्लास होते. आनंद पाटील यांचे स्टडी सर्कल, अविनाश धर्माधिकारी यांचे चाणक्य मंडल. मला खूपदा वाटायचे, की आपण क्लास लावावा. जरा दिशा तरी मिळेल; पण माझ्या खात्यावर कर्ज. रजेवर गेलो तर पगार बंद आणि मग क्लासची फी, राहायचा खर्च. सारे जरा आवाक्याबाहेर वाटायचे. मग मी तो विचार झटकून टाकायचो. पाहू घरी जेवढा होईल तेवढा.

एक दिवस असाच शाळेच्या खोलीबाहेर पोरं घेऊन बसलो होतो. पावसाळा संपत आला होता. पश्चिमेला कोनजाईचा डोंगर हिरवागार झालेला. त्याच्या माथ्यावर ढग उतरले होते. त्याक्षणी माझ्या मनात आले. येत्या सोमवारी आपण हा डोंगर चढायचा. पठारे गुरुजींना मी ही कल्पना सांगितली. त्यांनाही आवडली. साऱ्या परिसरात हाच डोंगर उंच होता. गलनिंबला असताना कळसुबाई शिखर सर केले होते. आता हा डोंगर... जायचेच असे ठरवून एक दिवस निघालो.

मला रानात हिंडायची पहिल्यापासून हौस. आधी गळनिंबला असताना गंगेच्या

(गोदावरी) खडकावर जायचो. दत्तवाडी शाळा ही तर ह्या कोनजाई डोंगराच्या कुशीला वसलेली. जेव्हा हा डोंगर पहिल्यांदा पाहिला होता, तेव्हाच या डोंगरावर जायचे हे मी मनोमन ठरवलेले होते. याचे नाव कोनजाईचा डोंगर आहे, हे मला पोरांनी पहिल्यांदा सांगितलेले.

या डोंगरावर वरती कोनजाईचे मंदिर आहे, त्यामुळे या डोंगराला कोनजाईचा डोंगर म्हणतात. असेच मग एका मंगळवारी आम्ही या डोंगरावर चढायचे ठरवले. मुलं अनेकवेळा नवरात्रात या डोंगरावर गेलेली, असं असूनही आपल्याला कोनजाईच्या डोंगरावर जायचं असं मी सांगताच मुलांचे चेहरे फुलले.

'शैक्षणिक सहल' अशी एक पाटी वर्गाच्या दरवाजाला टांगून मी आणि पठारे गुरुजी, आमच्या बाल गिर्यारोहकांसोबत डोंगरावर निघालो. मुलं याच डोंगराच्या आसपास राहणारी. प्रत्येकजण वाटाड्याची भूमिका वठवायला लागला.

'गुरुजी, आमच्या वस्तीपासून वर जायला वाट आहे,' जया म्हणाली.

'गुरुजी, तिचं नका ऐकू, ती काहीपण सांगते. त्या नाल्याखालून जाऊ,' मनू म्हणाली.

मी गप्पच होतो, पोरं मात्र मार्ग सुचवीत होती.

'डोंगराच्या बगाटानं घाटासारखा डोंगर चढू. आपणच वाट शोधू. जुन्या वाटा टाळायच्या आणि नव्या शोधायच्या,' असं मी म्हणालो. त्या भन्नाट कल्पनेने पोरं नाचायलाच लागली.

'बोला पुंडलिका....' मी सुरुवात केली. पोरांनी शेवट केला.

सूर्यफूलाच्या शेतातून पायवाट जात होती. अंगाला सूर्यफूलाचा तवर लागून आमचे कपडे हळद लागल्यासारखे दिसायला लागले. पुढं माळरान सुरू झालं. सगळ्या माळावर गोधडीचे (एक पावसाळी गवत) आच्छादन पसरलेलं. छोट्या छोट्या गुलाबी नाजूक फुलांनी गोधडी सजली होती. जनावरं विशेषतः मेंढरं हे गवत आवडीनं खातात. आम्ही घोळक्यानेच चाललो होतो. पोरं आमच्यासोबत घुटमळत चालली होती. चालता चालताच स्वतःला ठाऊक असलेलं जंगलज्ञान सांगायची. दत्तूनं दुधवनीचं इवलसं फूल तोडलं अन् ओठांनी चोखलं.

मला माझं बालपण आठवलं. मी सुद्धा अशी फुलं चोखली होती.

श्रावण सरत आला होता. कुंदा, हरळी गर्दी करीत उगवलेली. गाजरगवत मात्र दिसत नव्हतं. बहुतेक ते गवत माणसाळलेलं म्हणून डोंगरदऱ्यात फिरकत नसावं.

वन खात्यानं जागोजागी खणलेले चर दिसत होते. काही चरांत रानबाभळी, शिसम, निलगिरी अशी रोपं लावलेली. माती पाण्यानं ओघळू नये, म्हणून रचलेल्या दगडाच्या पवळी दिसत होत्या.

'जपून चला रे, काटे बघा,' पठारे गुरुजी सूचना देत होते.

तेव्हढ्यात कृष्णा भिसेच्या पायाखालचा मुरूम ढासळला. त्याचे दोन्ही कोपर फुटले. ते पोरगं भलतं हुशार. न ओरडता त्याने नुकत्याच उगवलेल्या कुर्मुडीचा पाला तळहातावर चोळला. त्याचा रस काढून कोपराला लावला. आयुर्वेदाचं एवढं ज्ञान जगात अन्यत्र सापडायचं नाही. एका खोंगळीतून आम्ही निघालो. दोन्ही बाजूंनी दाट झाडी होती. त्यामुळं अंधारल्यासारखा भास होत होता. मुलं आळीपाळीनं एकमेकांकडे पिशव्यांचं ओझं बदलायची. पाऊस कमीच असल्यानं ओढ्याला पाणी नव्हतं. एक खोकड (कोल्ह्याच्या जातीचं जनावर) आपली शेपटी पायात घालून पळालं. पोरं थोडी दचकली; पण नंतर 'खोकड, खोकड' म्हणून ओरडायला लागली. खोंगळीतून वर निघताना फुलांनी झाकलेलं हिवराचं झाड दिसलं. त्याला सुगरणीचे तीन-चार खोपे टांगलेले. सुगरणीचा विणीचा हंगाम असावा. आता नीट सरळ चढण सुरू झाली होती. दगड पण मोठमोठे होते. पुरुषभर उंचीच्या दगडांतून पोरं लपल्यासारखी निघत होती.

'गुरुजी हरणं.'

पोरांचा गलका ऐकून समोर नजर टाकली. तोपर्यंत सहा-सात हरणांचा कळप विजेच्या वेगानं उड्या मारत दृष्टीआड झाला. मन हलकं झालं. पुढची वाट जरा शेवाळलेली दिसत होती. त्यामुळे 'थोडं जपून चाला,' अशा सावधगिरीच्या सूचना देत आमचं मार्गक्रमण चालू होतं.

'गुरुजी, दगडाचा चंकूबा,'' दत्तू ओरडला.

मग सगळेजणच त्या प्रचंड शिळेकडे पाहू लागले. एका दगडावर दुसरा मोठा दगड, असे निसटते दोन दगड टांगल्यासारखे दिसत होते.

कोनजाईचे मंदिर आता टप्प्यात दिसत होते. पोरांनी जागजागी चढताना तुरट 'आमुन्या कामुन्या' तोडून खिसे भरले होते. त्याची तुरट चव काही प्रमाणात थकवा कमी करत होती.

एक वळण पार करून थोडेसे वर गेल्यावर कोनजाईच्या मंदिराकडे जाणाऱ्या पायऱ्या दिसल्या. डोंगरमाथ्यावरून येणारी गार झुळूक सुखावत होती.

मंदिराची बांधणी वीस-पंचवीस वर्षांपूर्वीची असावी. दगडाची खाण माथ्यावरच खणून मंदिरासाठी दगड आणलेले. एका खाणीत तर पाणी लागल्याचे पोरांनी सांगितलेले. आत कोनजाई देवीची मूर्ती होती. सर्वांनी दर्शन घेतले. घाईत नारळ आणायचा विसरलो होतो. मग शंकराचार्यांनी सांगितलेली मानसपूजाच केली. पठारावरून डोंगराच्या पायथ्याचा परिसर नजरेत भरत होता. पूर्वेला खाकीबाचा सुळका तुलनेनं खुजा वाटला. पठाराच्या वरच्या बाजूनं शहजापूर डोंगरावरच्या पवनचक्क्या अस्पष्ट दिसत होत्या. पश्चिमेला विश्वनाथाचा हिरवागार डोंगर दिसत होता. तेवढ्यात ढगांचा एक पुंजका समोरून चालून आल्यासारखा दिसला. त्याला

पाहताच सारी पोरं उड्या मारू लागली.

काही क्षण धुक्यात सारा डोंगरमाथा हरवून गेला.

ढग निघून गेल्यावर पठार परत दिसायला लागले. आता चांगलीच भूक लागली होती. थोडं सपाट रान पाहून आम्ही रिंगण केलं. डबे सोडले. जेवणाची चव काही वेगळी औरच होती. सगळा गोपाळकाला केला.

मुलांनी जेवून 'माझी टोपी हरवली'चा डाव मांडला. मी भोवतालचे सगळे रान डोळ्यांत साठवत होतो. आमच्या गावचा खंडोबाचा डोंगर आताशा मला दिसला. दूरवर शाळेचा ठिपका दिसत होता.

निसर्गाचं लेणं आपल्या जवळपासच असतं. आपण ते शोधत नाही. उटी, सिमला, महाबळेश्वर या ठिकाणांपेक्षा मला कोनजाईचा डोंगर सरस वाटला. इथे माणसांची गर्दी नव्हती. आम्ही व आमची मुलं. रानातलीच मुलं ती. डोंगराहून वेगळी वाटलीच नाही. पठारावरची तांबूस माती अन् पोरांचा रंग बेमालूम मिसळल्यासारखा वाटला. मी मात्र शहरी वळणाचा वाटलो. हे वेगळेपण मी उगीचच जपले असे वाटून, मी खालची माती घेतली व गालावर चोळली. एक गोड शिरशिरी अंगातून पळाली.

पाच कधी वाजले ते कळलेच नाही. मनूच्या शेतातून जाणारा एक जवळचा रस्ता निवडून आम्ही डोंगर उतरायला सुरुवात केली.

'या पुन्हा' असं जणू म्हणत रानचिमण्या भोवती भिरभिरत होत्या. वातावरण कुंद झालेलं...आणि मनही भरून आलेलं.

सुनीताला मुलगा झाला. पुन्हा अपेक्षेप्रमाणे सीझर झाले होते; पण चला आता तिला तिच्या घरून काही अडचण असणार नव्हती. आपण कितीही मुलगा-मुलगी एक समान म्हणत असलो, तरी ग्रामीण भागांत अजून समानतेचे वारे दिसून येत नाहीत. अण्णा-आईला पण सारे सुखरूप पार पडले म्हणून बरे वाटले. आता आमच्या घरी तीन लहान पोरं झाली. कृष्णा, दीदी, आणि आता हे नवीन बाळ. त्याचे नाव आम्ही श्याम ठेवले; मात्र पोरगं रंगानं गोरं होतं.

अशा साऱ्या राहाड्यात माझा अभ्यास पुन्हा मागे पडला. त्यात सुनीतामुळे खर्च वाढला होता. त्यामुळे मला माझ्या वैयक्तिक खर्चावर बंधने टाकावी लागत होती. मी ही व्यथा कुणाजवळ बोलून पण दाखवू शकत नव्हतो. मला काही पुस्तके आणण्यासाठी पुण्याला पण जाता येत नव्हते. माझी चिडचिड वाढत होती.

सारे काही ठीक चालले होते. सुनीताचा संसार झाला होता. मला पण एक मुलगा होता. नोकरी करणारी बायको होती. रूढार्थाने माझे सारे काही सुरळीत चालले होते. नाहीतरी सर्वसामान्यांना संसारात अजून काय पाहिजे? पण मी

समाधानी नव्हतो. मला माझी क्षमता सिद्ध करायची होती. माझे सारे गुरुजी मित्र संसारात समाधानी होते. ते आता भविष्यासाठी गुंतवणूक करू लागले होते. सारे हळूहळू नगरला सेटल होण्याचे नियोजन करीत होते. मी मात्र अभ्यास सोडून दुसरा विचार करू शकत नव्हतो. माझ्या मनात राहून राहून तेच येत असे.

एक दिवस 'लोकसत्ता' या वर्तमानपत्रात 'चाणक्य मंडल'ची जाहिरात आली. त्यात एक दहा दिवसांच्या स्पर्धा परीक्षासाठीच्या शिबिरासंदर्भात माहिती होती. फी पण माफक म्हणजे माझ्या आवाक्यात होती. फक्त माझी राहण्याची सोय करावी लागणार होती. मी घरी अण्णांना विचारले. प्रत्येक वेळी अण्णा मला नाही म्हणायचे; पण या खेपेला ते हो म्हणाले. झाले तर, मग मी रजेसाठी अर्ज टाकला. पुण्याला माझ्या मामाचा मुलगा, महेश इंजिनियरिंग करीत होता. तो आकुर्डीला राहायचा. मी त्याच्याकडे राहायचे ठरवले. या दहा दिवसांत मला निदान एमपीएससीच्या बेसिक पुस्तकांची माहिती झाली. हे शिबीर सकाळी सात ते रात्री सात वाजेपर्यंत होते. अविनाश धर्माधिकारी सरांचे वक्तृत्त्व प्रभावी होते. अभ्यास करून त्यांनी अनेक विषयांवर प्रभुत्व मिळवले होते. त्यांनी आयएएसचा राजीनामा दिला होता आणि हे चाणक्य मंडल चालू केले होते. मला ते दहा दिवस फक्त रोजची पाच तास झोप मिळायची. पाच तास झोप मला पुरेशी होती. येताना मी माझ्याकडे नसलेली पुस्तके घेऊन आलो. पुन्हा शाळेवर रुजू झालो. शिबिराहून आल्यावर तर माझी इच्छाशक्ती बळावली होती.

या दरम्यान आमच्या शाळेला इमारत मंजूर झाली होती. डीपीएपी योजनेतून साडेतीन लाख रुपये शाळा बांधकामाला मंजूर झाले होते. ग्रामशिक्षण समितीच्या माध्यमातून हे काम करायचे होते. मुख्याध्यापकाने जातीने हे काम पहायचे होते. ग्रामशिक्षण समिती बांधकामाच्या दर्जावर लक्ष ठेवणार होती. शाळेला प्रेमचंद गांधी यांनी पंधरा गुंठे जागा बक्षीसपत्र करून दिली. त्यामुळे आता लवकरच काम सुरू होणार होते. पठारे सरांनी त्यांचे व खांडगावचे सरपंच असलेले शिंदे यांचे संयुक्त खाते मांडवगणच्या बँकेत उघडले. पठारेसरांचा उत्साह तर ओसंडून वाहत होता. त्यांना वाटत होते, की आपल्याला एक सुंदर इमारत उभी करता येईल म्हणून. पैसे काढण्यासाठी सरपंचांच्या सहीची गरज होती; पण अपेक्षा होती की सरपंचही सहकार्य करतील म्हणून. खात्यावर पहिला हप्ता सुमारे ७५हजार रु. जमा झाला.

एक दिवस शाळेवर पंचायत समितीचा इंजिनिअर आणि श्रीगोंद्याच्या गटशिक्षणाधिकारी मॅडम शाळेवर आल्या. सोबत खांडगावचे सरपंच आणि एक ठेकेदार होता. ती गटशिक्षणाधिकारी बाई कडक होती. हा लवाजमा पाहिल्यावर मी आणि पठारे गुरुजी दोघेही बाहेर आलो. सारे दत्तमंदिरात बसलो. तो इंजिनिअर पठारे गुरुजींना म्हणाला, ''गुरुजी, तुम्हाला बांधकामाचा काही अनुभव नाही, हा ठेकेदार

सारे काम करून देईन. तुम्ही फक्त चेक देत जा त्याला, सरपंच पण तयार आहेत.'' गटशिक्षणाधिकारी मॅडमपण जोर देऊन म्हणाल्या, की काम देऊन टाका म्हणून. पठारे सर काही बोलेनात. त्यांचा स्वभाव मानी होता. ते असल्या पद्धतीच्या कामाला तयार होणार नाहीत, ही मला खात्री होती. मुळात शाळा बांधकाम दर्जेदार व्हावे, म्हणून ठेकेदार पद्धतीला फाटा देऊन बांधकामाचे सारे अधिकार मुख्याध्यापकांकडे दिले होते आणि इथे तर सारी गंगा उलटी वाहत होती. मला राहवेना. मी मध्येच म्हणालो, ''मॅडम, हे काम ठेकेदार पद्धतीने करण्याची तरतूद नाही. उद्या जर ठेकेदार पैसे घेऊन काम न करता पळून गेला तर?''

गटशिक्षणाधिकारी मॅडमने एकवार माझ्याकडे पहिले, आणि विचारले, ''तू कोण?'' मी म्हणालो, ''मॅडम, मी विजय कुलांगे, काही दिवसांपूर्वीच मी हजर झालोय.'' त्या मॅडमने माझ्याकडे कुत्सित नजरेने पहिले आणि मला म्हणाली, ''तू कोण आहेस? काय लायकी आहे तुझी? एक गुरुजी ना? जास्त शानपना करायचा नाही; गुपचूप वर्गात जा आणि पोरांना शिकव, निघ आता.''

माझा अपमान झाला होता; पण मी काही करू शकलो नाही. खाली मान घालून मी वर्गात निघून गेलो. पण माझे मन काही शिकवण्यात लागेना. असा माझा अपमान कधी कुणी केला नव्हता. त्या गटशिक्षणाधिकारी मॅडमने आपला अधिकार मला दाखवला होता; तोही चुकीच्या गोष्टीला पाठींबा देण्यासाठी. माझे डोळे भरून आले होते. अर्ध्या तासाने ही सारी मंडळी गेली. पठारे सर माझ्याकडे आले. मला म्हणाले, ''सर, काय मनावर घेऊ नका त्या बाईचे, पागल आहे ती.'' आपण रीतसरच बांधकाम करू. मी हजारे अण्णाच्या गावचा आहे, हे त्या बाईला अजून माहीत नाही. त्या दिवशी घरी गेलो तरी माझ्या मनातून त्या गटशिक्षणाधिकारी मॅडमचे फुत्कार जात नव्हते.

मी घरी आलो आणि गुपचूप पुस्तकं घेऊन बसलो. रात्री पठारे सर माझ्याकडे घरी आले. त्यांनी झाला प्रकार घरी सांगितला. आई चिडून म्हणाली, ''अशी कशी साहेब झाली ती बाई?'' त्या दिवसानंतर का कुणास ठाऊक; पण मी अजून जोमाने अभ्यासाला सुरुवात केली. माझ्या गुरुजीपणाची तिने थट्टा केली होती.

कोणतीही मुलं शाळाबाह्य राहू नयेत, म्हणून प्रत्येक घर पाहून, तेथील कुटुंबाशी बोलून खात्री करायची असते. आम्ही दोघे, सारा परिसर पालथा घालायचो. संध्याकाळी शाळा सुटली, की गाडी घेऊन निघायचो. या भेटीमधून दत्तवाडीचे जीवन कळत होते. सारे शेतकरी तर काही शेतमजुरी करणारे. पावसावर भरोसा ठेवणारे.... काही कुटुंबांतून कर्ती माणसे सुरतला पोट भरण्यासाठी गेलेली. बाकी म्हातारी आणि पोरं राहायची. आम्ही एक दिवस उत्तम ढवळे या शेतकऱ्याच्या घरी गेलो. त्यांचे दोन नातू शाळेत यायचे. संध्याकाळची वेळ होती. अजून दिवस मावळला

नव्हता. गाडी लावली. उत्तम तात्यांनी लांबूनच आवाज दिला. गुरुजी थांबा, मी आलो. लई वंगाळ कुत्रं हे बघा. चावलं तर नस्ती बलामात व्हायची. आम्ही मग थबकलो. उत्तम तात्याची अंगकाठी कडक. वय जाणवत नव्हते. धोतर गुडघ्यापर्यंत खोचलेले. आताच वावरातून आले असावेत. अंगात कोपरी, डोक्यात टोपी, कपाळावर अष्टगंध अन् गळ्यातील तुळशीमाळ वारकरी असल्याची जाणीव करून देत होती. त्यांच्यासोबत पायऱ्या चढून गेलो. त्यांची वस्ती कोनजाई देवीच्या पायथ्यालाच होती. सपराचं घर. मला आमचं लहानपणीचं घर आठवलं. मी एका मेडीला टेकून बसलो. पठारे सर घोंगडीवर बसले. त्यांनी मला घोंगडीवर बसायचा आग्रह धरला; मात्र मला मेडीचा आधार सुखावह वाटत होता. भोवताली नुकतीच बाजरी उगवून आलेली दिसत होती. पण पावसाच्या ओढीने तिने माना टाकलेल्या दिसत होत्या. उत्तम तात्याचे नातू आम्हाला पाहून लाजून सपरात लपले होते. उत्तम तात्यांनी म्हातारीला चहा टाकायला सांगितला. आमच्या गप्पा चालू झाल्या. जगण्याची मोठी जाण उत्तम तात्याला होती. खूप पाहिले होते, सोसले होते. त्यांची पोरं सुरतला भाजीपाला विकायची. तोच महत्त्वाचा आधार. दहा एकर शेती. मात्र पावसाच्या भरोशावर. गुरुजी, तुम्ही दोघं, नव्या रक्ताचे. आमाला लई आशा बगा तुमच्याकडून. नायतर ह्या डोंगरात कोण येतय शिकवायला? आमी तर अडाणी. पण आमची नातवंडं शिकली पायजेन. त्यावेळी माझ्या मनात विचार आला, की आज स्वातंत्र्य मिळून इतके दिवस झाले. सरकार म्हणून या शेतकऱ्यापर्यंत अजून काहीच आले नाही. आताशी शाळा सुरू झालीय. न पाणी, न रस्ता, ना वीज. स्वस्त धान्य दुकानात महिन्यातून मिळणारे रॉकेल हाच सरकार असल्याचा पुरावा होता.

पण उत्तम तात्या खूप आशावादी म्हातारा. म्हणाला, "गुरुजी, आता शाळेला नवीन इमारत होणार. खूप बरं वाटतंय. काय पण नड पडू द्या. मला आवाज द्या नुस्ता. निम्या रातचला उभा राहतो बगा. किती मोठं मन.

म्हातारीनं चहा दिला. कोरा चहा. चुलीवर शिजलेला; पण त्यातील चव खूपच वेगळी होती. अस्सल गावरानपणा जिभेवर रेंगाळत होता. आम्ही पुन्हा माघारी निघालो. उत्तम तात्यांनी शाळेच्या बांधकामाला खूप मदत केली. स्वतःचे पिक जाळून शाळेच्या बांधकामाला पाणी दिले.

आता सुनीता परत आढळगावला गेली होती. तिची सीझरची जखम पूर्ण भरली होती. दोन्ही लहान पोरं सुनीताला एकटीला सांभाळणे जड होऊ लागले. अण्णा मग दीदीला घेऊन आले. त्या दीदीला नीट बोलता पण येत नव्हते; पण आईने तिच्याकडे लक्ष द्यायला सुरुवात केली. सहा महिन्यांनंतर आम्ही परत राळेगणला राहायला गेलो. कृष्णा आता वरचे खायला लागला होता. त्याच्या बाललीलाने घर भरल्यासारखे वाटायचे. अण्णा-आई जाम खूश असायचे. मी निर्मलाला जाताना

तिच्या शाळेत सोडायचो, आणि तिथून पुढे पठारे सर आणि मी जायचो. आता पुन्हा छान रुटीन जमले होते. पण माझा अभ्यास धरसोड धरसोड असाच चालला होता. गटशिक्षणाधिकारी मॅडमने केलेला अपमान मात्र मनातून जात नव्हता. ते आठवलं की खूप अभ्यास करू वाटायचा.

एक दिवस शाळेवर मोहोळकर सर आले. ते इब्टा (Indian Bahujan Teachers Association) संघटनेचे काम करायचे. ही एक शिक्षक संघटना होती. तिचे संस्थापक आमच्या गावातील खराडे सर होते. ही संघटना बहुजन शिक्षकांची होती. मोहोळकर सर एमपीएससाचा अभ्यास करायचे. ते मला म्हणाले, ''आपण श्रीगोंद्याच्या शिक्षक बँकेत एक कार्यक्रम ठेवला आहे. तिथे आपण काही एमपीएससी यशस्वी झालेल्या मुलांचा सत्कार ठेवला आहे आणि माझी इच्छा आहे की, तुम्ही तिथे एमपीएससीच्या एका घटकावर बोलावे. मी तत्काळ हो म्हणालो. कारण एकच की, या निमित्ताने मला पोस्ट होल्डर मुलांना भेटता येणार होते. अजून मी एमपीएससी सिलेक्ट झालेला उमेदवार पहिला नव्हता.

या कार्यक्रमाला श्रीगोंद्याचे नवीनच नायब तहसीलदार म्हणून निवड झालेले विजय बोरुडे आणि महेंद्र पवार असे दोघेजण येणार होते. मी विज्ञान घटकावर बोलण्याची तयारी केली. माझ्याकडे विज्ञानाचे सेठ प्रकाशनाचे पुस्तक होते. मी ते दोन दिवस चांगले वाचून त्यावर नोट्स काढल्या. मी पहिल्यांदा चांगले बोलता यावे, म्हणून टिपण काढले. हा शब्द न शब्द माझ्या लक्षात राहिला होता. मग लक्षात आले की, हा एक वेगळा बदल माझ्यात होतोय. नकळत वाटून गेले की, येस आय कॅन डू...

रविवारी कार्यक्रम होता. बँकेच्या वरच्या मजल्यावर असलेल्या सभागृहात सारे जमले होते. विजय बोरुडे, महेंद्र पवार दोघेही आले होते. महेंद्र पवार छान बोलले. त्यांचा स्वभाव खेळकर होता.

तिथे विजय बोरुडेही आले होते. त्यांची राज्यसेवा परीक्षेत नायब तहसीलदार म्हणून निवड झाली होती. ते माझ्या गावाजवळील 'लीम्बोडी' गावचे होते. एवढ्या छोट्या वाडीतून हा माणूस राजपत्रित अधिकारी होतो म्हटल्यावर माझ्या आशा आणि आत्मविश्वास दोन्ही वाढल्या होत्या.

मी त्यांच्याशी संवाद साधला. त्यांना विनंती केली की, मी पण एमपीएससीची तयारी करतोय; पण मला दिशा मिळत नाही. तुम्ही मार्गदर्शन कराल का? विजय बोरुडे तत्काळ हो म्हणाले. त्यांची पोस्टिंग व्हायची होती आणि त्यांना पण पुढील पद मिळवण्यासाठी अभ्यास करायचा होता. मला त्यांनी पुढील रविवारी त्यांच्या घरीच बोलावले. माझा तर आनंद गगनात मावेना. मी पहिल्यांदाच पोस्ट होल्डर व्यक्ती समक्ष बोलत होतो.

दुपारचे सेशन माझ्या लेक्चरचे होते. मी विज्ञान घटकाची तयारी केली होती. समोर वीस एक मुले होती. मला अशा लेक्चर देण्याचा अनुभव नव्हता. पण मी तयारी केली होती आणि शिकवणे माझ्या रक्तातच होते. माझे लेक्चर छान झाल्याची पावती ऐकणाऱ्यांनी मला लगेच लेक्चर संपल्यावर दिली.

आता मी रविवारची वाट पाहत होतो; कारण मला बोरुडेंना भेटायचे होते. आदल्या दिवशी शनिवार होता, मी शाळेला चाललो होतो. खांडगावजवळ मला रमेश कासार भेटले. ते नुकतेच शिक्षण सेवक म्हणून कोसेगव्हाण शाळेवर रुजू झाले होते. ते पण एमपीएससीचा अभ्यास करत होते. आम्ही खांडगावच्या बसस्थानकावर थांबलो. मी त्यांना सांगितले, की मी उद्या श्रीगोन्द्याला जाणार आहे. तिथे विजय बोरुडेंना भेटणार आहे. तुम्ही येणार का? कासार सर तत्काळ हो म्हणाले. मला अभ्यासासाठी आता एक पार्टनर मिळाला होता. दुसऱ्या दिवशी सकाळीच आम्ही दोघे बोरुडे यांच्या घरी गेलो. मी त्यांना कासार सरांचा परिचय करून दिला.

त्या दिवशी बोरुडेंनी त्यांचे सिलेक्शन झाल्याचे एमपीएससीचे पत्र दाखवले. ते पत्र पाहताच मला पण कधीतरी असे पत्र मिळेल, असे वाटून गेले. आम्ही इथून पुढे दर रविवारी भेटायचे ठरवले.

त्यांनी त्यांच्या काही नोट्स दाखवल्या. बोरुडे राहुरी विद्यापीठात शिकलेले. राहुरी विद्यापीठ म्हणजे एमपीएससीची पंढरी. दरवर्षी निकालामध्ये किमान ५०% पोरं कृषी पदवीधर असायची. त्यांच्या नोट्स काढण्याची पद्धत नेमकी अचूक होती. नेमकं लिहिण्याची त्यांची सवय मला आवडली होती. त्यांनी राज्यशास्त्र अवघ्या वीस पानांत काढले होते. विज्ञान विषयाच्या नोट्सपण अशाच वीस एक पानांत संपवल्या होत्या. ही सारांश रूपाने लिहिण्याची सवय मला शिकायची होती. आम्ही दोघेही आता दर रविवारी श्रीगोन्द्याला येणार होतो.

पठारे सरांनी गटशिक्षणाधिकारी मॅडमच्या दबावाला न जुमानता ग्रामशिक्षण समितीच्या माध्यमातूनच शाळेचे बांधकाम करायचे ठरवले. आम्ही मजूर लावून पाया खोदला. एक दिवस आम्हाला न विचारता सुरेश गोरे नावाच्या पंचायत समिती सदस्याने त्याच्या वीट भट्टीवर असलेल्या खराब दहा हजार विटा शाळेच्या बांधकामासाठी आणून टाकल्या. नेमक्या सुटीच्या दिवशी त्या विटा त्याने आणून टाकल्या. वस्तीवरील लोकांना खरा प्रकार माहीत नव्हता. आम्ही दुसऱ्या दिवशी शाळेवर आलो तर त्या विटा पाहिल्या. लोकांना वाटले, की आम्हीच सुरेश गोरेला ऑर्डर दिली म्हणून. पण येथेही आम्ही दोघे त्या विटा वापरायच्या नाहीत, या निर्णयावर ठाम राहिलो. सुरेश गोरेला आम्ही त्या विटांचा एकही रुपया दिला नाही. पण सरकारी काम करून घेणे किती कठीण असते, हे हळूहळू माझ्या लक्षात येत होते.

आम्ही शेजारच्या गावचा एक गवंडी बांधकाम करण्यासाठी लावला होता. स्थानिक मजूर लावले होते.

बांधकामाच्या वाळूसाठी दहा हजार रुपयाचा चेक द्यायचा होता. मी सारे रेकॉर्ड लिहिण्याचे काम करायचो. मी चेक लिहिला. पठारे गुरुजींनी त्यांची सही केली, आणि सरपंचाची सही घेण्यासाठी आम्ही गेलो. सरपंच गावात राहायला होता. त्याचे टेलर कामाचे दुकान होते. गरीब घरातला हा माणूस. पहिल्यांदा सरपंच झाला होता आणि त्याच्या काळात हे शाळेचे मोठे काम आलेले. त्याला आशा होती, की आपणास काहीतरी टक्केवारी मिळावी म्हणून. त्याने प्रत्यक्ष अप्रत्यक्ष आमच्या कानावर तसे टाकलेही होते, पण आम्ही दुर्लक्ष केले होते. आता सहीसाठी गेल्यावर त्याने लगेच आढेवेढे घ्यायला सुरू केले. मला आता वेळ नाही, तुम्ही उद्या या असे म्हणून तो घरातून निघून गेला. आता काय करायचे? आम्हाला तर काम करून घेणे भाग होते. आम्ही त्याच्या मागे मागे निघालो. मी पठारे सरांना म्हणालो, की मी बोलतो सरपंचाशी आणि मी पुढे झालो.

सरपंचाने डायरेक्ट मला सांगितले, "हे पहा गुरुजी, मी प्रत्येक चेकला १० टक्के रक्कम घेणार सही करण्यासाठी. मंजूर असेल तर चेक सही घेण्यासाठी आणत जा, नाहीतर गेले उडत.

मला त्याने एकदम झटकून टाकले होते. आम्ही माघारी शाळेवर आलो. काय करावे ते सुचत नव्हते. ही तर सुरुवात होती. शाळेचे बांधकाम अशाने कसे होणार? मी पठारे सरांना म्हणालो, "आपण दोन दिवसांत एक ग्रामशिक्षण समितीची मिटिंग लावू. मिटींगला सरपंच येणारच. साऱ्या कमिटी मेम्बर लोकांना आपण झालेले काम दाखवू आणि त्याचवेळी सरपंचाकडे चेक सही करायला देता येईल, तो अशावेळी नाही म्हणूच शकत नाही. आणि मग आम्ही मिटिंगची नोटीस काढली. साऱ्या मेम्बर लोकांना बोलावले. आम्ही मीटिंग तिथेच दत्तमंदिरात घेतली. मी झालेल्या कामाचा हिशोब दिला. आतापर्यंत तीस हजार खर्च झाले होते. आम्ही चेकवर सही करण्यासाठी सरपंचाला विनंती केली; मग त्याला काही बोलताच येईना. आम्ही चतुराई करून दहा दहा हजाराचे तीन चेक त्याच्यापुढे सहिला ठेवले. सरपंचाचा चेहरा पाहण्यासारखा झाला होता. त्याने मुकाट्याने सही केली. आमची युक्ती कामाला आली होती.

दरम्यान माझा अभ्यास पण आता सुरू झाला होता. दर रविवारी मी आणि कासार सर श्रीगोन्द्याला जाऊ लागलो. आम्ही गाडीवर जायचो. दर रविवारसाठी आमचा विषय ठरलेला असायचा. आम्ही सकाळी नऊ वाजेपर्यंत त्यांच्या घरी जायचो. मार्च महिना चालू होता. ऊन वाढायला लागले होते. आम्ही बोरुडे जेथे राहत होते, तिथेच छतावर अभ्यास करायचो. खताच्या गोण्याचा तळवट आम्ही सावलीसाठी वापरायचो. बोरुडे प्रत्येक संकल्पना समजून सांगायचे. विशेष म्हणजे

एखाद्या मुद्द्याचा कसा खोलवर जाऊन विचार करावा, हे त्यांनी आम्हाला शिकवले. आम्ही पेशाने गुरुजी; पण बोरुडे आमचे शिक्षक झाले होते. रविवार कसा जायचा, ते कळत नसे. किमान सकाळी नऊ ते संध्याकाळी सहा वाजेपर्यंत आम्ही चर्चा करत बसायचो. नंतर आमच्या कंपूत मोहोळकर गुरुजी, सोनावणे गुरुजी अशी एमपीएससीसाठी इच्छुक मंडळी सामील झाली. मला आता अभ्यासाला दिशा मिळू लागली होती. शेवटचा एक तास आम्ही गणित आणि बुद्धिमत्ता घ्यायचो. बोरुडेंकडे खूप ट्रिक होत्या.

साधारण मार्चमध्ये एमपीएससी राज्यसेवेची जाहिरात सुटली होती. आम्ही साऱ्यांनी फॉर्म भरला. परीक्षा मे महिन्यात होती. शाळेला एप्रिलमध्ये सुट्ट्या सुरू व्हायच्या. एकदा परीक्षा संपली, की मग काय फक्त निकाल करायचा असतो. पठारे सर मला म्हणाले, "तुम्ही फक्त निकाल करून द्या पोरांचा. शाळेवर येण्याची गरज नाही, आणि आता शाळेचे बांधकामही लेंटल लेव्हलला आले होते. उन्हाळ्यात जरा पाण्याची अडचण होती. आम्ही शाळेजवळ असलेल्या उत्तम तात्याच्या विहिरीवरून पाणी आणले होते. रात्रभर आम्ही दोघे पाण्यासाठी जागे राहायचो. उत्तम तात्या मदतीला असायचे. रात्री मोटार व्यवस्थित चालायची; पण या पाण्यापायी उत्तमतात्याचे पिक जळाले होते.

पठारे सर खूप मेहनत घेत होते. सरपंचाची नाटके चालूच होती. प्रत्येक वेळी ग्रामशिक्षण समितीच्या बैठकीत आम्ही चेकवर सह्या घेत असू. मी आता जरा मोठ्या रकमेचे चेक लिहायला चालू केले होते. एप्रिल एंडपर्यंत स्लॅब पडला होता. आम्ही प्लॅस्टर जूनमध्ये करायचे ठरवले. त्यासाठी पाणी पण गरजेचे होते ना.

आम्ही पूर्व परीक्षा होईपर्यंत श्रीगोन्द्यालाच राहायचे ठरवले. तिथे सुपेकराची रूम घेतली. मी, कासार सर, मोहोळकर सर, सोनवणे सर आणि विजय बोरुडे असे तिथे राहून अभ्यास करू लागलो. जेवायला मेसवर जायचो. माझी सासरवाडी तिथेच होती. माझी मावशी पण तिथेच. पण मी सारे नातेवाईक टाळले; कारण मला अभ्यास महत्त्वाचा होता. सकाळी सातला आमची बैठक पडायची. आम्ही विषयवार नियोजन केले होते. त्यानुसार वेळ द्यायचो. मी प्रत्येक विषयाला एक वही केली होती. त्यात मुद्दे लिहायचो-

पंचायतराज, घटना, अर्थशास्त्र, विज्ञान, समाजसुधारक, कृषी आणि चालू घडामोडी अशा विषयवार चर्चा आम्ही करायचो. एकजण मुद्दा वाचायचा, मग त्यावर इथून मागे कोणते प्रश्न आलेले आहेत, ते आम्ही पाहायचो आणि मग अजून त्यावर कोणते प्रश्न येऊ शकतात, ते बोरुडे सांगायचे. वर्तमानपत्रांचे वाचन पण असेच सामुहिक व्हायचे. 'लोकसत्ता', 'सकाळ' असे पेपर आणून त्यावर चर्चा करायचो. काही महत्त्वाचे मुद्दे लिहून काढायचो. चालू घडामोडीला दत्ता संगोलकारांचे

पुस्तक आणले होते. अजून 'चाणक्य मंडल', 'स्टडी सर्कल' अशा प्रकाशनाची पुस्तकं होती.

साधारण सव्वा महिना आम्ही श्रीगोन्द्याला राहिलो. मी त्या काळात सारे काही विसरलो होतो. घर, शाळा, जणू मागे पडले होते. विजय बोरुडे सोबत असल्याने माझा आत्मविश्वास वाढला होता. पूर्व परीक्षा पंधरा दिवसांवर असताना आम्ही सराव पेपर सोडवायला चालू केले. २०० पैकी किमान १६० मार्क आवश्यक होते. म्हणजे बोरुडेंचा मागील अनुभव तसा होता. माझी पहिलीच पूर्व परीक्षा होती ही. सराव पेपरमध्ये मी १५० च्या वर जायचो. दोन तास वेळ लावून आम्ही सराव करायचो. कासार सर आरामात १७० पर्यंत जायचे. सामान्य अध्ययनासाठी एक तास आणि बुद्धिमत्तेसाठी एक तास असे नियोजन केले होते. शेवटची १० मिनिटे रिव्ह्यूसाठी ठेवायचो.

मी त्यात माझी ए, बी, सी मेथड ठरवली होती. म्हणजे पहिल्या टप्प्यात मी मला हमखास येणारे प्रश्न सोडवायचो. जरा संधिग्ध वाटणारे प्रश्न म्हणजे बी प्रकारचे, मी दुसऱ्या टप्प्यात सोडवायचो. हे बी प्रकारचे प्रश्न म्हणजे ५०:५० प्रकारचे असतात. म्हणजे चार पर्यायांपैकी दोन हमखास चुकीचे असतात, आणि हे आपल्या लक्षात येते. येथे थोडा आपला अभ्यासाचा अनुभव पणाला लावून आपण बरोबर उत्तरापर्यंत जाऊ शकतो, आणि या बी प्रकारात उत्तर बरोबर येण्याची शक्यता किमान ७०% असते, आणि नंतर सी प्रकार. म्हणजे अंधारात तीर मारणे. लागला तर तुमचे नशीब. तर अशा प्रकाराने माझा सराव चालू होता. किमान पूर्व परीक्षेला तरी मला अडचण येणार नाही, अशी खात्री वाटत होती. ही जाहिरात होती २००३ च्या राज्यसेवेची आणि पूर्व परीक्षा होती मे २००४ मध्ये. आमचे सगळ्यांचे परीक्षा सेंटर नगरलाच होते. परीक्षेआधी दोन दिवस आम्ही रूम सोडली आणि मी घरी गेलो. बोरुडेंनी सांगितलेल्या साऱ्या टिप्स मनात घोळवत मी घरी आलो. बोरुडे म्हणाले होते, की पूर्व परीक्षेला आधी एक दिवस बिलकुल काही अभ्यास करायचा नाही आणि निवांत राहायचे. मी परीक्षेआधी २४ तास माझा अभ्यास डिक्लेर केला. म्हणजे बंद केला.

बारावीच्या परीक्षेनंतर पहिल्यांदा मी सिरियस होऊन हा अभ्यास केलेला. त्यामुळे कितीही नाही, म्हटले तरी माझ्याच अपेक्षेचे माझ्यावर दडपण वाढले होते. माझं टेन्शन पाहून अण्णा म्हणाले, "अरे गीतेतील वचन ध्यानात ठेवायचे. 'कर्मण्ये वाधिकारस्ते मां फलेषु कदाचन...' तू तुझे काम कर फक्त.

पेपर दहा वाजता सुरू होणार होता. मी गाडीवर नगरला जाणार होतो. जाण्यापूर्वी अण्णा-आईच्या पाया पडलो. माझी बॅग आवरली. काळे बॉलपेन घेतले. ते आदल्या दिवशी उगळून ठेवले होते. जाड टोकाचा पेन होता तो; म्हणजे गोल

काळे करायला मला कमीतकमी वेळ लागणार होता, आणि मी निघालो. मनात मी सकारात्मक विचार करत होतो. म्हणजे मी गाडीवर जाता जाता मुख्य परीक्षेचे कसे नियोजन करायचे, याचा विचार करू लागलो. नकळत माझ्यावरील परीक्षेचे दडपण कमी होत होते.

माझा नंबर दादा चौधरी हायस्कूलमध्ये होता. पावणे दहाला मी वर्गात बसलो. माझ्यासारखेच भावी अधिकारी आपापल्या स्थानांवर बसले होते. एक अनामिक शांतता अशावेळी आपणास दिसून येते. काही पोरं म्हणजे उमेदवार पेपर हातात पडेपर्यंत वाचताना दिसत होते, आणि जसजसा वेळ जात होता तसतसे ही मंडळी अधिकच गंभीर होऊन वाचताना दिसत होती. मला मात्र असे तोंडावर पडून वाचणे कधी जमले नाही. प्रत्येकाची सवय असते म्हणा ही. साडेदहाला उत्तर पत्रिका दिली गेली. हिरवट रंगाचा तो कागद मी एकवार हात फिरवून पाहिला. प्रयत्नपूर्वक नशीब आजमावण्याचा हा माझा पहिला प्रसंग. मी माझा नंबर काळा केला... आणि प्रश्नपत्रिका मिळण्याची वाट पाहू लागलो. अकराला प्रश्नपत्रिका मिळाली. माझी बी सेरीजची प्रश्नपत्रिका होती. उत्तरपत्रिकेवर बी गोल काळा केला आणि एकवार सारा पेपर दोन-तीन मिनिटांत नजरेखालून घातला.

प्रश्न ओळखीचे वाटू लागले. मी पेपर सोडवायला चालू केला. पहिल्या पन्नास मिनिटांत माझे जीएस सोडवून झाले होते. मी एकवार पुन्हा पेपर पहिला. न सुटलेले प्रश्न मी गोल करून ठेवले होते. साधारण दीडशे पैकी मी पहिल्या फटक्यात एकशेवीस प्रश्न सोडवले होते. उरलेले तीस प्रश्न मग मी माझ्या 'बी' आणि 'सी' मेथडने सोडवले, आणि बरोबर एक तास झाल्यावर मी बुद्धिमत्ता भाग सोडवायला घेतला. आत्तापर्यंत केलेला गणिताचा सराव आज कामी येताना दिसत होता. मी बुद्धिमत्ता भाग बरोबर पंचावन्न मिनिटांत सोडवला. तीन प्रश्न सोडवता आले नव्हते. ते अंदाजे मारले. शेवटच्या दोन मिनिटांत सारे काळे गोल मोजून पहिले. बरोबर सारे दोनशे प्रश्न माझे सोडवून झाले होते. बेल झाली. पेपर जमा झाले आणि मी वर्गाबाहेर पडलो. खूप मोठा ताण सरल्यासारखे वाटत होते. मुळात अभ्यास करून पेपर देण्याची मजा काही वेगळीच असते. बाहेर एक टपरी गाठली, आणि मस्त ए वन चहा मारला. मी सकाळपासून काही खाल्ले नव्हते. अर्थात ती माझी सवयच होती. मी परीक्षेआधी काही खात नाही. बाहेर पोरं एकमेकांना विचारत होती, याचे उत्तर काय आणि त्याचे उत्तर काय. परीक्षा झाल्यावर मी कधी पेपर पाहत नसायचो. पण आता मला पुढचा म्हणजे मुख्य परीक्षेचा विचार करायचा होता. त्यामुळे दुसऱ्या दिवशी आम्ही श्रीगोन्द्याला बोरुडेंकडे जमणार होतो, आणि तेथेच पेपरचा अंदाजही येणार होता.

पेपर तर छान गेला होता. दुसऱ्या दिवशी मी, कासार सर, बोरुडेंकडे गेलो.

पेपर चेक केला. बहुतेक प्रश्नांची उत्तरे सापडली होती. माझा स्कोअर १५८ पर्यंत जात होता. कासार सर १६७, आणि बोरुडे १७० च्या पुढे. मला जरा टेन्शन आले. किमान १६० क्रॉस व्हायला हवे होते. बोरुडे म्हणाले, १५८ हा चांगला स्कोअर आहे. तुम्ही तयारीला लागा. त्यांनी आम्हाला मेन्ससाठी आवश्यक पुस्तकांची यादी दिली. आम्ही भूगोल आणि बँकिंग हे विषय निवडायचे ठरवले. बोरुडेंचे हेच विषय होते. गेल्या निकालात हेच दोन विषय चालले होते. या विषयांची पुस्तके पण सहज उपलब्ध होती; पण माझ्या मनात थोडी धाकधूक होतीच, कारण स्कोअर मनासारखा नव्हता आला.

बोरुडे म्हणाले, ''गुरुजी, अभ्यासाला लागा. निकाल लागल्यावर वेळ नसतो मिळत. आता पूर्वचा विचार सोडा आणि मेन्स पकडा. त्यांचेही म्हणणे बरोबर होते म्हणा. एकतर माझी नोकरी चालू. त्यातून वेळ काढून अभ्यास करावा लागणार. मी मग ठरवले पूर्वचा निकाल काही पण येवो; मी आता मेन्सचा अभ्यास सुरू करणार. कासार सर तर निर्धास्त होते; कारण त्यांचा पूर्वचा निकाल हमखास येणार होता.

शाळा सुरू झाली होती. शाळेचा स्लॅब पडला होता, आणि आता प्लॅस्टर करायचे होते. मध्येच पंचायत समितीचा इंजिनिअर येऊन मोजमापे घेऊन गेला होता. गटशिक्षणाधिकारी मॅडम पठारे गुरुजींवर खार खाऊन होती. तिने आमच्या सरपंचाला पकडले आणि त्याला फितवले. झाले आता सरपंच मीटिंगला पण येईनासा झाला. त्यामुळे आमच्यापुढे त्याची सही कशी घ्यायची, हाच एक मोठा प्रश्न होता. आता झेडपीत जाऊन अधिकाऱ्यांना भेटल्याशिवाय गत्यंतर नव्हते. एका शनिवारी आम्ही दोघे सकाळची शाळा करून नगरला गेलो. मी सविस्तर निवेदन तयार केलं होतं. त्यात शाळेच्या बांधकामाचा सारा उहापोह केला होता. पठारे सरांचा लहान भाऊ, बाळासाहेब हा अण्णा हजारेंचा कार्यकर्ता होता, आणि त्यावेळी ज्या शिक्षणाधिकारी देशमाने बाई होत्या, त्यांची आणि बाळासाहेब यांची चांगली ओळख होती. ते पण आमच्यासोबत आले होते. आम्ही देशमाने बाईंना भेटलो. पठारे सरांनी साऱ्या अडचणी वाचल्या. गटशिक्षणाधिकारी बाई कशा सरपंचाला हाताशी धरून त्रास देतात, हे सांगितले. देशमाने बाईंनी, लक्ष घालते म्हणून सांगितले.

मी पठारे सरांना म्हटले, ''सर, आपण आता झेडपीत आलो आहोत तर सीईओंना पण भेटू. त्यावेळी चंद्रकांत दळवी हे सीईओ होते. त्यांचे संत गाडगेबाबा ग्रामस्वच्छता अभियानात छान काम होते. आम्ही त्यांच्या दालनाबाहेर थांबलो. पीएला चिठ्ठी दिली. दहा मिनिटांनंतर त्यांनी आम्हाला बोलावले. एका आयएएस अधिकाऱ्याला भेटण्याची माझी ही पहिलीच वेळ. खूप दडपण आले होते. आम्ही आत गेलो. पठारे सर मला म्हणाले होते की, जे काही सांगायचे ते तुम्हीच सांगा.

मी सरांना नमस्कार म्हटले. दळवी साहेबांनी मानेनेच काय म्हणून विचारले. मी अगदी मोजक्या शब्दात आम्ही कोण आहोत आणि आमची काय अडचण आहे, ते सांगितले आणि त्यांच्या हातात निवेदन दिले. त्यांची ती प्रशस्त केबिन, आणि त्यांचे व्यक्तिमत्त्व पाहून आपणही अधिकारी व्हायला हवे, असे वाटून गेले. अगदी संयमी असणाऱ्या दळवी साहेबांनी आम्हाला म्हटले, ''मी पाहतो. काही काळजी करू नका.'' पाच मिनिटात आमची भेट आटोपली; पण मी त्यांच्याशी थेट आणि न कचरता बोललो होतो. मला खूप छान वाटू लागले होते. मनावर भेटीआधी आलेला ताण एकदम निघून गेला होता.

आम्ही शनिवारी झेडपीत जाऊन आल्यावर सारी चक्रे वेगाने फिरली. झेडपीतून एक चौकशी पथक आले. उदावंत साहेब पथकप्रमुख होते. ते लेखाधिकारी होते. आम्ही शाळेचे सारे रेकॉर्ड त्यांना दाखवले. आम्ही अगदी पाया खोदल्यापासून फोटो ठेवले होते. पथकाने शाळेचे बांधकाम पहिले. आम्ही कामात कुठलीच कसर ठेवली नव्हती. त्यामुळे आम्ही निर्धास्त होतो. सरपंचालाही बोलावण्यात आले होते. वाडीवरील ग्रामस्थही बोलावले होते. सारी पाहणी झाल्यावर दत्तमंदिरात बैठक पडली. उदावंत साहेबांनी सरपंचाला कडक भाषेत समज दिली. जर कामात सहकार्य केले नाही तर तुमचे पद काढून घेतले जाईल. उत्तम तात्यांनी पण सरपंचाला चांगलाच झाडला; मग मात्र सरपंच ठीक झाला.

या घटनेनंतर कामात कोणतेही विघ्न आले नाही. आता काम करायला पण उत्साह वाटू लागला. प्लॅस्टरसाठी पठारे सरांनी राजस्थानी गवंडी आणले. दोनच कारागीर होते; पण त्यांच्या कामाचा झपाटा मोठा होता. त्यांनी एक महिन्याच्या आत शाळेला नवीन रूप दिले. अशी फिनिशिंग एखाद्याच्या बंगल्याला पण नव्हती. धार कोर एकदम जिथल्या तिथे. आम्हाला आतापर्यंत पडलेल्या कष्टाचे चीज झाल्यासारखे वाटू लागले. शाळा एकदम जमिनीतून वर उगवल्यासारखी दिसत होती. रस्त्याने जाणारा प्रत्येकजण इमारतीकडे वळून पाहत असायचा. षटकोनी आकार शाळेला शोभून दिसत होता. आम्ही प्रत्येक गोष्ट बारकाईने आणि विद्यार्थ्यांसाठी फायद्याची कशी राहील, हे पहिले होते. आतल्या भिंतीवर बोलक्या पाट्या तयार केल्या होत्या. साऱ्या भिंतींवर फळे काढले होते. आतून सुविचार लिहिले होते. बाहेर पडवीला छोटे कुंपण तयार करून त्यात फुलझाडे लावली.

आमच्या शाळा बांधकामाला, 'उत्कृष्ट बांधकाम पुरस्कार' मिळाला. झेडपीने कौतुक केले. लोकांच्या सहकार्यातून आणि आपले उद्दिष्ट स्वच्छ आणि निर्मळ असेल तर सुंदर काम उभे राहते, हे आम्ही अनुभवत होतो. या कामामुळेच मी लोकांत मिसळायला लागलो. अधिकाऱ्यांशी कसे बोलावे, हे शिकलो. समस्येवर मात कशी करावी आणि त्यासाठी कुठले स्रोत वापरावेत, हे शिकलो. आम्हा

दोघांनाही, ताण झाला; पण फळ मिळाले. आम्ही शाळेच्या भोवती झाडे लावायचे ठरवले. पण भोवती सारा खडक. झाडे कशी येणार? खाली एका शेतकऱ्याच्या विहिरीचे काम चालू होते. तिथे विहीर फोडण्यासाठी ब्लास्टिंग ट्रॅक्टर यायचे. त्याला विनंती केली. त्याने वीसएक जागेवर खडक फोडून खड्डे करून दिले. मग तळ्यातून मातीच्या गाळाचे दोन ट्रॅक्टर आणले व त्या खड्ड्यांत भरले.

जवळच्या देऊळगावच्या वन खात्याच्या नर्सरीमधून रोपे आणली. त्यात चिंच, आवळा, गुलमोहोर अशी झाडे होती. ती झाडं लावली, पावसाळ्यात झाडे पटकन रुजली.

झाडांना कुंपण गरजेचे होते. आम्ही बाभळीच्या काट्यांचे कुंपण करायचे ठरवले. शेरुड्क्यानी रानात अनेक बाभळीच्या झाडांचा ढाळा केलेला. आम्ही या साऱ्या फांद्या गोळा करायचे ठरवले. एका शनिवारी सकाळी सकाळी सारी पोरं बाहेर काढली आणि आम्ही निघालो काट्या गोळा करायला. मी आणि पठारे सर काट्याच्या फांद्या बाजूला करून देत होतो. मग पोरं त्या फांद्या ओढत ओढत शाळेजवळ नेऊन टाकत होती. तेव्हढ्यात नवनाथ नावाचं एक पोरगं मोठ्याने ओरडलं. मागोमाग सारी पोरं त्याच्याभोवती गोळा होऊन ओरडू लागली. काय झालं ते कळेना. मी धावत पळत त्याच्याजवळ गेलो. त्याच्या पायातून रक्ताची धार चाललेली. एका निब्बर काट्याने त्याच्या पायाच्या अंगठ्यांतून खालून घुसून वर डोके काढले होते. वेदनेने नवनाथ विव्हळत होता. सारे काम तिथेच सोडून आम्ही त्याला गाडीवर टाकला. खांदगावच्या आरोग्य केंद्रात नेऊन मग तो काटा काढला. वाटलं होतं, की आता नवनाथचा बाप येऊन चांगलाच भांडणार; पण तो आम्हाला दुसऱ्या दिवशी शाळेत येऊन म्हणाला, "गुरुजी, बरं झालं नवण्याला टायमावर दवाखाना केला. तुम्ही काय तुमच्या घरासाठी आदबता व्ह्य... सारं काही साळंसाटीच चाललंय की... आमचा जीव भांड्यात पडला... एकदाचं कुंपण झालं... झाडं रुजली होती.

शाळेची पंधरा गुंठे जागा होती. बाराव्या वित्त आयोगातून शाळेला पक्के कुंपण मंजूर झाले. लवकरच ते काम चालू झाले. वाडीवरील एका ठेकेदाराने ते काम घेतले होते. त्याने नफा कमावण्यासाठी त्यात स्टील वापरलेच नाही. इथे मात्र तो सरपंच काही बोलला नाही, की आदरणीय गटशिक्षणाधिकारी मॅडम काही बोलल्या नाहीत. असो.

शासनाची लोकसहभागातून विकास अशी एक योजना आली होती. त्यात १०% लोकवर्गणीची अट होती. आम्ही त्यात सहभाग नोंदवला. साऱ्या वाडीवर हिंडून पाच हजार रु. आम्ही लोकवर्गणी गोळा केली.

त्यातून आमच्या शाळेला एक मुला-मुलींचे शौचालय आणि एक बोअरवेल

मंजूर झाले. २५० फुट बोअर (कूपनलिका) घेतली. त्याला भरपूर पाणी लागले. त्यावर एक हापशा बसवला. खडकातील पाणी ते. इतकं गोड होतं पिण्यासाठी म्हणून, की विचारू नका. पंधरा दिवसांत शौचालयही उभे राहिले. त्यात छान टाईल्स बसवल्या. पाण्याचे नळ आत नेले थेट. आमची त्या परिसरात पहिली शाळा बनली; जिथे पोरं संडासला शौचालयात जात. एका स्वप्नासारखी दत्तवाडीची शाळा एका वर्षभरात उभी राहिली होती, आणि साऱ्या भौतिक सुविधांसह. शासन आणि लोकसहभागातून एक सुंदर विकासचित्र शाळेच्या रूपाने त्या दत्तवाडीच्या माळावर फुलले होते. ही शाळा म्हणजे अनेक अधिकाऱ्यांच्या आकर्षणाचे केंद्र बनले होते. मात्र या प्रवासात टाकीचे घाव आम्हा दोघांना सोसावे लागले होते.

मी पुण्याहून मेन्ससाठी आवश्यक असणारी पुस्तके आणली होती. बँकिंगसाठी शशिकांत मंगरुळे, भूगोलसाठी डोईफोडे, आणि जीएससाठी आम्ही बोरुडेंच्या नोट्स वापरणार होतो. के सागर प्रकाशनाची पुस्तकेही मी आणली होती; पण बोरुडे यांच्या नोट्सवर आमचा म्हणजे मी आणि कासार सर यांचा जास्त भर होता. आमचा दर शनिवार आणि रविवारचा अभ्यास वर्ग चालूच होता. मात्र लवकरच बोरुडे यांना शासनाची ऑर्डर आली. त्यांना चंद्रपूरला नायब तहसीलदारपदी रुजू व्हायचे होते. मग मी आणि कासार सर, आम्ही दोघेच बसू लागलो; पण दोघेही पहिल्यांदा मेन्स देणारे. अनुभव काहीच नाही. त्यात नोकरी चालू. एक दिवस बोरुडेंचा चंद्रपूरवरून फोन आला. त्यांनी आम्हा दोघांना चंद्रपूरला बोलावले होते. इथे या, आपण इथे अभ्यास करू.

मी घरी चंद्रपूरला जाण्याचा प्रस्ताव मांडला. या आधी मी इतक्या दूर कधी घर सोडून गेलो नव्हतो; पण मी आईला म्हटले, "कासार सर पण जोडीला आहेत." मग परवानगी मिळाली. कृष्णा दोन वर्षांचा होता. आता छान बोलायचा आणि पळायचा पण.

निर्मलाला इतक्या दूर जाणार म्हणून वाईट वाटत होते, पण तिनेही परवानगी दिली. निर्मलाने घर सांभाळण्याची दाखवलेली तयारी माझा हुरूप वाढवणारी होती. यानंतर मला तिने कधीही अभ्यासात घरच्या अडचणी जाणवू दिल्या नाहीत. ती घर, शाळा यामध्ये व्यस्त असायची. तिला माझी महत्त्वाकांक्षा माहीत होती. अनेकदा माझं या अभ्यासाच्या नादात तिच्याकडे दुर्लक्ष व्हायचे; मग ती नाराज व्हायची. पण तात्पुरतीच. माझ्या बुद्धिमत्तेचे तिला कायम कौतुक असायचे. माझ्याबद्दल तिला आत्मविश्वास होता. मला एक दिवस नक्की पोस्ट मिळेल, असे तिला वाटायचे.

अण्णाची तर अभ्यासासाठी कधी आडकाठी नव्हतीच. शाळेवर पठारे सरांना सांगितले. त्यांची काही अडचण नव्हती. मग एक महिन्याची रजा टाकली आणि निघालो दोघेही चंद्रपूरला. साधारण ऑगस्ट महिना होता तो. आमच्या सामानात

पुस्तकांचेच ओझे जास्त होते. त्यावेळी दोघांकडेही मोबाइल नव्हता. नगरहून खासगी बस पकडली. पहिल्यांदा स्लीपर कोच मध्ये बसत होतो. रात्री नऊला बसलो आणि सकाळी दहाच्या सुमारास चंद्रपूरला उतरलो. चंद्रपूर याआधी फक्त भूगोलात वाचलेले. तिथून पुढे राजुऱ्याला जायचे होते. मग तिथून महामंडळाच्या बसने आम्ही राजुरा या छोट्याशा शहरात पोहोचलो. बोरुडेंनी पत्ता दिलेला होता. रिक्षा पकडून दिलेल्या पत्त्यावर गेलो. बोरुडे ऑफिसमधून आले होते. त्यांना खूप बरे वाटले. त्यांना वाटले नव्हते की आम्ही खरेच इतक्या दूर अभ्यासासाठी येऊ म्हणून. रूम पहिल्या माळ्यावर होती. चंद्रपूर म्हणजे कडक ऊन; पण तिथे परिसरात झाडे होती. एकंदर एक महिनाभर आम्ही निवांत असणार होतो.

दुसऱ्या दिवशी सकाळीच चारला उठलो. कासार सरांना पण लवकर उठण्याची सवय होती. बोरुडे हे अभ्यासक्रम आणि मागील प्रश्नपत्रिका यावर जास्त जोर द्यायचे. आम्ही त्यांचा शब्द प्रमाण मानीत अभ्यास करत होतो. त्यांच्या जीएसच्या साऱ्या नोट्स आम्ही पुन्हा स्वतंत्र लिहून काढल्या. चर्चा तर चालूच असायची. आम्ही दिवसभर बसायचो. चौदा तासांपर्यंत आमचा अभ्यास जायचा.

बोरुडे म्हणायचे, "या खेपेला तुम्ही दोघेही डीसी (उपजिल्हाधिकारी) होताय तर. आमच्या अंगावर मूठभर मांस चढायचे. एक महिन्यात आमचे एक वेगळेच विश्व बनले होते. आम्ही दोघेही कधी रुमच्या बाहेर गेलो नाही. एक चादर टाकून मांडी ठोकली की तीन तीन तास आम्ही उठत नसू. एक महिना कसा सरला तेही कळले नाही. तिथे एक दुधवाला यायचा. तो सकाळी सकाळी आला, की आमची दहा मिनिटं तरी खायचा. त्याला वाटायचे, की फक्त अभ्यासासाठी ही पोरं इतक्या लांब कशी काय आलीत? त्याला वीस एकर जमीन होती, आणि त्याच्याकडे एक गावरान गाय. मला पण नवल वाटायचे.

बोरुडे म्हणाले, "निकाल लागला, की मी पण येतो रजा टाकून. आपण या खेपेला राहुरी विद्यापीठात अभ्यास करू. आमच्यासाठी हा दुग्धशर्करा योग असणार होता. येताना त्यांनी आम्हाला रेल्वेची तिकिटे काढून दिली. एक महिना गेला खरा. पण आमच्यासाठी तो एक अनमोल अनुभव होता. अभ्यास आणि फक्त अभ्यास. बाकी काही नाही, न शाळा, न घर. त्यातून मिळणारा आनंद. बोरुडेंनी स्पर्धा परीक्षेकडे पाहण्याची एक नवीन दृष्टी आम्हाला दिली होती.

शाळेवर पुन्हा हजर झालो. ऑक्टोबर महिना चालू होता. सहामाही परीक्षा संपून दिवाळीच्या सुट्या चालू झालत्या. मी पूर्वच्या निकालाची वाट पाहत होतो. थोडी धाकधूक होती, पण मला खात्री वाटायची, की पूर्व सुटायला पाहिजे. मी सुट्टीत अभ्यास चालू ठेवला होता. कासार सर पण माझ्याकडे अधूनमधून येत होते. मला घरी अभ्यासाला जागा नव्हती. आमच्या घराच्यासमोर बाबूराव गुरुजींचे घर होते. जरा

ओसाड घर होते. अण्णांनी मला त्या घराची चावी आणून दिली. मी आमच्या घरातून वायर ओढून तिथे लाईटची सोय केली होती. आईने ती खोली मला छान सारवून दिली होती. मी पहाटेच तिथे अभ्यासाला जात असे. थंडी सुरू झाली होती. पूर्व परीक्षा होऊन चार महिने उलटून गेले होते. निकाल कधीही अपेक्षित होता. मला सुट्टीचा पुरेपूर फायदा घ्यायचा होता.

एक दिवस नेहमीप्रमाणे सकाळी सकाळी उठलो. मला माझा चेहरा जड पडल्यासारखा वाटत होता. मला वाटले झाले असेल थंडीने काहीतरी. मी दुर्लक्ष केले आणि त्यादिवशी मी आणि कासार सर श्रीगोन्द्याला गेलो होतो. कारण बोरुडे सुट्टीला आले होते. त्यांना भेटून आतापर्यंत झालेला अभ्यास आणि पुढची दिशा यावर चर्चा करायची होती.

पण मला माझी तब्येत काही ठीक वाटत नव्हती. चेहरा जड पडला होता. बोलताना त्रास जाणवत होता. श्रीगोन्द्याला गेल्यावर मी गाडीच्या आरशात माझा चेहरा पाहिला. माझा उजवा ओठ खाली घसरल्यासारखा वाटत होता. मला हसायला पण येत नव्हते. हसलो तर उजवा ओठ खाली घसरत होता. तोंड वाकडे होत होते. मी जाम घाबरलो. पण सोबत कासार सर, बोरुडे होते. मी त्यांना कळणार नाही, या बेताने हसत होतो, बोलत होतो. पण काहीतरी सिरियस बाब आहे, हे एव्हाना माझ्या लक्षात आले होते. एक विचित्र जाणीव शरीरात होत होती. उजवा कान जड झाला होता. अचानक त्या कानाने ऐकू येणे कमी झाले होते. माझ्यातला हा बदल बोरूडेंच्या लक्षात आला. त्यांनी माझा चेहरा काळजीपूर्वक पहिला, आणि म्हणाले, "गुरुजी, तुम्ही दवाखान्यात जावा. तुमचे तोंड वाकडे झाले आहे."

घरी आलो. मी आईला झालेला प्रकार सांगितला. ती लगेच मला कुलकर्णी डॉक्टरकडे घेऊन गेली. डॉक्टरने मला तपासले. माझा बी.पी. पाहिला. डॉक्टर म्हणाले, "हा चेहऱ्याचा पॅरॅलीसीस झाला आहे. याच्यात सारे तोंड वाकडे होते. तुम्ही पटकन नगरला जा. मी चिठ्ठी देतो. तिथे लाल टाकीला (नगरचा एक भाग) करंदीकर डॉक्टर आहेत," त्यांना भेटा. त्यांनी मला काय कुठले इंजेक्शन वा गोळ्या दिल्या नाहीत. त्या रात्री मला झोप लागली नाही. मला पाण्याने गुळण्या देखील करता येत नव्हत्या. अण्णा आणि आईला जाम टेन्शन आलेले. निर्मला रडत होती. माझी उजवी पापणी जवळ जवळ लवत नव्हती. डोळा हाताने बंद करावा लागत होता.

दुसऱ्या दिवशी तोंड रुमालाने बांधले, आणि मी गाडीवर नगरला निघालो. मला करंदीकरचा दवाखाना माहीत होता. डॉक्टर होते. मी नंबर लावला. पंधरा मिनिटांत त्यांनी मला बोलावले. डॉक्टर अनुभवी होते. त्यांनी मला तपासले. माझा ईसीजी काढला. तो तर नॉर्मल आला. माझ्या चेहऱ्यावर सुई टोचून त्यांनी मला स्पर्श होतो

का, म्हणून विचारले. नंतर मला म्हणाले, ''हा चेहऱ्याचा पक्षवात आहे.''

आपण पाहतो की बरीच माणसे तोंड वाकडी झालेली दिसतात. तसाच हा पण प्रकार आहे. मी न राहवून विचारले, डॉक्टर पण हा पक्षवात नीट तर होईल ना. ते म्हणाले, ''आपण प्रयत्न करू. तुम्ही अजून दोन दिवस नसते आले तर मी काही करू शकलो नसतो. आता मी काही औषधे देतो, आणि चेहऱ्याचे व्यायाम सांगतो. व्यायाम फार महत्त्वाचे आहेत. किमान दोन महिने रोज तीन तास आरशापुढे तुम्हाला चेहऱ्याचा व्यायाम करावा लागेल. हे ऐकल्यावर माझ्या डोळ्यासमोर काजवेच चमकले. मला तर समोर माझी मेन्स दिसत होती. किती सुवर्णसंधी होती. दिवाळीच्या सुट्ट्या आणि अभ्यास. पण हे काय नसते लचांड मागे लागले. मी डॉक्टरला म्हणालो, ''माझी एमपीएससीची मेन्स आहे. मला परीक्षेला वेळ देणे भाग आहे. मी बहुतेक पूर्व पास होईल.'' मला तर काही सूचेना. डॉक्टर एकच वाक्य बोलले. परीक्षा नंतर आयुष्यात खूप देता येतील, चेहरा मिळणार नाही. निर्णय तुम्हाला घ्यायचा आहे..

मी औषधे घेतली. बऱ्याच गोळ्या होत्या. काही गोळ्या मधात घ्यायच्या होत्या. मी घरी आलो. अण्णा-आईला म्हणालो, ''काही काळजी करू नका, सारं काही होईल व्यवस्थित.'' अजून पंधरा दिवस सुट्टी बाकी होती. मी स्वतःला घरात कोंडून घेतले. माझे दुखतेय याची कल्पना अगदी सुनीतालाही दिली नाही. मी आरशापुढे बसून व्यायाम चालू केला. भुवई ताणणे, गाल फुगवणे, जबडा ताणणे, असे व्यायाम चालू केले. खूप रग लागायची. दिवसातून तीन वेळा प्रत्येकी एक एक तास असा मी व्यायाम करायचो. दोन दिवस झाले असतील. माझ्या मनात अतीव नैराश्य दाटले होते. चेहरा पाहिला, की माझी मला लाज वाटायची.

रात्रीचे नऊ वाजले असतील. माझ्याकडे मोबाइल नव्हता, पण घरातील फोन होता. त्याची रिंग वाजली. पलीकडून बोरुडे होते. त्यांनी सांगितले, की पूर्वचा निकाल लागलाय. तुम्ही पास झालात. क्या बात! त्या एका फोनमुळे माझ्यात हजार हत्तींचे बळ आले. पहिल्यांदा मी पूर्व पास झालो होतो. एकदम मला असा काही आनंद झाला होता, की विचारू नका. मी माझा आजार विसरलो. बिघडलेली मानसिकता आता सेट झाली. घरी साऱ्यांना आनंद झाला होता. अधिकारी होण्याच्या दिशेने एक पाऊल पुढे पडले होते. आमच्या नानांना तर वाटू लागले होते, की मी डेप्युटी कलेक्टर झालो म्हणून.

दुसऱ्या दिवशी कासार सर घरी आले. ते पण पास झाले होते. आता आम्हाला पुढचे नियोजन करायचे होते. बोरुडे रजा टाकून येणार होते. दिवाळी दोन दिवसांवर होती. मला तर ती आज असल्यासारखी वाटत होती. या परीक्षेला सुट्टी द्यायची नाही. कासार सर म्हणाले, ''बोरुडे येईपर्यंत आपण येथेच अभ्यास करू.'' आम्हाला तीन

महिने मिळणार होते अभ्यासाला. जानेवारी २००५ मध्ये परीक्षा होती.

मी पठारे सरांना फोन करून निकाल लागलेला सांगितले. मला आता सुट्टी संपली, की रजा टाकावी लागणार होती. बोरुडेंनी, मी आणि कासार सर, आम्ही राहुरी कृषी विद्यापीठात अभ्यास करायचे ठरवले. बोरुडेंमुळे आम्हालाही तिथे राहता येणार होते. राहुरीत 'कृषी एकता मंच' म्हणून ग्रुप आहे. हा ग्रुप मुख्यतः एमपीएससीचा अभ्यास करतो; पण तिथे फक्त कृषी पदवीधारकालाच राहू देत. बिगरकृषी पोरांना हा मंच हुसकून लावायचा. त्यामुळे आम्ही बोरुडेंच्या माध्यमातून तिथे राहणार होतो.

मी एक दिवस करंदीकर डॉक्टरकडे जाऊन एक महिन्याची औषधे घेऊन आलो. माझा चेहरा उपचाराला प्रतिसाद देत होता. कोणताही आजार ठीक व्हायला मानसिकता पण महत्त्वाची असते हेच खरे. फार दिवस वाया न घालवता आम्ही राहुरीचे नियोजन केले. बोरुडे तिथे होस्टेलमध्ये राहणार होते, आणि आम्ही दोघे 'गोदावरी रेस्ट हाऊस'मध्ये राहणार होतो. हिवाळा चालू होता, आणि मला माझ्या चेहऱ्याची पण काळजी घ्यायची होती. अजून कान जड वाटत होता, ओठ जागेवर आला होता, डोळा पण ठीक होता; कपाळाच्या आठ्या पडत होत्या.

मला असे वाटत होते, की माझ्या प्रत्येक समस्येवर अभ्यास हेच उत्तर आहे. अभ्यासाने माझी मानसिकता नेहमीच ठीक आणि सकारात्मक राहते. दोन दिवसांतच आम्ही राहुरी विद्यापीठात सेट झालो. सकाळी चारला उठायचो. चार ते सात अभ्यास व मग आंघोळ थंड पाण्याने. मग विसावा कॅन्टिन (canteen)ला जाऊन पोहे खायचो. आठ वाजता बोरुडे यायचे. मग एकत्र अभ्यास. चर्चा पद्धतीने आम्ही अभ्यास करायचो. बँकिंगसाठी महत्त्वाचे प्रश्न कोणते असू शकतात, हे मागील पेपरवरून अंदाज करून तयारी करत आम्ही अभ्यास करत होतो. बोरुडे काही शोर्टकट सांगत, ते लक्षात ठेवायला मदत करायचे. जसे- की, मूलभूत अधिकार लक्षात ठेवायचे तर त्यांचे आद्याक्षर एकत्र करून मजेशीर संगती तयार व्हायची. सास्वशोधसंघ.. नियोजन आयोगाच्या अध्यक्षांची नावे पण अशीच मजेशीर संगती करून तयार केलेली. यांतून आम्हाला अभ्यास सुकर होत होता. असा दररोज ग्रुप स्टडी चालायचा पाच वाजेपर्यंत. परत चहा. रात्री मग दहा वाजेपर्यंत अभ्यास.

परीक्षेचा फॉर्म भरला. आम्ही साऱ्यांनी पुणे सेंटर घेतले. बोरुडे म्हणाले, "आपण माझ्या मामाच्या इथे राहू." त्यांचे मामा पीएमटीमध्ये ड्रायव्हर होते. साबळे त्यांचे आडनाव. पुण्यात वारजे माळवाडीला ते राहायचे.

परीक्षेच्या आधी दोन दिवस पुण्याला गेलो. बोरुडेंनी मामाला सांगून सारी व्यवस्था केली होती. तिथून बसने सेंटरला जाता-येता येणार होते. मामांनी एक सेपरेट खोली आम्हाला दिली होती. साधारण एक आठवडा राहावे लागणार होते. त्यांनी जेवणाची सुद्धा व्यवस्था केली होती. पुण्यात अशी राहण्याची व्यवस्था होईल,

असे मला वाटले नव्हते. त्यामुळे आता फक्त पेपर मन लावून देणे बाकी होते.

मन धाकधूक करत होते. पहिलीच मेन्स. यात जमले तर लाइफ सेट होणार. अधिकारी होणार. सुरुवातीला जीएसचे पेपर आणि मग भाषेचे पेपर, नंतर वैकल्पिक असा परीक्षेचा कार्यक्रम होता. रेनॉल्डचे पेन वापरणार होतो. प्रत्येक पेन आधीच थोडा थोडा उगळून ठेवला होता. सारी आयुधं तयार होती. याआधी बऱ्याच परीक्षा दिल्या होत्या; पण आताची परीक्षा आणि मागच्या परीक्षा यांत बराच फरक होता. या परीक्षेवर पुढच्या आयुष्याची दिशा ठरणार होती.

पेपर दिले की, आम्ही तो पेपर बाजूला ठेवून दुसऱ्या दिवशीच्या पेपरची तयारी करत असू. पेपर पण छान जात होते. सारे पेपर संपले. खूप मोठे ओझे हलके झाल्यासारखे वाटत होते. असा अनुभव मला बारावीचे पेपर दिल्यानंतर आला होता. कष्ट तर घेतले होतेच; पाहू काय होतं ते.

आता पुन्हा एकदा शाळा. साधारण दीड महिना रजा घेतली होती. पठारे सरांचे चांगले सहकार्य असायचे. त्यामुळे शक्य व्हायचे. दुसऱ्या दिवशी घरी आलो. अण्णांना सांगितले की, पेपर छान गेले म्हणून. मी ठरवले, की आता या परीक्षेत पोस्ट मिळाली, की नंतर यूपीएससी चालू करायची. भले मग यांत क्लास टू का मिळेना.

शाळेचे साऱ्या प्रकारचे बांधकाम संपले होते. लावलेली झाडं आता चांगली रुजली होती. साऱ्या झाडांना ठिबक करून घेतलं होतं. इमारतीवर १ हजार लिटरची एक टाकी बसवली. टाकी एकदा भरली, की साऱ्या झाडांना ठिबकने पाणी जायचे. शाळेच्या एका कोपऱ्यात 'गांडूळ प्रकल्प' बनवला होता. पठारे सर शाळेला जीव लावायचे. शाळेचा कोणताही उपक्रम आम्ही मन लावून करायचो.

माझे कर्ज नील झाले होते. निर्मलाचा फूल पगार चालू झाला होता. पहिल्यांदा घरात थोडे पैसे शिल्लक राहत होते. नेहमी असणारी तंगी जरा निवळली होती. तीस एक हजार माझ्या खात्यात पण होते. आता माझ्या डोक्यात घराचे काम करायचे होते. आमचे हे घर आता फार दिवस चालणार नव्हते. मातीच्या विटांचे घर ते. आता फार काळ टिकणार नव्हते. त्यात मागे वादळाने पत्र्यावर लिंबाची फांदी पडली होती. तेव्हा पत्रा फुटला होता. आता भिंताडाचे पोपडे पडत होते. त्या घराला तरी काय म्हणायचे, मी चौथीला असेल त्यावेळी अण्णांनी ते घर बांधलेलं. त्यांच्या ऐपतीप्रमाणे त्यांनी ते बांधले होते. सध्या मला पुढे कोणती परीक्षा पण नव्हती.

मी अण्णांना म्हटले, "आपण घराचे काम सुरू करू या. एक एक आयटम आता खरेदी करायला चालू करू. अण्णांची जरा धाकधूक होती. अण्णा म्हणाले, "आता परत कर्ज नको. जरा पैसे जमा होऊ दे, मग आपण चालू करू." पण असे पैसे कधी जमा होणार आणि घर कधी बांधणार? मी जरा रेटा लावला. माझे दोन्ही

कर्जरोखे मिळून मला परत अडीच लाख रुपये मिळत होते. मी अण्णांना सांगितले, की अजून एक वर्ष जर थांबले तरी बांधकाम साहित्य महाग होणार आणि आत्ताच्या पेक्षाही नक्की लाखभर रुपये तरी जादा जाणार. मग थांबून काय फायदा? आईने आणि निर्मलाने पण रुकार दिला. किती दिवस आता वाट पहायची? एका दिवसात घर बांधायचा निर्णय झाला. आमची जागा फार थोडी, म्हणजे फक्त साडेचारशे स्क्वेअर फूट.

एवढ्या कमी जागेत घर कसे होणार? पर्यायी जागा पण गल्लीत अथवा गावात नव्हती. मी अण्णांना म्हटले, "आपण खाली किचन, हॉल काढू आणि अजून एक खोली आणि संडास वरच्या मजल्यावर करू." आमचे एक नातेवाईक गवंडी होते. दत्तात्रय खेतमाळीस. एकदा असेच ते सहज घरी आले होते. ते आमच्या अण्णांच्या मावसभावाचे जावई लागत होते. त्यांना अण्णांनी विचारले, किती खर्च येईल म्हणून? आणि एवढ्या कमी जागेत घर होईल का? त्यांनी सारे बजेट सांगितले आणि म्हणाले, की जर वर खोली काढली तर अजून छान होईल म्हणून.

वर खोली बांधण्यात एक अडचण होती. म्हटली तर ती अडचण एकदम किरकोळ होती आणि म्हटली तर खूप मोठी. आमच्या राळेगणमध्ये म्हसोबाचे मंदिर आहे आणि गावात एक पूर्वीपासून प्रथा होती, की म्हसोबा महाराजांना घराचा वरचा मजला चालत नाही. त्यामुळे आतापर्यंत गावात कुणीही वरचा मजला बांधला नव्हता. देवाचा विषय होता. घरात निर्णय होत नव्हता; पण आमच्या अण्णांनी यावर तोडगा काढला. अण्णा म्हणाले, "देव म्हणजे साऱ्यांचा पिता. आपण त्याची लेकरं. मग कुठल्या बापाला आपली लेकरं मोठी झालेली आवडणार नाहीत? आपण वरचा मजला बांधला तर म्हसोबाला वाईट वाटण्याचे काहीच कारण नाही. देव एवढ्या संकुचित मनोवृत्तीचा असूच शकत नाही."

अण्णांचा गीतेचा दांडगा अभ्यास. कोणतीही गोष्ट विचारांच्या तराजूत तोलूनच ते निर्णय घ्यायचे. त्यांनी निर्णय दिला. आपण वरचा मजला बांधायचा. मग काय एक आठवड्यात सारे मटेरियल आणून घेतले. नशिबाने पैठणच्या गोदावरीची वाळू मिळाली. छान वाळू होती ती. स्टील, विटा, खडी आणली आणि मग जुने घर पाडायला सुरुवात केली. सारी मातीची भिंताडं. एका दिवसात सारे घर सपाट. आई, निर्मला जरा भावूक झाल्या होत्या; खूप आठवणी होत्या त्या घराच्या.

मी मेन्सच्या निकालाची वाट पाहत होतो. परीक्षा होऊन दोन महिने झाले होते. मी एक दिवस नगरला जाऊन दोन ड्रेस शिवले. याआधी मी कधीच इन केलेलं नव्हतं. मला इनची लाज वाटायची; पण आता जाणीवपूर्वक मी शाळेला इन करून जाऊ लागलो. नगरला कधी झेडपीत गेलो, की तिथल्या अधिकाऱ्यांचे कपडे, त्यांचे बोलणे मी न्याहाळायचो. त्याप्रमाणे मी पण अनुकरण करण्याचा प्रयत्न करू

लागलो. पठारे सर गमतीने मला म्हणायचे, "काय सर, मुलाखतीची तयारी सुरू झाली वाटतं?" मी म्हणायचो, "सर, एकदा निकाल लागला, की मग मला खूप कमी वेळ भेटेल आणि माझी ही पहिलीच वेळ. त्यामुळे रिस्क नको." पेपर रीडिंग मी रोजच करीत होतो.

घराचा पहिला स्लॅब पडला. अण्णा-आई स्वतः खूप मेहनत घेत होते. गवंड्याच्या हाताखाली दोघेही काम करायचे. त्या दोघांनाही आपले सिमेंट-विटांचे पक्के घर बनेल, असे कधी वाटले नव्हते. आई म्हणायची, "आता माझी सारवणं थांबतील. खूप शेण-माती आणावी लागायची. सिमेंट, वाळू कालवणे, विटा नेऊन देणं अशी सारी कामं दोघं करायची. पहिला स्लॅब तर आम्ही इर्जिक(श्रमदान पद्धतीने) करून टाकला होता. सारे गावातले अण्णांचे मित्र, आमचे मामा, मळ्यातले देविदास, दत्ता असे सारे आले होते. त्यामुळे मजुरांच्या टोळीचे पाच हजार वाचले होते. मी, आमचे नाना, धुराजी अण्णाचा सुरेश पण होता. सिमेंट मुळे माझा उजवा हात फुटला होता. नानाचे पण हात फुटले होते. संध्याकाळी आईने पुरणपोळीचा स्वयंपाक केला होता. सारे जेवले. आता घर उठून दिसायला लागले होते. हॉलमधून जिना काढला होता. पहिल्या घरापेक्षा हे घर खूप मोठे वाटत होते. गल्लीतून जाणारे-येणारे घराकडे पाहत असत.

त्यावर्षी, म्हणजे २००५ साली पुन्हा राज्यसेवेची पूर्वची जाहिरात आली. अजून मेन्सचा निकाल बाकी होता. आम्ही पुन्हा फॉर्म भरला. घरी कामाचा राडा चालायचा. मग एक पंधरा दिवस मी शाळेतच राहून अभ्यास करायचे ठरवले. आमच्या शाळेत सारी राहण्याची सोय होती. कासार सर पण तयार झाले. हिंगणे गोरक्ष, जो माझा डी.एड.चा क्लासमेट होता, तो पण येणार होता. अजून राऊत राजेंद्र, हा सुद्धा माझा डी.एड.चा क्लासमेट, तो सुद्धा दत्तवाडीला अभ्यासाला आला. त्या पंधरा दिवसांत आम्ही पूर्वची छान उजळणी केली. अण्णा रोज चौघांचा पण डबा घेऊन यायचे. ही पूर्व परीक्षा डिसेम्बरमध्ये होती. आता पूर्व परीक्षेची भीती राहिली नव्हती.

लोकं फार विक्षिप्त असतात. आमच्या घराचा पहिला स्लॅब पडून आता दुसऱ्या मजल्याचे काम सुरू झाले. हे एक धाडसच होते. घेतलेला निर्णय कृतीमध्ये आणायचा होता. वरच्या खोलीच्या भिंती जसजशा वर जाऊ लागल्या, तसतसे लोकांना कळायला लागले, की अमृताने वरची खोली बांधायला घेतली. राळेगणच्या इतिहासात हे पहिल्यांदा घडत होते. लोक आवर्जून आमच्या दुसऱ्या मजल्याचे काम पाहायला येत होती. घराकडे पाहून पाठीमागे टीका पण करीत होती. गावात असाच एक पुढारी होता. एक दिवस तो आला आणि अण्णांना म्हणाला, "आरे अमृता, हे तू काय ठीक करीत नाहीस. माझ्याकडे काय पैसा नाही का? मला पण बांधता

आला असता डबल मजला; पण आम्ही देवाचा मान राखतो.''

अण्णा म्हणाले, ''मला जागा अपुरी आहे. माझ्यासाठी माझी अडचण महत्त्वाची आहे. मला दुसरा पर्याय नाही. पाहू काय होतंय ते, आणि म्हसोबा आणि मी, आम्ही दोघं पाहून घेऊ. तुम्ही नका टेन्शन घेऊ.'' बिचारा मग निघून गेला.

असे एक न अनेक लोक रोज येऊन अण्णांचे डोकं खात असत; पण आमचे काम चालूच होते, आणि वरच्या मजल्याचा सुद्धा स्लॅब पडला. खरंच घर दृष्ट लागण्यासारखे दिसत होते. साऱ्या गावात असे घर नव्हते. गावात बंगले खूप; पण आमचे घर निराळेच होते. पहिले डबल मजली घर ते. आता मी विचार करतो, की आत्ताच्या आधुनिक युगात सुद्धा एखादी रूढी तोडायची असेल तर लोक कशी आडकाठी घालतात आणि फुले, सावित्रीबाई यांनी तर अठराव्या शतकात किती मोठी विचारांची पेरणी केली होती.

घराचे प्लॅस्टर संपले, प्लंबिंग आणि लाईट फिटिंग पण करून टाकली. साधारण साडे तीन लाख रुपये गेले होते. सारेच कर्ज; पण आता हक्काचे पक्के घर, ते पण डबल मजली. त्यामुळे सारा शिण गेला होता. एक दिवस अण्णांनी गीता वाचन केले आणि आम्ही गृहप्रवेश केला.

राज्यसेवेची पूर्वपरीक्षा झाली. पेपर छान गेला; पण अजून मागील मेन्सचा निकाल लागला नव्हता. आता जवळपास एक वर्ष होत आलं होतं. एमपीएससीला पंचवार्षिक योजना का म्हणतात, ते आता उमजू लागले होते. पण मी काही करू शकत नव्हतो. आता या पूर्वची मुख्य परीक्षा पुन्हा मार्चमध्ये होती. निदान त्याच्या आत तरी पहिल्या मेन्सचा निकाल लागला तर बरे होईल, असा विचार करीत होतो.

शाळा तर चालू होतीच. सारे विचारायचे, कधी आहे मुलाखत?

आणि मेन्सचा निकाल लागला. मी आणि बोरुडे पास झालो होतो. कासार सरांचा निकाल निगेटिव्ह आला होता. ते जरा नाराज झाले. तब्बल तेरा महिन्यांनी हा निकाल लागला. मी शिवलेले ड्रेस आता जुने वाटू लागले होते. मग बोरुडेंच्या पसंतीने पुन्हा एक नवीन ड्रेस शिवला. माझ्या अधिकारी बनण्यामध्ये आता फक्त एका मुलाखतीचे अंतर होते. कधी एकदा ते पार होतंय, असे वाटू लागले होते. मला खात्री होती, की नक्की क्लास टू का होईना, पण आपल्याला या खेपेला पोस्ट ही मिळणारच. मी पहिलीच मुलाखत असल्याने पुण्याला जाऊन 'मॉक इंटरव्ह्यू' देण्याचे ठरवले. पुण्यात 'चाणक्य मंडल', 'स्टडी सर्कल', असे क्लास होते. मी दोन्हीकडे मुलाखतीसाठी पैसे भरले.

पुण्यात मी सुरुवातीला महेशच्या रूमवर राहायचो. 'चाणक्य मंडल' ने सात दिवसांची कार्यशाळा ठेवली होती. 'स्टडी सर्कल'ने पण अशीच कार्यशाळा ठेवली होती. मला दोन्हीला हजेरी लावणे शक्य नव्हते. म्हणून मी 'चाणक्य मंडल'ची

कार्यशाळा करायचे ठरवले. 'स्टडी सर्कल'चे फक्त 'मॉक इंटरव्ह्यू' देण्याचे ठरवले. 'चाणक्य मंडळ'च्या वर्कशॉपचा पहिला दिवस होता. बरीच मुलं आली होती.

मला तिथे जरा न्यूनगंड जाणवला. सारी पोरं-पोरी बऱ्यापैकी छान ड्रेसिंगमध्ये होती. बोलण्यात पण पोरं फॉरवर्ड होती. मी जास्तच गुरुजी जाणवत होतो. पहिले सेशन अविनाश धर्माधिकारी सरांनी घेतले.

मुलाखतीसाठी आवश्यक घटक जसे की-व्यक्तिमत्त्व, भाषेवरील पकड, विषयज्ञान आणि भोवतालचे भान अशा गोष्टींवर सर बोलले. सरांची भाषेवर उत्तम पकड. त्यामुळे त्यांनी बऱ्यापैकी साऱ्या पोरांना चार्ज केले. मी पोरांचे कपडे, बूट, बेल्ट अशा बारीक सारीक गोष्टी पाहत होतो. मला अजून बरीच सुधारणा करावी लागणार होती. पोरं बऱ्यापैकी मिशा ठेवत नव्हती. बहुतेक अधिकारी लोकं मिशा सहसा ठेवत नाहीत (असा गैरसमज), त्यामुळे मी पण मिशा भादरून टाकल्या.

तिथे बरीच पोरं माझ्यासारखी म्हणजे शिक्षक म्हणून काम करणारी होती. आमचा तिथे एक ग्रुप बनला. शिक्षक म्हणून आमच्यात साम्य होतं आणि आम्हाला मुलाखतीला पण प्रश्न किमान बऱ्यापैकी सारखे असणार होते. अंजली रसाळ, तृप्ती अंधारे म्हणून दोघी पण प्राथमिक शिक्षिका होत्या. त्यांनी सांगितले, की येथे जवळच नवी पेठेत 'शिक्षक भवन' आहे. शिक्षक तिथे राहू शकतात, आणि दिवसाला २५ रु. भाडे फक्त. मला महेशची रूम फार दूर पडत होती. मी 'शिक्षक भवन'ला शिफ्ट झालो. हे नवी पेठेत होते. भविष्यात या 'शिक्षक भवन'ने माझ्या राहण्याची सोय करून टाकली.

अविनाश धर्माधिकारी सरांकडे मॉक देताना मला जाम टेन्शन आलेले. हा आयएएस माणूस, आणि प्रश्न विचारताना बरेच संदर्भ देऊन प्रश्न विचारायचा. माझे गाव राळेगण असल्याने सरांनी मला अण्णा हजारें संदर्भात प्रश्न विचारले. शिक्षक आता नैतिक राहिले नाहीत, यावर तुमचे काय मत आहे, असाही एक खोचक सवाल पॅनलमधील एकाने विचारला. हा माझा पहिलाच मॉक होता. मला जाणवले, की मी उत्तरे देताना बिलकूल घाबरत नाही. आत रूममध्ये होणारे मॉक बाहेर स्क्रीनवर पाहता येत होते. मी बऱ्याच पोरांचे मॉक पाहिले. माझ्या लक्षात आले, की माझी उत्तरे बऱ्यापैकी समतोल आहेत, आणि त्यात बालीशपणा नाही. मला त्या मॉकची सीडीपण मिळाली. मी ती परत परत पाहिली. माझ्याकडून बोलताना एक दोन ठिकाणी अं अं होत होते. तसेच मी सरांचा एक प्रश्न पूर्ण ऐकून न घेता मध्येच माझे उत्तर सुरू केले होते. बाकी ड्रेस वगैरे ठीक होता.

मॉक इंटरव्ह्यूमुळे जरा आत्मविश्वास वाढला. मी राहुरी विद्यापीठात पण मुलाखतीचे मार्गदर्शन घेण्यासाठी गेलो होतो. बोरुडे तिथे सोबत होते. पोरं तीन-तीन जणांचा ग्रुप करून मॉक घ्यायचे. मी तिथे तीन मॉक दिले; पण तिथे त्या पोरांना

शिक्षकी पेशाविषयी फारशी माहिती नसल्याने त्यांनी मला विचारलेले प्रश्न थोडे माझा बायोडाटा सोडून होते, पण ठीक होते. माझा बोलण्याचा तर सराव झाला.

मुलाखतीच्या तारखा आल्या. माझी आणि बोरुडे यांची मुलाखत एकाच दिवशी होती. पुण्याच्या जुन्या 'सर्किट हाऊस'मध्ये या मुलाखती होत्या. साधारण सकाळी १० आणि दुपारी १० मुलाखती होत. पॅनलमध्ये एक एमपीएससीचे मेम्बर आणि बाकी दोन वरिष्ठ अधिकारी असत. मुलाखतीच्या दोन दिवस आधी मी 'शिक्षक भवन'ला जाऊन राहिलो. आता फक्त पेपर रीडिंग. बायोडाटा तर झाला होता. मनात धाकधूक वाढत चालली होती. माझ्या गावातून मी पहिला उमेदवार होतो; जो राज्यसेवेच्या मुलाखतीला पहिल्यांदा पात्र झालो होतो. यातून एखादी पोस्ट नक्की झाली तर मग यूपीएससी. मनातले विचारचक्र चालूच असायचे.

मुलाखतीचा दिवस उजाडला. फ्रेश होऊन मुलाखतीला जाणीवपूर्वक शिवलेला ड्रेस घातला. ग्रे पॅन्ट आणि आकाशी शर्ट. टायची गरज नव्हती. तिथे जवळच लकडीपुलाजवळ विठ्ठलाचे मंदिर होते. तिथे जाऊन दर्शन घेतले. रिक्षा पकडली आणि थेट जुने 'सर्किट हाऊस' गाठले.

ज्यांची ज्यांची मुलाखत होती, असे सारे आले होते. मुली साडी घालून तर मुलं माझ्यासारखीच. पण ड्रेसिंगचा ठरलेला ट्रेंड होता. बाहेर कागदपत्रं तपासली जात होती. माझी सकाळच्या सत्रात मुलाखत होती. मी कागदपत्रं दाखवली आणि माझ्या नंबरची वाट पाहत बसलो. उमेदवार आतून बाहेर आला, की इतर पोरं त्याला काय प्रश्न विचारले? म्हणून भंडावून सोडत होती. अरे खडूस पॅनल आहे यार! तर काही खूप छान मुलाखत गेली, असे सांगत होते. मी मात्र कुणाला काही न विचारता शांत बसून होतो.

माझा नंबर आला. दार हळूच ढकलले आणि, मी आत येऊ का सर? असे विचारले आणि आत गेलो. पॅनल चेअरमन मला बसा म्हणाले. मी थँक्यू म्हणून बसलो आणि मग मुलाखत सुरू झाली. माझे गाव, अण्णा हजारे, शिक्षक व्यवसाय, मध्यान्ह भोजन योजना, अशा विषयांवर प्रश्न आले. मी समाधानकारक उत्तरे देत होतो असे पॅनलच्या प्रतिसादावरून जाणवत होते. साधारण मी २६ मिनिटे आत होतो. मुलाखत संपली. मी 'थँक्स सर, हॅव अ गुड डे...' असे म्हणून बाहेर आलो. अपेक्षेप्रमाणे बाहेर मला पोरांनी गराडा घातला.

मी मुलाखतीबाबत खूपच समाधानी होतो. बाकी पोरं दहा मिनिटांत बाहेर येत होती आणि मी मात्र जवळपास अर्धा तास आत होतो. मार्क नक्कीच चांगले येतील, असे वाटत होते. एक वर्तुळ पूर्ण झाले होते. आता निकालाची वाट पाहणे...

पुन्हा शाळा आणि पुढील मेन्सची तयारी. मुलाखत झाली आणि परत शाळेवर बे एके बे सुरू. पठारे सर म्हणायचे, ''सर, तुम्ही आता अधिकारी होणार. आम्हाला

विसरू नका.'' मी म्हणायचो, ''सर, आधी निकाल तर लागू द्या. एमपीएससी आहे ती. निकाल लागताच अनेकांचे निकाल लागतात. पाहू काय होतं ते.'' माझा पुढील अभ्यास पण चालू होताच. मी कधीच अभ्यास बंद केला नाही.

मुलाखती संपल्यावर साधारण एक महिन्यात निकाल लागला. संदीप निचीत हा उमेदवार पहिला आला होता. माझा आणि बोरुडेंचा, दोघांचाही निकाल निगेटिव्ह आला होता. खूप वाईट वाटले. माझ्यापेक्षा घरच्यांच्या, नातेवाइकांच्या आणि मित्रांच्याच अपेक्षा खूप वाढल्या होत्या. मुलाखत होऊन अपयश येणे खूप त्रासदायक. कुणीतरी तोंडातून घास काढून घ्यावा, असे वाटत होते. त्या दिवशी मी एकटाच खोलीत बसून रडलो. शेजारच्या भानगावचा दत्तू नवले, जो प्राथमिक शिक्षक होता, तो कक्ष अधिकारी झाला होता. माझे मार्क कळले. मला मुलाखतीला १०० पैकी ५८ पडले होते. लेखीमध्ये भूगोल विषयात कमी मार्क मिळाले होते. १०० पैकी ४०फक्त. माझी क्लास टू ची पोस्ट ही फक्त ६ मार्कांनी हुकली होती. मिळाली असती तर निदान मी यूपीएससी करायला तरी मोकळा झालो असतो; पण नियतीच्या मनात वेगळेच होते.

पुन्हा एकदा मेन्स. आता या वेळेस मी पुण्याला राहून क्लास करायचे ठरवले. कोळंबे सर बँकिंग आणि जीएससाठी फेमस होते. मी कासार सरांना म्हटले, ''आपण पुण्याला जाऊ. दोन महिन्यांवर तर मेन्स आहे. घरी माझी कल्पना सांगितली. पुण्याला राहायचे म्हणजे निदान दोन महिन्यांसाठी वीस हजार तरी पाहिजे होते. त्यात क्लाससाठी पाच हजार फी. आत्ताच घराचे काम केलेले. निर्मलाचा फुल पगार होता; पण मला मात्र बँकेचा हप्ता जाऊन अडीच हजार मिळत होते. पण मी अण्णांना म्हटले, ''एव्हढ्या वेळेस मला जाऊ द्या. पुन्हा मी काही हट्ट करणार नाही. पैसे करू ॲडजेस्ट. या खेपेला मग मी आणि कासार सर 'शिक्षक भवन'ला राहायला गेलो. २५ रु. रोज होता; पण 'शिक्षक भवन' मध्यवर्ती ठिकाणी होते.

त्यामुळे तिथून क्लासला जाणे सोपे होते, आणि मी क्लास संपला, की तिथेच वाचत बसायचो. मग मागून कासार सर पण थांबायला लागले.

माझ्या या अभ्यासामुळे निर्मलाला एकटेपण सहन करावे लागायचे. मी अभ्यासाला बाहेर असलो, की तिचे सारे लक्ष माझ्याकडे असायचे.

मी यावेळेस डिटेलमध्ये नोट्स काढल्या. मागील अपयशाचे कारण लक्षात आले होते. मी बोरुडेंच्या नोट्स जशाच्या तशा वापरल्या होत्या. मुळात त्यांनीच त्या संक्षिप्त पद्धतीने काढलेल्या. त्यामुळे त्या नोट्स वाचून पेपर लिहिण्यात मला मर्यादा आल्या होत्या. यावेळेस मी मुळातूनच पुस्तकं वाचून माझ्या भाषेत नोट्स लिहित होतो. भूगोल आणि बँकिंग दोन्हीच्या नोट्स मी एका महिन्यात लिहून

काढल्या. जीएसला सुद्धा मी माझे मुद्दे काढले होते. पठारे सरांनी मला यावेळेस शाळेवर सांभाळून घेतले. कारण माझा पगारापेक्षा कर्जाचा हप्ता जाणे महत्त्वाचे होते. नाहीतर जामिनदारांच्या पगारातून पैसे कापले असते. माझा अभ्यास म्हणजे जणू एक टीम वर्क असायचे. घरी आई-अण्णा आणि निर्मला मला सांभाळून घ्यायचे, आणि शाळेवर पठारे सर.

पुण्यात जेवायला हॉटेल परागवर जायचो. तिथे तीस रुपयात थाळी मिळायची. मी फक्त संध्याकाळी जेवायचो. सकाळी चहा, आणि दुपारी एखादी लस्सी. बस्स! कारण दुपारी जेवले की, माझे अंग जडावले जायचे आणि मग पाहिजे तसा अभ्यास व्हायचा नाही. म्हणून फक्त एक टाईम जेवण करायचो. रोज सकाळी पाचला उठून व्यायाम करायचो. पन्नास जोर आणि शंभर बैठका आणि मग थोडा योगा. चेहऱ्याचा पॅरालीसीस झाल्यापासून मी आता हा दिनक्रम कधी मोडत नव्हतो.

मुख्यचे पेपर छान गेले. मुलाखतीचा सुद्धा कॉल आला. यावेळेस बोरुडे नव्हते. कासार सर तर मेन्सलाच उडाले. मी पुन्हा पुण्याला येऊन मॉक दिले. मुलाखत या खेपेला छान गेली. निकाल नक्की यायलाच हवा होता; पण पुन्हा मागचे पाढे पंच्चावन्न. निकाल निगेटिव्ह आला. यावेळेस पुन्हा सात मार्कांनी पोस्ट हुकली आणि विशेष म्हणजे भानगावचा दत्तू नवले राज्यात तिसरा आला होता. त्याला उपजिल्हाधिकारी पद मिळाले होते. माझे बरेच मित्र सिलेक्ट झाले होते. आणि निकाल लागलेला मला दत्तूनेच सांगितला होता. सलग दुसऱ्यांदा अपयश. माझे डोके आता सुन्न झाले होते. यावेळेस तर क्लास पण लावले होते. मी माझी बरीच उत्तरं तपासून सराव केलेला. तरी काय चुकतंय तेच कळेना. बरं आता शाळेवर तरी किती दिवस अभ्यासासाठी म्हणून रजा घेणार? मला शाळेच्या चक्रातून सुटण्याची ही दुसरी संधी व्यर्थ गेली. बरं या दोन परीक्षा देण्याच्या नादात माझी चार वर्ष गेली. बरोबरीचे अभ्यास करणारे अधिकारी झाले होते. मी अबोल झालो होतो. स्वयंमूल्यमापन तरी कसे करावे ते कळत नव्हते. अण्णा-आई मला धीर देत होते. निर्मला म्हणाली, "निगेटिव्ह निकाल म्हणजे शेवट नाही; उलट आता छान अभ्यास झालाय. अनुभव वाढलाय आणि आपली नोकरी तर आहेच ना. का कुणास ठावूक; पण निर्मलाला मात्र मला नक्की यश मिळेल, याची खात्री होती.

माझे डी.एड.चे मित्र नगरला प्लॉट घेऊन चार पैसे बाळगून होते. कधी कधी निर्मलाला वाटायचे, की आपला पण नगरला प्लॉट असावा आणि माझ्या डोक्यात हे परीक्षेचे खूळ. कृष्णाला आता पहिलीत टाकले होते. माझ्याबरोबरच तो शाळेत यायचा. त्याला गाडीवर पुढे बसवून न्यायचो. गाडी चालवताना माझ्या डोक्यात पेपरची चक्रे फिरायची. घरी अण्णा-आई म्हणायचे, "अरे तुझा अभ्यास थोडाच वाया जाणार आहे. काही फायदा झाला नाही तरी नुकसान तर होणार नाही ना. तू

थोडीच दारू पितोस किंवा जुगार खेळतोस.

एक दिवस मी शाळेवर चाललो होतो. अण्णा मागे बसले होते आणि कृष्णाला मी पुढे बसवले होते. अण्णा मला सोडून गाडी माघारी घेऊन येणार होते. मांडवगणच्या पुढे एक चढ लागतो. त्या चढापाशी रस्त्याच्या दोन्ही कडा तुटलेल्या होत्या. मी माझ्या निकालाच्या गणगणित होतो. त्या नादात गाडी रस्त्याखाली गेली. आम्ही तिघेही डांबरीवर पडलो. मला उजव्या हाताला लागले. कृष्णाच्या पायाला खूप लागले. नशिबाने अण्णांना काही लागले नाही. आम्ही उठलो. गाडी सरळ केली आणि परत शाळेकडे निघालो. अण्णा म्हणाले, "अरे, कुठे ध्यान आहे तुझे? लागले न पोराला." मला वाईट वाटले. कृष्णाच्या पायाला चांगलीच जखम झाली होती. तो रडत होता. मला अपराध्यासारखे वाटत होते.

एक दिवस असाच मी पिसोरेखांड येथील शाळेत केंद्र संमेलनाला गेलो होतो. सारे केंद्रातील शिक्षक जमले होते. मला जाणे जीवावर आले होते; कारण सारे शिक्षक नक्की विचारणार, की तुमच्या निकालाचे काय झाले म्हणून. त्यात दत्तू नवलेचे गाव तिथून जवळच असल्याने साऱ्या परिसरात त्याचे कौतुक चालू होते. त्याची तर तिथे मोठी मिरवणूक काढली होती. साऱ्या गावाने त्याच्या यशाचे कौतुक केले होते. दत्तू पण गरिबीतून वर आलेला आणि मग माझ्या वाट्याला फुकटची सहानुभूती येण्याची जास्त शक्यता होती. मला ती नको होती. मी संमेलनात मुद्दाम मागेच बसलो.

असाच एक शिक्षक माझ्याजवळ आला आणि म्हणाला, 'काय चाललय गुरुजी? तुमचा निकाल लागला म्हणे. द्या राव पेढे आम्हाला."

मी सरळ सांगितले, की माझा निकाल आला नाही. लागल्यावर देऊच की. त्यावर त्याने अकलेचे तारे तोडायला चालू केले. म्हणाला, "या परीक्षेत हात ओला केल्याशिवाय काही मिळत नाही. पैसा सोडा जरा. मग बघा पोस्ट मागे पळेल तुमच्या."

मला हसावे की रडावे, ते कळेना. मी त्याला म्हटले, "गुरुजी, तुम्ही नोकरीला, तुमची बायको नोकरीला, तुमचे अख्खे खानदान गुरुजी आहे. बक्कळ पैसा आहे तुमच्याकडे, तेव्हा तुम्हीच भरा पैसे. मी काही उपाशी नाही पोस्ट वाचून. मिळेल तेव्हा मिळेल." नंतर त्याने मला परत कधी हटकले नाही.

अपयश आले, की लायकी नसणारे पण अधिकारवाणीने सल्ला देतात. मला प्रकर्षाने जाणवत होते, की प्रत्येक समस्येचे यश आणि यश हेच एकमेव उत्तर आहे.

या दोन राज्यसेवेच्या परीक्षेदरम्यान मी एसटीआयची पूर्व परीक्षा सहज म्हणून दिली होती. असाच जाऊन बसलो होतो. त्या परीक्षेचा निकाल लागला. पास झालो होतो. तिची मेन्स एक महिन्यावर आली होती. सध्या राज्यसेवेची कोणतीही जाहिरात

नव्हती. कारण राज्यसेवेचा अभ्यासक्रम आता बदलला होता. दोन वैकल्पिक विषय निवडावे लागणार होते आणि जीएसचे पण चार पेपर द्यावे लागणार होते. साधारण यूपीएससीचीच कॉपी मारली होती आयोगाने.

पण त्यामुळे आता एकच गोष्ट फायद्याची झाली, ती म्हणजे यूपीएससीचे काम सोपे होणार होते. मी एसटीआयची मेन्स द्यायचे ठरवले. कासार सर आणि मी आमच्या घरीच अभ्यास करू लागलो. चारशे मार्कांची वस्तुनिष्ठ पद्धतीची परीक्षा होती. मराठी, इंग्रजी आणि जीएस असे पेपर होते. अभ्यासाच्या नादात मागचे अपयश विसरायला मदत होत होती. साधारण पंधरा दिवस मेन्सचा अभ्यास केला. मेन्स चांगली गेली. अपेक्षेप्रमाणे मुलाखतीला पात्र झालो. मुलाखत झाली.

असाच शाळेवर असताना दुपारी माझा मोबाइल वाजला. मी नुकताच महिन्यापूर्वी मोबाइल घेतला होता. पलीकडून दत्तू नवले मला म्हणाला, ''सर. अभिनंदन! तुम्ही एसटीआय झालात.'' क्षणभर मला खरे वाटेना. सलग दोन अपयश वाट्याला आल्याने हा निकाल काहीसा धक्कादायक होता आणि मी अभ्यास तरी किती केला होता? एक क्षण मनात आले, चला निदान शिक्षकी पेशातून बाहेर तर पडता येईल. आता पुढील अभ्यासासाठी रजाही टाकता येईल, आणि माझ्यामुळे विद्यार्थ्यांचेही नुकसान होणार नाही. मी पठारे सरांना बातमी सांगितली. त्यांनाही आनंद झाला. ते म्हणाले, ''चला सुरुवात तर झाली. आता डेप्युटी कलेक्टर झाल्याशिवाय थांबू नका.

संध्याकाळी शाळेतून घरी आल्यावर अण्णा-आईला मी बातमी सांगितली. एसटीआय म्हणजे अराजपत्रित वर्ग दोनची पोस्ट. पगारही शिक्षकापेक्षा जास्त मिळणार होता. अण्णांना समाधान वाटले. आई म्हणाली, ''म्हणजे आता तू नक्की काय काम करणार? मी तिला समजेल, या भाषेत सांगितले, की मी आता दुकानदारांचा साहेब झालोय. मी दुकाने तपासणार. त्यांच्याकडून कर गोळा करणार.

एव्हाना बातमी साऱ्या मित्र मंडळींना समजली. गावातही कळले. अमृता टेलरचं पोरगं साहेब झालंय.

माझे या निकालामुळे बरेच टेन्शन कमी झाले. अजून ऑर्डर यायला निदान सहा महिने तरी जाणार होते. राज्यसेवेची पूर्व परीक्षा पंधरा दिवसांवर आली होती. ही माझी तिसरी पूर्वच्या वेळेस आयोगाने मेन्सचा अभ्यासक्रम बदलला होता, आणि मेन्सची तारीखपण आधीच जाहीर केली होती. आयोग बदलत होता. पूर्व झाल्यावर तीन महिन्यांनी मेन्स होती. एसटीआयच्या निवडीमुळे मी आता जोमाने अभ्यासाला लागलो. पूर्वचे मला टेन्शन नव्हते.

२००६च्या ऑगस्टमध्ये ज्ञानेश्वरीचा जन्म झाला नेमका ९ ऑगस्टला आणि त्यादिवशी रक्षाबंधनही होते. कृष्णाला बहीण मिळाली. तिचे नाव आम्ही ज्ञानेश्वरी

ठेवले. तो दिवस 'क्रांतिदिन' म्हणून इतिहासात प्रसिद्ध आहे, म्हणून तिला आम्ही क्रांती पण म्हणतो; पण तिचे टोपण नाव ताई. सारे तिला ताईच म्हणतात.

याच दरम्यान आमची सुनीता वायली निघाली. तिला खूप त्रास व्हायचा. त्यात तिच्या दिराचे लग्न झालेले. एकच घर. कुठलीही प्रायव्हसी नाही. तिचे पती म्हणजे माझे दाजी, त्यांचा धंदा मंदावलेला. आर्थिक स्थिती ढासळलेली. त्यात आई म्हणायची, ''सूनी पार वाळून गेलीय. खूप काळजी करतेय. आम्ही दाजींना वेगळे राहण्याचे सुचवले. पण त्यांची घराची अडचण होती. नवीन घर बांधायचे तर पुरेसे पैसे जवळ नव्हते. अण्णा त्यांना म्हणाले, ''आम्ही काही हातभार लावतो, पण घर बांधुयात. दाजी तयार झाले. दोन पत्र्याच्या खोल्या बांधू. कितीक पैसे लागतील? पन्नास-साठ हजारात व्हायला हवे. मी कधी अण्णांना नाही म्हणायचो नाही. मी माझी बँक नवी जुनी करायची ठरवली. खर्चात खर्च. त्यात माझा अभ्यास. मी अण्णांना पैसे आणून दिले. पुन्हा बँक फूल झाली. पण दाजींचे काही पैसे आणि आमचे काही, असे मिळून सुनीताचे छान घर तयार झाले. आता सुनीता आणि दाजी नवीन घरात राहू लागले. दाजी आणि त्यांचा भाऊ वेगळे राहू लागले. पण आता त्यांचा पुन्हा चांगला विचार जमला होता. दोघेही आपापल्या संसाराला धरून राहू लागले.

ताई लहान होती. त्यामुळे निर्मलाच्या शाळेसाठी आम्ही पुन्हा मांडवगणला राहायला गेलो. माझी मेन्स जवळ आली होती. या खेपेला सारा अभ्यासक्रम नवीन. यूपीएससी धर्तीवर. या परीक्षेसाठी मी इतिहास आणि भूगोल हे वैकल्पिक विषय निवडले होते. सारे मटेरियल मी यूपीएससीचेच वापरत होतो. इतिहासाला रोमिला थापर, मेहता, बिपिनचंद्र, जैन माथुर आणि इग्नूच्या नोट्स. भूगोल साठी सविंदरसिंग, माजीद हुसेन अशी पुस्तके वापरत होतो. भूगोलासाठी स्वतंत्र शब्दकोश घेतला होता. सौदीची पुस्तके होती. यावेळेस मी माझ्या स्वतंत्र नोट्स काढत होतो. अभ्यासक्रम डोळ्यापुढे ठेवून एक एक मुद्दा कव्हर करत होतो. पहिलीच नवीन अभ्यासक्रमाची मेन्स. त्यामुळे प्रश्न कसे येतील, हे पण माहीत नव्हते. मी यूपीएससीचे पेपर पाहून प्रश्न कसे येतील, याचा अंदाज घ्यायचो. जीएससाठी पण यूपीएससीचे मटेरियल वापरत होतो. त्यावेळी जाणवत होते, की आपण सुरुवातीपासूनच यूपीएससी करायला हवी होती.

माझ्या नोट्स परीक्षेआधी एक महिनाभर तयार झाल्या होत्या. मी आणि कासार सर पुन्हा एकदा पुण्याला अभ्यासाला गेलो.

शाळेतील झाडे चांगली रुजली होती; पण उन्हाळ्यात पाणी देणे गरजेचे होते. शाळेवर कुणी माणूस पण मिळेना. मला झाडांची चिंता होती. मी अण्णांना झाडांबद्दल बोलून दाखवले. एव्हढी छान रोपलेली झाडे; पण पाण्यावाचून जातील. अण्णा मला म्हणाले, ''तू जा निवांत पुण्याला. मी आणि तुझी आई या खेपेला

पाणी घालतो.'' त्या उन्हाळ्यात अण्णा-आईने डोक्यावर पाणी आणून दत्तवाडी शाळेतील झाडे जगवली. खरंच! माझा अभ्यास हा माझा एकट्याचा अभ्यास नव्हता. अण्णा-आई, निर्मला, पठारे गुरुजी सारे सारे हातभार लावत होते.

एक किस्सा सांगितल्याशिवाय पुढे जात नाही. मी पुण्याला होतो. पठारे सर एकटेच शाळेवर होते. एक दिवस त्यांना अचानक काम निघाले. दुसऱ्या दिवशी त्यांना तातडीने रजा हवी होती. रजा हवी असली, की ते शेजारच्या शाळेतील खोडके गुरुजींना विनंती करून आमच्या शाळेवर थांबायला सांगत. पण त्या दिवशी खोडके गुरुजीही सुट्टीवर होते. आता मोठी पंचाईत होती. मग पठारे गुरुजींनी घोडके केंद्रप्रमुखांना ही अडचण सांगितली. त्यांनी कंदमळा या शाळेतील एका शिक्षकाला दुसऱ्या दिवशी आमच्या दत्तवाडी शाळेवर जायला सांगितले. पठारे गुरुजी दुसऱ्या दिवशी त्यांच्या कामासाठी निघून गेले; मात्र कंदमळा शाळेवरचा हा शिक्षक मुद्दामच आमच्या शाळेवर आलाच नाही. पोरं शाळेबाहेर वाट पाहत बसली. अकरा वाजता श्रीगोंदा तालुक्याच्या शिक्षणविस्तार अधिकारी गायकवाड मॅडम शाळेजवळून जात होत्या. त्यांनी पहिले, की सारी पोरं बाहेरच आहेत. त्यांनी मग मुलांकडून चावी घेऊन शाळा उघडली.

दुसऱ्या दिवशी त्यांनी पठारे गुरुजींना 'कारणे दाखवा नोटीस' काढली. मला हा प्रकार मी शाळेवर गेल्यावर समजला होता. पठारे गुरुजींनी माझ्या अभ्यासात व्यत्यय नको म्हणून मला सांगितलं नव्हतं.

'शिक्षक भवन' हे आता आमचे घर झाले होते. या खेपेला बरेच शिक्षक अभ्यासाला आले होते. किमान पन्नासजण तरी असतील. तिथेच आदिनाथ दगडे, गणेश गावडे, धनराज पांडे, राजेंद्र गवळी, बापू बांगर, रमेश बरकते, केशव राऊत, सदाशिव पडदुने, राजू लाकुडझोडे, अपार संदीप अशी शिक्षक मंडळी भेटली. सारे जिद्दी आणि पेटलेले...

मी आता माझ्या नोट्सवरून शॉर्ट नोट्स काढायला सुरुवात केली. यासाठी मी तक्ते, नकाशे, आलेख, फ्लो चार्ट, एखादी आकृती. अशा नवीन बाबी वापरू लागलो. आता जाणवत होते, की अभ्यासाबरोबरच सादरीकरण पण महत्त्वाचे आहे. उत्तर कसे लिहिता, यावर सारे काही अवलंबून असते. केलेला अभ्यास परीक्षेच्या त्या तीन तासांत मांडता आला पाहिजे. आपल्याकडे खूप काही असते. त्यातील नेमके लिहिणे जमले, की मग तुम्ही बाजी मारता. हाच फरक आहे यश आणि अपयश यांमधला. म्हणून मी सादरीकरणावर भर देत होतो. दिलेल्या शब्दमर्यादेत जास्तीत जास्त कसे देता येईल, यावर मी सतत विचार करत असायचो. त्यामुळे मी जीएससाठी सुद्धा नकाशे, आकृत्या, आलेख असे पर्याय वापरायचे ठरवले. पूर्ण परीक्षार्थी होऊन मी अभ्यास करत होतो. या खेपेला मला राजपत्रित अधिकारी

व्हायचेच होते. एसटीआयने सुरुवात झाली होती, आणि या खेपेला जागा पण छान होत्या, उपजिल्हाधिकारी पदाच्या आणि तहसीलदार पदाच्या जागा असल्यामुळे सारीच पोरं झटून अभ्यासाला लागली होती.

संध्याकाळी आम्ही चर्चा करत असत. त्यामुळे प्रत्येकाची अभ्यास करण्याची पद्धत, विचार करण्याची पद्धत मला लक्षात येत होती. त्यांतून मला बरेच काही शिकायला मिळत होते. रोज पेपर वाचता वाचता जीएससाठी उपयोगी असणारे मुद्दे मी लिहित होतो. ही माझी तिसरी मेन्स होती. मला जाणवत होते, की माझा अभ्यास बाकी पोरांच्या तुलनेत किती तरी अधिक परिपूर्ण आहे. पण एमपीएससी अथवा यूपीएससी परीक्षेत यश हेच तुमच्या परिपूर्णतेचे द्योतक असते. बाकी तुमच्या हुशारीला कोणी खात नाही. मी अधिक व्यावहारिक होऊन मेन्सचा विचार करत होतो.

मेन्स सुरू झाली. पहिला पेपर जीएस १ होता. सकाळी दहा ते एक आणि दुपारी जीएस २, दोन ते पाच. पेपर व्हास्ट होते. बाहेर आल्यावर समजले, की बऱ्याच पोरांनी पेपर अपूर्ण लिहिले आहेत. मी मात्र दोन्ही पेपर समाधानकारक पूर्ण केले होते.

अशा रीतीने मी सारे पेपर पूर्ण सोडवले. एकही प्रश्न मागे ठेवला नव्हता. या खेपेला मी खूप समाधानी होतो; पण तरी ती एमपीएससी होती. आता पुन्हा निकालाची वाट पाहणे. या खेपेला बऱ्याच पोरांनी 'होम सायन्स' हा पेपर घेतला होता. का तर अभ्यास सोपा होता म्हणून. कासार सरांनी पण 'होम सायन्स' पेपर घेतलेला.

मेन्स संपली आणि पुन्हा निकाल लागायच्या आत राज्यसेवेची जाहिरात आली. ही २००७ ची जाहिरात होती. झालेली मेन्स २००६ ची जाहिरात होती. एमपीएससी आता खूपच गतिमान झाली होती. माझी पहिली पूर्व ते पहिली मुलाखत तीन वर्षे गेली होती, आणि आता एका वर्षात दोन दोन पूर्व आणि पुन्हा मेन्स चार महिन्यांत. मी एसटीआयच्या नियुक्तीची वाट पाहत होतो; पण बहुतेक पुढची मेन्स तोपर्यंत नक्की होईल, असे वाटत होते.

मी एसटीआय जॉईन करण्याचे नक्की केले होते. त्यासाठीचे मेडिकल पुण्याच्या ससून हॉस्पिटलला झाले. मला एकच काळजी होती, ती म्हणजे एसटीआय म्हणून खूप दूर नियुक्ती झाली तर? म्हणून मी एक दिवस मुंबईला गेलो. तिथे माझगावला विक्रीकर विभागाचे मुख्य ऑफिस आहे. तिथे जाऊन मी एक अर्ज दिला. त्यात विनंती केली, की माझी पत्नी प्राथमिक शिक्षिका म्हणून अहमदनगर जिल्ह्यात कार्यरत आहे, तेव्हा मला नगरमध्येच नियुक्ती मिळावी.

आता पुन्हा चौथ्या मेन्सची तयारी चालू केली. मला राज्यसेवेतून पोस्ट

मिळेपर्यंत अभ्यास करावाच लागणार होता. जणू लगीनघाई असल्यासारखे ते दिवस होते. आई म्हणाली, "आता एकदमच साऱ्या पोस्ट मिळतील." एसटीआयचे जॉइनिंग, तिसऱ्या मेन्सचा निकाल, चौथ्या मेन्सची तयारी. अपेक्षेप्रमाणे तिसऱ्या मेन्सला मुलाखतीसाठी पात्र झालो. कासार सर तिसऱ्यांदा अपयशी ठरले होते.

या खेपेला कुठेही मॉक इंटरव्ह्यू दिले नाहीत, रजाही टाकली नाही. माझी ही राज्यसेवेची तिसरी मुलाखत. मुलाखत छान गेली. मला माझ्या सलग दोनदा आलेल्या अपयशाची कारणे विचारली. मी प्रामाणिकपणे सांगितले, की मी नोकरी करता करता अभ्यास करतोय. वेळेची मर्यादा असल्याने मला लेखी परीक्षेला म्हणावा असा न्याय देता आला नव्हता; पण या वेळेस मला पेपर छान गेले आहेत. मला वाटते की, माझी निवड होईल म्हणून. खूप साधा प्रश्न... पॅनलने मग मला बेस्ट लक म्हटले. मी धन्यवाद म्हणालो. एव्हढी मोकळेपणाने मी पहिल्यांदाच मुलाखत दिली.

आता मला टेन्शन नव्हते. हातात एसटीआयची नोकरी होती, आणि एक अंतिम निकाल बाकी होता तसेच पुढच्या एक महिन्यात अजून एक मेन्स द्यायची होती. एव्हढ्या संधी होत्या माझ्या हातात.

२००८चे ते वर्ष होते. डिसेम्बरमध्ये मेन्स होती. जानेवारीमध्ये एसटीआयची नियुक्ती येणार होती. प्राथमिक शिक्षक म्हणून दहा वर्षे झाली होती. वयाच्या विसाव्या वर्षी मी नोकरीला लागलेलो. आता नोकरी सोडण्याचे वेध लागले होते. डिसेंबरमध्ये पुन्हा मेन्स दिली. ही माझी चौथी मेन्स. कासार सर पण या मेन्सला होते. आम्ही दोघांनी संगेच अभ्यास सुरू केलेला. दोघे पोस्ट मिळवण्यासाठी झगडत होतो. या खेपेला माझा मेव्हणा, बबन पण मेन्सला होता. तोही प्राथमिक शिक्षक. आमचा प्राथमिक शिक्षकांचा पन्नासच्या वर ग्रुप होता. सारे अभ्यास करत होते. एक चळवळच होती ती. शिक्षक, अधिकारी आणि खूप शिलेदार होते यामध्ये.

जानेवारी २००९... माझी एसटीआयची ऑर्डर आली होती. आधी मुंबईला जॉईन व्हायचे होते, आणि मग तिथून जिल्हा मिळणार होता. दत्तवाडी शाळेत मला सहा वर्षे झाली होती. इथे आल्यापासून मी अभ्यासाला सुरुवात केली होती. इमारत बांधकामाचे समाधान होते. शाळा सुंदर बनवली होती.

पठारे सर म्हणजे माझ्या मोठ्या भावासारखे. त्यांनी तर खूप सहकार्य केलं होतं, ते शब्दात व्यक्त करणे कृतघ्नपणाचे ठरेल. त्यांचा लहान भाऊ अपघातात गेला होता; तरीही न डगमगता त्यांनी त्यांचे कुटुंब सावरले. त्या घटनेचा शाळेवर परिणाम होऊ दिला नाही. मलाही त्यांनी कधी कनिष्ठ म्हणून वागणूक दिली नाही. शाळेचे सारे लिखाण बऱ्याचदा पठारे सर करायचे. माझ्या अभ्यासाला त्यांनी सतत प्रोत्साहन दिले. त्यांना त्यांच्या कौटुंबिक कारणांमुळे पारनेरला बदली करून घ्यावी

लागली होती. मी एकटा पडलो होतो; पण त्यांच्या जागेवर पुन्हा पठारे गुरुजीच आले होते; पण ते चक्रधर पठारे होते.

आता मी शाळा सोडणार होतो. शाळेवर होतो, तोपर्यंत आम्ही दरवर्षी कोनजाई डोंगरावर जायचो. माझे मन पटकन कोणत्याही गोष्टीत गुंतते आणि मग सोडून जाताना मला प्रचंड वेदना होतात. दत्तवाडी शाळा खरेच दृष्ट लागण्यासारखी झाली होती. मला मुंबईला २८ तारखेला हजर व्हायचे होते. त्याच्याआधी मी झेडपीमध्ये कार्यमुक्त होण्यासाठी फाईल टाकली होती. माझ्यासोबत भगवान उंडे या प्राथमिक शिक्षकानेही फाईल टाकली होती. आम्ही दोघे रोज जाऊन तिथे पाठपुरावा करायचो. शिक्षण विभागाने तर फाईल क्लिअर करून पुढे पाठवली, पण सामान्य प्रशासन आडवे लागले. तिथे एक महिला डेप्युटी सीईओ होत्या. त्यांनी आम्हाला सांगितले, की तुम्ही राजीनामा द्या. तुम्हाला कार्यमुक्त करता येणार नाही, आणि आम्ही जर कार्यमुक्त झालो नाही तर आमची प्राथमिक शिक्षकाची सेवा काही पुढे धरली जाणार नव्हती. एक दिवस आम्ही दोघे त्या बाईंकडे गेलो आणि त्यांना विनंती केली, की आम्ही रीतसर परवानगी घेऊन परीक्षा दिली होती. त्यामुळे नियमानुसार कार्यमुक्त करायला काही अडचण नव्हती; पण या बाईंना कोण सांगणार? त्या बाई आम्हा दोघांना खूप बोलल्या. म्हणाल्या, ''तुम्ही मला डायरेक्ट कसे काय भेटू शकता? जा आता तुमची फाईलच पुढे पाठवत नाही. काय करायचे ते करा.'' आम्हाला तर काही सुचतच नव्हते.

मग आम्ही बाहेर आलो आणि एक कारकून हाताशी धरला. उंडे सरांनी त्याला मॅनेज केला. तो त्या अधिकारी बाईंचा खास माणूस असावा. आमची फाईल पुढे गेली आणि २७ जानेवारीची रिलिव्हची ऑर्डर आम्हाला मिळाली.

आता शाळेतून निरोप घ्यायचा होता. आर्थिक परिस्थितीमुळे मला शिक्षकी पेशा स्वीकारावा लागला होता; पण मी कधीही त्या पेशाशी प्रतारणा केली नाही. शाळेवर मी रमून जायचो. मला कधी गुरुजी म्हणून घेण्यात कमीपणा वाटला नाही. आजही 'गुरुजी' अशी हाक ऐकली, की बरे वाटते. पुढे आयुष्य कसे असेल, हे माहिती नव्हते. कुठे पोस्टिंग होईल हेही माहिती नव्हते. राज्यसेवेत खरेच पोस्ट मिळेल, की नाही माहीत नव्हते. ज्या पेशाने मला सावरले, मला मान दिला, महत्त्वाचे म्हणजे मी माझ्या पायावर उभा राहिलो, तो पेशा मी २७ जानेवारी २००९ला सोडणार होतो. मनात हुरहूर होती. २६ जानेवारी २००९ हा माझा शाळेतला शेवटचा दिवस. मला खूप अस्वस्थ वाटत होते. एका क्षणी वाटले, की फाडून टाकावी ऑर्डर आणि आपली शाळाच बरी. पण निग्रहाने आता पाऊल पुढे टाकायचे होते. सकाळचा प्रजासत्ताक दिनचा कार्यक्रम झाला. दोन-चार ग्रामस्थ आले होते. चक्रधर पठारे सरांनी मुलांना सांगितले, की आता उद्यापासून कुलांगे गुरुजी नसतील. त्यांची मोठ्या

पदावर निवड झाली आहे. ते आता साहेब झाले आहेत. मला मात्र मी पोरांपासून दूर जाताना दिसत होतो. निरागस दुनिया सोडून मी व्यावहारिक जगाकडे निघालो होतो. ते कोवळे जीव, त्यांचा तो चिवचिवाट, बे एके बेचा सूर... आता आजपासून हे सारं मागे पडणार होते. नावातील गुरुजींची जागा आता 'साहेब' या शब्दाने घेतली होती. मलाच मी परका वाटत होतो.

सारी औपचारिकता आटोपली होती. कृष्णाला उद्यापासून या शाळेत येता येणार नव्हते. तो त्यावेळी दुसरीला होता. त्याला गाडीवर पुढे बसवले. एकदा डोळे भरून शाळा पहिली आणि गाडीला किक मारली. शाळा मागे पडत होती. गुरुजी मागे पडत होते आणि नजर भविष्याकडे लागली होती.

नवी वाट... विक्रीकर निरीक्षक

घरी आलो. दुपारचे बारा वाजून गेले होते. आई म्हणाली, ''संपली आता शाळा न काहे... मी म्हणालो, 'हो, आता नवीन रस्ता... '

२८ जानेवारीला मी मुंबईला निघणार होतो. मुंबईला किमान आठवडाभर राहावे लागणार होते. याआधी मी कधीही मुंबईला गेलो नव्हतो. राहायचे कुठे, हा मोठा प्रश्न होता. माझे एक शिक्षक मित्र संदीप अपार हे पण हजर व्हायला येणार होते. त्यांनी सांगितले, की आमदार निवासला राहता येईल; पण आमदारांचे पत्र घेऊन या. मी मग आमच्या नगरच्या आमदारांचे-शिवाजी कर्डिले यांचे पत्र घेतले. त्यात एक आठवड्यासाठी आकाशवाणी आमदार निवासवर राहण्यासाठी त्यांनी शिफारस दिली होती.

निर्मलाने माझी बॅग आवरली. सारे समान तिने भरले. आम्ही दोघे सोबत एका गाडीवर शाळेला जायचो. तिला मांडवगणला सोडले, की मी पुढे जायचो. येताना पुन्हा तिला घेऊन यायचो. तिला आता एकटीला जावे लागणार. तिलाही खूप वाईट वाटत होते. चार-पाच ड्रेस बॅगमध्ये घेतले. ऑर्डर आणि कार्यमुक्त आदेश घेतला. मी संध्याकाळी निघणार होतो. माहीत नव्हते, की पुढे कुठे जावे लागणार? कुठे पोस्टिंग होणार? साडेपाचला एस.टी. होती. आईने संध्याकाळचा डबा दिला. सोबत कोळशाचे दोन तुकडे टाकले. वाटेत दृष्ट लागू नये म्हणून. मला घर सोडताना भडभडून आले होते. याआधी गलनिंबला जाताना मी रडलो होतो. आता बळेच मन आवरले. ताईला एकदा जवळ घेतले. अण्णा-आईच्या पाया पडलो आणि निघालो. आई, निर्मला डोळे पुसत होत्या.

याआधी मी कधीच मुंबईला राहिलो नव्हतो. मला नगरहून डायरेक्ट एस.टी. होती. ती बस पकडली. नगरहून मुंबई २७० कि.मी.चे अंतर होते. म्हणजे साधारण सात तासांचा प्रवास. रात्री अकराला बसलो होतो. सकाळी सहाला मी मुंबईच्या दादर बसस्थानकावर पोहोचलो. बसस्थानकावर तोंड धुतले आणि तिथून लोकल पकडली.

सीएसटीवर आलो. तिथून आकाशवाणी आमदार निवास जवळच होते. पत्र दाखवल्यावर त्यांनी मला रूम दिली. मला वाटले आता एका एका रूममध्ये मी एकटाच राहणार. तिसऱ्या माळ्यावर रूम होती. तिथे गेलो तर काय, माझ्याआधी तिथे सहाजण होते. माझ्या तर अंगावरच काटा आला. जो-तो रूम मध्ये आपली जागा पटकावून बसला होता. मी बाथरूम मोकळे होण्याची वाट पाहत बसलो. पाऊण तासाने माझा नंबर आला. माझ्याकडे काय एकच पिशवी होती. खूप मौल्यवान वस्तू असण्याचे काही कारणच नव्हते. मला पटकन आवरून माझगाव ऑफिस गाठायचे होते. अपार संदीप पण याच आमदार निवासात होता. आम्ही दोघे आवरून माझगावला निघालो. आमची बॅच मोठी होती. माझगाव ऑफिसला सारे एसटीआय जमले होते. बरेचजण ओळखीचे होते. नगरमधून जवळपास दहाजण होते.

मी, कोकरे डॉक्टर, मुकेश, उंडे सर, बाबासाहेब दराडे, निवृत्ती शिरशीम असे होते. हजर होण्याची प्रक्रिया झाल्यावर आम्हाला सांगण्यात आले, की येथे जवळपास दहा दिवस थांबावे लागेल. मग ऑर्डर दिल्या जातील. मुंबईचे ते दमट वातावरण मला काही मानवले नव्हते. माझे जवळपास पाच किलो वजन कमी झाले होते. जेवण पण मानवत नव्हते. तिथे ऑफिसमध्ये पण काही काम नसायचे. बसून बसून कंटाळा यायचा. आम्ही मग सह्या करून मुंबईत फिरायला जायचो. या दहा दिवसांत बरीच मुंबई फिरून झाली.

अकराव्या दिवशी आम्हाला ऑर्डर मिळाल्या. आम्हाला नाशिक विभाग मिळाला होता. मला खूप बरे वाटले होते. आता मला नगरला नियुक्ती मिळण्याचा मार्ग मोकळा झाला होता. ऑर्डर घेतली आणि घरी आलो. पुन्हा नाशिकला जावे लागणार होते. तिथून मला मग जिल्हा मिळणार होता. नाशिकचे विक्रीकर विभागाचे ऑफिस शहराबाहेर होते. नाशिकला पण मला दहा दिवस थांबावे लागले. तिथेच प्राथमिक स्वरूपाचे ट्रेनिंग दिले गेले. विक्रीकर विभाग म्हणजे पूर्ण तांत्रिक स्वरूपाचे काम. सारे संगणकावर काम. पूर्वी विक्रीकर विभाग एका वेगळ्याच कारणासाठी प्रसिद्ध होता. या विभागातील पोस्टिंग म्हणजे कुबेराचे धन असायचे. पण व्हॅट आल्यापासून विक्रीकर विभागाला मंदी आली होती. सारेजण पूर्वीच्या बॉम्बे सेल्स टॅक्स कायद्याचे गुणगान गायचे. मला तर कुठला फरक पडणार नव्हता. एकदा माझा जिल्हा निश्चित झाला, की मला आता यूपीएससीचा अभ्यास सुरू करायचा होता. माझे ते स्वप्न होते.

नाशिकमधून आम्हा पाच जणांना नगर जिल्हा देण्यात आला. मी खूप आनंदी झालो होतो. एसटीआय म्हणून मला नगरला काम करता येणार होते. रोज घरून मला अपडाऊन करता येणार होते. जी भीती मुंबईला जाताना होती, ती दूर झाली होती. मी निवांत झालो होतो. काही काळासाठी का होईना, अनिश्चितता दूर

झाली होती.

घरी पण अण्णा-आईला आनंद झाला. निर्मलाला पण तिची शाळा चालू ठेवण्यात कोणतीही अडचण येणार नव्हती आणि माझा अभ्यास पुन्हा एकदा मला जोमाने सुरू करता येणार होता.

शाळा आता कायमची मागे पडली होती. मी आता गुरुजी नव्हतो. एक नवा टप्पा सुरू झाला होता.

अहमदनगर विक्रीकर विभागाचे कार्यालय चांदणी चौकाजवळ आहे. जवळच स्टेट बँक आहे. मी फेब्रुवारी २००९ मध्ये नगरला रुजू झालो. मला रिटर्न विभाग देण्यात आला होता. मला भांबरेसाहेब एसटीओ म्हणून होते. पहिला आठवडा तर काही कामच समजत नव्हते. एसटीआय म्हणजे क्लार्कच्या वरची एक पोस्ट. बऱ्यापैकी काम तसेच होते. मला एक संगणक दिला होता. त्याला इंटरनेट जोडलेले होते. मला ऑनलाईन माहिती पाहून थकबाकीदार शोधायचे काम दिले गेले. मी दिवसभर त्या स्क्रीनवर डोळे फाडू फाडू काम करायचो. मला कधी सवय नव्हती अशी. माझे डोके दुखायचे. नंतर सवय झाली. कधी कधी नगर शहरामधील नोटिसा वाटायचे कामही मी करायचो. या विभागात सारे वेळेवर यायचे आणि वेळेवर जायचे. सकाळी दहा ते सहा असा ऑफिसचा टाईम असायचा. मी पगाराचे स्टेट बँक ऑफ इंडियमध्ये खाते उघडले. मला एटीएम कार्ड मिळाले. माझा पहिल्या महिन्याचा पगार अठरा हजार झाला होता. शिक्षक म्हणून मला पंधरा हजार मिळत होते. तीन हजारांनी पगार वाढला होता.

माझ्या पहिल्या पगारात निर्मलाला प्लेझर गाडी घेतली. तिला गाडी येत नव्हती; मग मी तिला गाडी शिकवायचे ठरवले. मांडवगण रस्त्याला एका रविवारी आम्ही दोघे प्लेझर गाडी घेऊन निघालो. मोकळा रस्ता पाहून निर्मलाला पुढे बसवले. हळूहळू रेस दे असे तिला सांगितले. मात्र गडबडीत तिने एकदम मूठ पिळली. मग काय दोघेही रस्त्याच्या खाली. काही लागले नाही. एका आठवडाभरात तिला चांगली गाडी यायला लागली. तिची पण शाळेला जाण्या-येण्याची सोय झाली.

मी या खेपेला यूपीएससीचा फॉर्म भरला होता. २००९ ची पूर्व मला द्यायची होती. निदान एक महिना तरी रजा हवी होती. मे मध्ये पूर्व होती. मी वैकल्पिक विषय म्हणून इतिहास घेतला होता. मी रोज सकाळी नऊ वाजता ऑफिसला जायचो. त्याच्या आधी सकाळी पाचला उठून अभ्यास सुरू करायचो. तीन तास मिळायचे. संध्याकाळी पुन्हा ऑफिसमधून येता येता रात्रीचे आठ वाजायचे. मग पुन्हा दोन अडीच तास अभ्यास; पण वेळ पुरत नव्हता. मी पुन्हा रजा टाकायचा निर्णय घेतला.

भांबरे साहेबांकडे रजा मागायला गेलो. ते म्हणाले, "कुलांगे तुम्ही जॉईन होऊन दोन महिने पण झाले नाहीत. रजा मिळणे अवघड आहे. पण पाहतो मी

विचारून.'' त्यावेळी जोशीसाहेब आमच्या ऑफिसचे सहआयुक्त होते. त्यांनी मला काही जास्त रजा दिली नाही.

मला एक आठवडा रजा मिळाली. एका आठवड्यात काय होणार? पण तरी मी परीक्षा देण्याचे ठरवले. फक्त इतिहासाचा अभ्यास करत होतो. इतिहासाचे एक वर्कबुक घेतले होते. त्यातून पाहत होतो. अभ्यास पूर्ण होणे शक्यच नव्हते. मी औरंगाबाद सेंटर घेतले होते. मी आदल्या दिवशीच औरंगाबादला गेलो. तिथे एका हॉटेलवर गेलो; पण पुरेसा अभ्यास नसल्याने बिलकूल आत्मविश्वास वाटत नव्हता.

पेपर दिला; मात्र मनात धाकधूक होतीच, आणि तसेच झाले. रिझल्ट निगेटिव्ह आला. तसे होणारच होते.

नगरच्या सेल्स टॅक्समध्ये आमचा छान ग्रुप जमला होता. डॉक्टर कोकरे, बाबा दराडे, मुकेश कांबळे, भगवान उंडे, निवृत्ती शिरशीम, पाटेकर अशी सारी नवीन पोरं एसटीआय म्हणून आलेली. आम्ही बऱ्याचदा ग्रुप करून राहायचो. विक्रीकर विभागाला अशी सवय नव्हती. आमचा ग्रुप सिनियर लोकांच्या डोळ्यांत खुपायचा. एक दिवस जाधव म्हणून एक उपायुक्त होते, त्यांनी आम्हाला एकत्र न राहण्याची तंबी दिली. ऑफिसमध्ये सारेजण गंभीर चेहऱ्याने राहावे, असे त्यांना बहुतेक वाटत असावे; पण आम्ही जुमानले नाही. विशेषतः चहा प्यायला आम्ही सारेजण काकाच्या टपरीवर जायचो. रोज सकाळी आणि दुपारी हा आमचा दिनक्रम आम्ही कधी मोडला नाही.

मी नंतर घोरपडे साहेबांकडे शिफ्ट झालो. तिथे मला फक्त नोटिसा वाटायचे काम होते. त्यांनी मला नगर शहर आणि श्रीगोंदा तालुका दिला. मी एक दिवस ऑफिसला येऊन नंतर दोन दिवस नोटिसा वाटायचे काम करायचो. गाडीवर फिरताना पाठीला त्रास व्हायचा. रोज १०० कि.मी. तरी प्रवास व्हायचा.

मी राज्यसेवेच्या निकालाची वाट पाहत होतो. मुलाखत होऊन तीन महिने होऊन गेले होते. जून महिना चालू होता. हा निकाल मला अपेक्षित होता.

तारीख ९ जून २००९. वेळ सकाळची-९.३०.

मी आणि संतोष (माझा चुलतभाऊ) गाडीवर चाललो होतो. आम्ही अरणगावच्या मागेच होतो. माझा मोबाइल वाजला. शक्यतो मी गाडीवर मोबाइल घेत नाही; पण त्या दिवशी मी गाडी साईडला घेतली. पलीकडून मुकेश कांबळे होता. त्याने सांगितले, की आताच वेबसाईटवर निकाल आलाय. तू तहसीलदार झालास. माझा आधी विश्वास बसेना. मी परत एकदा विचारले, अरे खरेच बोलतोय मी. मुकेश म्हणाला. मी लगेच आदिनाथ दगडेला फोन केला आणि निकालाची खात्री करायला सांगितले. संतोष परत परत विचारत होता. काय झाले म्हणून. मी त्याला म्हणालो, ''मी तहसीलदार झालोय.''

मला एक वेगळीच जाणीव होत होती. नगरला जाईपर्यंत मोबाइल वाजत होता. तोपर्यंत ऑफिसला बातमी समजली होती. मी जाताच सारेजण माझ्याभोवती गोळा झाले. भांबरेसाहेबांनी तर एक छोटी सभा घेतल्यासारखे भाषण केले. माझे अभिनंदन केले. दगडे सर पण ऑफिसला आले होते. सारा बदल जणू ढग बाजूला जाऊन लख्ख ऊन पडावे, तसा वाटत होता. मी घरी फोन केला. आई फोनवर होती. तिला सांगितले, मी तहसीलदार झालोय. मी येतोय पेढे घेऊन. संतोष माझ्यासोबतच होता. त्याला घेऊन बम्बई हलवायाच्या दुकानात गेलो. पाच किलो पेढे घेतले. दुकानदाराने विचारले, 'काय आनंदाची बातमी आहे?' मी सांगितले, की मी तहसीलदार झालोय. त्यानेही अभिनंदन केले. मित्रांचे, नातेवाइकांचे फोन येत होते. ऑफिसला एक किलो पेढे वाटले. भांबरे साहेबांना म्हटले, "मला घरी जायचे आहे." भांबरे साहेब म्हणाले, "अहो, तुम्ही आता रावसाहेब झालात. या घरी जाऊन. आता तुम्ही काही आमच्याकडे राहत नाहीत."

घरी आलो. घरी सण असल्यासारखे वातावरण झाले होते. मी जाताच आईने मला ओवाळले. निर्मला श्रीगोन्द्याला होती. तिचे ट्रेनिंग चालू होते. तिथे ही साऱ्या शिक्षकांना बातमी समजली. लगेच शिक्षकांनी निर्मलाचा सत्कार केला. नानांनी बँड सांगितला होता. मिरवणुकीची तयारी झाली होती. मी आताच मिरवणूक नको म्हणून सांगत होतो; पण माणिक दाजी, शिंदे दाजी मिरवणूक काढण्यावर आग्रही होते. मी येताना दोन मोठे हार आणले होते. एक म्हसोबा महाराजाला आणि एक सावता महाराजांना. एव्हाना साऱ्या गावात बातमी पसरली होती. लोक घरी जमा व्हायला लागले होते.

मी एका निकालात सेलिब्रिटी झालो होतो. एसटीआयचा निकाल लागलेला मी काही जास्त कुणाला सांगितला नव्हता; पण हा निकाल माझ्यासाठी एक यु टर्न होता. एका बीपीएल घरातला मुलगा राजपत्रित अधिकारी झाला होता. माझ्या गावातला मी पहिला राजपत्रित अधिकारी होतो. मला दिव्याची गाडी मिळणार होती.

मला फेटा बांधला. बॅण्ड सुरू झाला. मिरवणूक सुरू झाली. बॅण्डचा आवाज ऐकून लोकही घराबाहेर येत होते. माझ्यावरून पैसे ओवाळून बॅण्डवाल्याला पैसे देत होते. अण्णा, नाना, आई अभिमानाने माझ्याकडे पाहत होते. गुलाल उधळला जात होता. संतोष, अर्जुन, राजू पेढ्यांच्या पराती घेऊन चालले होते. मला तिसऱ्या प्रयत्नांत राजपत्रित पोस्ट मिळाली होती. माझे गुरू विजय बोरुडे यांनीही माझे अभिनंदन केले. वेशीतून मिरवणूक म्हसोबा महाराजांच्या मंदिराकडे निघाली. म्हसोबा महाराजांचे मंदिर परिसरात कायम लोकांची वर्दळ असते. सारे लोक बॅण्डचा आवाज ऐकून मंदिराकडे जमा झाले. चांगला शे-दोनशे लोकांचा जमाव जमला होता. सारे माझ्या कष्टाचे कौतुक करत होते. पोराने आई-बापाचे पांग फेडले, असे लोक

म्हणत होते. म्हसोबा महाराजांना हार घातला. लोकांना पेढे वाटले.

खरंच! यशासारखं यशच! प्रत्येक प्रश्नाचे उत्तर यश हेच असते. आत्तापर्यंत एमपीएससी हे गरिबाचे काम नाही, तेथे वशिला चालतो, अशा साऱ्या वावड्या एका निकालाने दूर झाल्या. मला बऱ्याच जणांनी सल्ला दिलेला, की काहीतरी दिल्या-घेतल्याशिवाय पोस्ट मिळणे अवघड आहे. पण माझा माझ्या अभ्यासावर विश्वास होता; लेट पण थेट! क्लास वनची पोस्ट, ती पण तहसीलदार. माझ्यासाठी ही निश्चितच मोठी बाब होती.

माझे नांदुरचे काका मला दुसऱ्या दिवशी भेटायला आले. त्यांना खूप आनंद झाला होता. त्यांनी मला फेटा बांधला. काका म्हणाले, ''खरच पिंट्याला मानले पाहिजे. गुरुजी होता; मग एसटीआय झाला, आणि आता तहसीलदार! पिंट्या तू आता कलेक्टर झालेला मला पाहायचेय.'' मी म्हणालो, ''नक्की काका.''

आमच्या नातेवाइकांत मीच आता मोठ्या हुद्द्यावर गेलो होतो. एव्हढेच नव्हे तर माझ्या दहावीच्या, बारावीच्या आणि डी.एड.च्या मित्रांमध्ये मीच एकमेव राजपत्रित अधिकारी म्हणून निवडलो गेलो होतो. एकंदर मला मेडिकलला न गेल्यामुळे जे नकारात्मकपण जाणवत होतं, ते या निकालामुळे दूर झाले.

मला माझे शिक्षक मित्र भेटायला आले. पठारे सर, खोडके सर, हिंगणे सर, इथापे सर, अशी मंडळी आली होती. साऱ्यांनी माझे अभिनंदन केले. ही सारी मंडळी माझी मनापासूनची हितचिंतक होती.

आता ऑफिसमध्ये सारे मला 'रावसाहेब' म्हणून बोलवायला लागले. आधी 'भाऊसाहेब' होतो. एसटीआयला 'भाऊसाहेब' म्हणतात. भाऊसाहेबाचा 'रावसाहेब' झाला होता. ऑफिसमध्ये मला आता फार काम सांगत नव्हते. चार-पाच महिन्यांत मला तहसीलदार म्हणून रुजू व्हावे लागणार होते. त्यामुळे भांबरेसाहेब म्हणाले, ''रावसाहेब, तुम्ही आता राहिलेला कालखंड एन्जॉय करा.''

एक दिवस मला माझा मित्र सुनील बोठेचा फोन आला. त्याने सांगितले, की दैनिक 'सकाळ'ला तुझी मुलाखत पाहिजे. तुला कधी वेळ आहे? मी सांगितले, मी फ्री असतो. कधी येऊ?'' त्यानंतर काय एक-दोन दिवसांत 'सकाळ'च्या नगर कार्यालयात गेलो. तिथे श्रीकांत जोशी यांनी माझी सविस्तर मुलाखत घेतली. साधारण चार-पाच दिवसांत 'सकाळ'ने माझी ती मुलाखत छापली. साऱ्या महाराष्ट्रात ती बातमी गेली. त्यानंतर मला बऱ्याच जणांची अभिनंदनपर पत्रं आली. या परीक्षेला मी कुठेही क्लास लावला नाही, की कुठे मॉक इंटरव्ह्यूही दिला नाही.

अहमदनगर जिल्ह्यातील तिघेजण तहसीलदार झाले होते. मी, अर्चना खेतमाळीस आणि माझे मित्र रेवणनाथ लबडे. रेवनाथ पण शिक्षक होता. शेतकरी घरातला व एकदम ग्रामीण पार्श्वभूमी असलेला.

या निकालाचे वैशिष्ट्य म्हणजे निकालामध्ये किमान ३०% पोस्ट या प्राथमिक शिक्षकांनी मिळवल्या होत्या. पहिल्यांदा शिक्षकांनी कृषी पदवीधर विद्यार्थ्यांची सद्दी मोडली होती. शिक्षकपण कमी नाहीत; ते बऱ्यापैकी हुशारच असतात. ही हुशार पोरं डी.एड.ला जातात. पुढे प्रयत्न करतात आणि सिलेक्ट होतातच.

तहसीलदाराचा निकाल लागल्यावर साधारण एका महिन्याने चौथ्या मेन्सचा निकाल लागला. मी पुन्हा मुलाखतीसाठी पात्र झालो होतो. एव्हढेच नव्हे तर माझा मेव्हुणा बबन, दगडे सर, कासार सर हेही मुलाखतीसाठी होते. आमच्या एसटीआय मित्रांपैकी उंडे सरही मुलाखतीला होते. मला मात्र प्रश्न पडला होता, की मुलाखतीला जावे की नाही? कारण या खेपेला मला फक्त उपजिल्हाधिकारी पदासाठी रस होता आणि नेमक्या त्याच जागा या जाहिरातीत नव्हत्या. विक्रीकर सहआयुक्त, बिडीओ अशा जागा होत्या. मला काय करावे ते कळेना? मी घरी सांगितले, की पुन्हा मी मुलाखतीसाठी पात्र झालो आहे; पण मनासारख्या जागा नाहीत. तहसीलदार सोडून दुसरी क्लास वन पोस्ट घेण्यात मजा नव्हती. अण्णा म्हणाले, ''झाली आहे मुलाखतीसाठी निवड तर जाऊन ये मुलाखतीला.'' आई म्हणाली, ''आता तुला कधीच अपयश येणार नाही. देव द्यायला लागला, की सगळीकडून देतो.''

मी मुलाखतीला जाण्याचे ठरवले. योगायोगाने माझी तहसीलदार पदाची मेडिकल पण मुलाखतीच्या आदल्या दिवशी पुण्यालाच होती. मी फक्त एका पोस्टचा पसंतीक्रम दिला होता. तो म्हणजे विक्रीकर सहआयुक्त पदाचा. आधीच मी एसटीआय म्हणून काम करीत होतो. त्यामुळे मला मुलाखतीत माझा पसंतीक्रम (स्पष्टीकरण) करता येणार होता.

मुलाखतीच्या दिवशी आकाश लिगाडे भेटला. तोही माझ्यासारखाच तहसीलदार म्हणून निवड झालेला. तोही मुलाखतीसाठी आलेला. आमचा एका मागे एक नंबर होता.

अपेक्षेप्रमाणे मला मुलाखतीत विचारले, की तुम्ही तहसीलदार म्हणून निवड झालेली असताना पुन्हा का आलात? मी उत्तर दिले की सर, मी सध्या विक्रीकर निरीक्षक म्हणून नगरला काम करीत आहे, आणि याच विभागात मला विक्रीकर सहआयुक्त म्हणून काम करायला आवडेल. बस्स! पाच मिनिटांत मी बाहेर आलो.

ही मुलाखत देताना मी बिलकूल तणावाखाली नव्हतो.

पुन्हा ऑफिस जॉईन केले. आता तहसीलदार पदाच्या नियुक्तीची वाट पाहत होतो. कागदपत्रं पडताळणीसाठी मी मध्यंतरी मुंबईला मंत्रालयात पण जाऊन आलो. तिथे मी नाशिक विभाग मिळावा, म्हणून विनंती अर्ज दिला. मला भेटायला रोज ऑफिसमध्ये कुणी ना कुणी येत. त्यांना मी मार्गदर्शन करीत असे. माझे सहकारी मजेने म्हणत, की तुमचे ऐकून ऐकून आम्ही पण आता मार्गदर्शन करू शकतो.

जानेवारी २०१०. तहसीलदार पदाच्या ऑर्डर फेब्रुवारीमध्ये अपेक्षित होत्या.

आणि अजून एक बातमी

ती तारीख होती २९ जानेवारी २०१०. मी ऑफिस सुटल्यावर गाडीवर घरी निघालो होतो. एकटाच होतो. देऊळगावच्या अलीकडे गाडी होती; तेव्हढ्यात माझा मोबाइल वाजला. मी गाडी बाजूला घेतली आणि फोन घेतला. पलीकडून उंडे सर होते. अभिनंदन सर! मी म्हणालो, "काय, निकाल लागला वाटतं?" उंडे सर म्हणाले, "अहो, निकाल लागलाय आणि तुम्ही महाराष्ट्रात दुसरे आलात." काय? मी क्षणभर उडालोच. मी आणि राज्यात दुसरा. मला खरंच वाटेना, मी परत विचारले, 'अहो खरंच का? उंडे सर म्हणाले, "अहो सर, मी वेबसाईट उघडून बसलोय. आकाश लिगाडे पहिला आलाय आणि तुम्ही दुसरे." मला हसावे, की रडावे ते कळेना. मी एकटाच होतो, त्या वाळकीच्या माळावर! मी गाडी चालू केली आणि सुसाट वेगाने घरी निघालो. मी त्या रस्त्यावर त्या दिवशी नक्की ८०च्या स्पीडने गाडी चालवली असेल. मोबाइल वाजतच होता, माझ्या मनात मात्र काहूर उठले होते. मी खरंच दुसरा आलो होतो; पण या खेपेला उपजिल्हाधिकारी पदाच्या जागा नव्हत्या. मला विक्रीकर सहआयुक्त हे पद मिळणार होते. पद कोणते मिळणार, हे माझ्यासाठी महत्त्वाचे नव्हते.

मी राज्यात दुसरा आलो होतो. मी अव्वल आलो होतो. म्हणजे मी माझी क्षमता सिद्ध केली होती... माझी दहावीची कसर भरून निघाली होती. खरंच स्वतःला सिद्ध करण्यातील आनंद अलौकिक असतो; तो मी अनुभवत होतो.

घरी आलो. आल्याबरोबर अण्णा-आईला सांगितले. मी राज्यात दुसरा आलोय. अर्ध्या तासापूर्वी निकाल लागलाय. अण्णा म्हणाले," खरं सोनं कधीच झाकत नाही." निर्मला खूप आनंदी होती. माझ्या यशाबद्दल तिला नेहमीच खात्री असायची. गावात बातमी पसरली. खूप फोन येत होते. आता माझ्या हातात तीन पोस्ट होत्या. मी एसटीआय होतो. तहसीलदार पदाच्या नियुक्तीची वाट पाहत होतो, आणि आज परत विक्रीकर सहआयुक्त पदावर निवड आणि तेही राज्यात दुसऱ्या रँकने. प्रयत्नांच्या वृक्षाला फळेच फळे लागली होती, 'किती घेशील दो कराने?' अशी माझी अवस्था झालेली. असे क्षण खरंच फ्रीज व्हायला पाहिजेत.

दुसऱ्या दिवशी ऑफिसला गेल्यावर साऱ्यांनी अभिनंदन केले. उंडे सरही विक्रीकर सहआयुक्त झाले होते. आदिनाथ दगडेला बिडीओची पोस्ट मिळाली होती. माझा मित्र गणेश गावडेला डीवायएसपीची पोस्ट मिळाली होती. सारेजण म्हणत होते, की या खेपेला शिक्षकांनी आपली क्षमता सिद्ध केली. एक शिक्षक राज्यात दुसरा येतोय, ही काही कमी बाब नाही.

मला भेटायला बरीच शिक्षक मंडळी ऑफिसला आली होती. मला आता सारे विचारत होते, की काय करणार तुम्ही आता? तहसीलदार जॉईन करणार, की विक्रीकर सहआयुक्त? मी मात्र मनोमन तहसीलदार जॉईन करण्याचे ठरवले होते. मला ऑफिस जॉब जास्त आवडत नाहीच मुळी.

आता तहसीलदारच्या ऑर्डरची वाट पाहत होतो. साधारण फेब्रुवारी २०१० मध्ये आमचे तहसीलदार नियुक्तीचे आदेश निघाले. मला कोकण विभाग मिळाला होता. प्रोबेशनसाठी मला सिंधूदुर्ग जिल्हा देण्यात आला. नाशिक विभागासाठी मी विनंती केली होती.

पण असो. कोकण विभागही छान होता. फक्त निर्मलाच्या नोकरीचा प्रॉब्लेम येणार होता. नंतर बदलीचा पर्याय होताच. त्यामुळे फार काळजी नव्हती. मी कार्यमुक्तीसाठी विक्रीकर विभागात अर्ज टाकला. दोन दिवसांत माझा कार्यमुक्तीचा आदेश नाशिकवरून आला. ९ मार्च २०१०ला मी विक्रीकर निरीक्षक पदावरून कार्यमुक्त झालो होतो. एक वर्ष आणि दोन महिने मी या विभागात काम केले. शिक्षकी पेशापेक्षा हे क्षेत्र वेगळे होते. अनेक व्यापारी, त्यांचे कर सल्लागार यांच्याशी सबंध आला. माझ्या राहणीमानात व बोलण्यात बराच बदल मला जाणवत होता. या एक वर्षात मी माझ्यातला 'शिक्षक ते अधिकारी' हा प्रवास अनुभवत होतो. हा बदल निश्चितच सकारात्मक होता.

माझ्यासाठी निरोप समारंभ आयोजित करण्यात आला होता. भांबरे साहेबांनी यात पुढाकार घेतला होता. एक वर्षात हा विभाग माझ्यासाठी एक कुटुंब बनला होता. साऱ्यांनी माझ्या पुढील वाटचालीस शुभेच्छा दिल्या. बाबा दराडे, डॉक्टर कोकरे या माझ्या एसटीआय मित्रांचे डोळे पाणावले होते. मी निरोप घेतला. आणि आता मला दुसऱ्या दिवशी सिंधूदुर्गला जायचे होते.

तहसीलदार रावसाहेब

घरी आनंदमिश्रित थोडे चिंतेचे वातावरण होते; कारण मी आता खऱ्या अर्थाने राजपत्रित अधिकारी म्हणून रुजू होणार होतो. पण घरापासून दूर जाणार होतो. त्यादिवशी मला 'सह्याद्री दूरदर्शन वाहिनी'वरून फोन आला. त्यांनी तेरा मार्चला राज्यात पहिल्या तीन आलेल्या उमेदवारांसोबत 'लोकमानस' या कार्यक्रमामध्ये चर्चा ठेवली होती. म्हणजे मला हजर होऊन परत मुंबईला जावे लागणार होते. पहिल्यांदाच मी टी.व्ही.वर जाणार होतो. हा थेट प्रक्षेपणाचा कार्यक्रम (live) होता. एक नवीन अनुभव असणार होता. मी निर्मलालाही घेऊन जायचे ठरवले.

देविदासने (माझा मावसभाऊ) नुकतीच टाटा सुमो गाडी घेतली होती. ती गाडी घेऊन सिंधूदुर्गला जायचे ठरवले. पंधरा तासांचा प्रवास होता. रात्री ९ ला निघणार होतो. माझ्याबरोबर राजू, देविदास, संतोष येणार होते. त्यांना पुढे गोव्याला जायचे होते; कोकण पहायचा होता.

जेवण करून घेतले. आईने ओवाळले. मी सारी कागदपत्रे घेतली. मला निरोप द्यायला सारे जमले होते. अण्णा-आई, भाऊ, नाना यांच्या पाया पडलो. आईचे, निर्मलाचे डोळे पाणावले होते. बरोबर नऊ वाजता मी निघालो.

सकाळ झाली तेव्हा आम्ही आंबोली घाटात होतो. आतापर्यंत भूगोलात आंबोली म्हणजे थंड हवेचे ठिकाण म्हणून वाचलेले. साऱ्या घाटात धुक्याचा अनुभव येत होता. दाट झाडी आणि वळणांचा रस्ता. खूप लांब आल्यासारखे वाटत होते. घाट संपून खाली कोकणात आलो. लगेच वातावरणात दमट उकाडा जाणवू लागला.

आम्हाला 'ओरस'ला जायचे होते. तेथे कलेक्टर ऑफिस होते. रेस्ट हाऊसला जाऊन सारे फ्रेश झालो. गोवा तिथून दीड तासावर होता. मला ऑफिसला सोडून गाडी गोव्याला गेली.

'ओरस'चे कलेक्टर ऑफिस नवीन बांधलेले. गावापासून दूर आतमध्ये. त्यामुळे

लोकांची गर्दी फार कमी. तिथे विक्रमकुमार कलेक्टर होते. मी आधी निवासी उपजिल्हाधिकारी (आरडीसी) यांना भेटलो. त्यांनी चिटणीस तहसीलदारला बोलावले आणि मला हजर करून घेण्यास सांगितले. त्याच दिवसापासून माझा परिविक्षाधीन कालावधीचा कार्यक्रम बनवण्यास सांगितले. आरडीसी मला कलेक्टरकडे घेऊन गेले.

कलेक्टर सर डायरेक्ट आयएएस होते. त्यांनी माझी सारी माहिती विचारली. मला म्हणाल, "एव्हढ्यावर थांबू नकोस. यूपीएससी कर." त्यांनी मला सावंतवाडी तहसील देण्यासाठी आरडीसींना सांगितले. मला, 'बेस्ट लक' दिले.

माझा प्रोबेशनचा एक वर्षाचा कार्यक्रम मला तयार करून दिला. आता मी सावंतवाडीला जाऊन माझे प्रशिक्षण सुरू करणार होतो. एक वर्षभर वेगळ्या विभागात माझ्या अॅटॅचमेंट असणार होत्या. सुरुवात तलाठी कार्यालयापासून असणार होती. शेवटचे सहा महिने माझ्याकडे निवासी नायब तहसीलदारचा चार्ज असणार होता.

मी आरडीसींना माझ्या 'सह्यादी वहिनी' वरील प्रोग्रामविषयी सांगितले, आणि तीन दिवसांची रजा घेतली. संध्याकाळी देविदास, राजू गोव्यावरून माघारी परतले आणि आम्ही घरी निघालो. मला घरी जाऊन पुन्हा निर्मलाला घेऊन मुंबईला यायचे होते. मी प्रवासाने पुरता शिणलो होतो; पण इलाज नव्हता.

'सह्याद्री वाहिनी'वरील 'लोकमानस' हा कार्यक्रम थेट प्रक्षेपित होणार होता. राज्यात प्रथम आलेला आकाश लिगाडे पण आला होता. मी साऱ्या मित्रांना, नातेवाइकांना मेसेज करून कार्यक्रम पाहण्यास सांगितले होते. घरी सारेजण टी.व्ही.पुढे बसले होते. अण्णा-आई प्रथमच मला टी.व्ही.वर पाहत होते. त्यांचा आनंद येथे वर्णन करता येणार नाही. या कार्यक्रमाच्या निमित्ताने मी महाराष्ट्रात घराघरात पोहोचलो. त्या दिवशी मी आणि निर्मला पहिल्यांदा जोडीने मुंबईला आलेलो. कार्यक्रम संपल्यावर आम्ही दादरला आलो. तिथेच एका कपड्याच्या दुकानात छोट्या ताईसाठी ड्रेस घेतला. पहिल्यांदा तिला घेऊन मी एव्हड्या लांब मुंबईला आलो होतो.

मला सुरुवातीला सावंतवाडी तहसील देण्यात आले होते. तिथे त्यावेळी विकास पाटील तहसीलदार होते. मला सावंतवाडी सजेची अॅटॅचमेंट देण्यात आली होती. कोकणात तलाठ्याला 'आप्पा' म्हणतात. या 'आप्पा'कडे मी तलाठी दप्तर शिकू लागलो. तलाठी दप्तराचे २१ नमुन्यांचे रजिस्टर असतात. नमुना १, २,... असे २१ नमुने. त्या 'आप्पा'च्या हाताखाली तीन कर्मचारी होते. मी त्यांना विचारले, की तुम्ही सारे कारकून आहात का 'आप्पा'कडे? त्यावर ते म्हणाले, "आम्हाला आप्पांनी कामावर ठेवले आहे." मला त्यावेळी लक्षात येत नव्हते, की यांचा पगार

'आप्पा' कसे काय देतात? सुरुवातीला चार-पाच दिवस मी 'रेस्ट हाऊस'ला राहिलो. तिथेच काही नवीन तलाठी जॉईन झाले होते. मनोज शिरसे, गोरे असे दोन नवीन 'आप्पा' एमपीएससीचा अभ्यास करायचे. माझी त्यांची छान दोस्ती झाली. प्रोबेशनमध्ये तुम्ही फक्त विद्यार्थी असता. त्यामुळे नो सिनियर नो ज्युनियर! मी त्यांच्या रूमवर राहायला गेलो.

कोकणात सतत दमट वातावरण. मला जुळवून घ्यायला वेळ लागला. त्यात मी व्हेज. होतो आणि कोकण तर भात आणि मासे यांसाठी प्रसिद्ध. मेसमध्ये फार काही दर्जेदार खाणे मिळायचे नाही. मी काही पुस्तके घेऊन आलो होतो; पण वाचनात मन लागायचे नाही. घरापासून पहिल्यांदा इतक्या दूर राहायला आलो होतो. कुणी ओळखीचे भेटायचे नाही. बोर व्हायचे; पण कोकणातील निसर्ग फार सुंदर! सगळीकडे आंबा, नारळ, सुपारी, फणस अशी झाडे. वळणावळणाचा रस्ता. सावंतवाडीपासून शिरोडा जवळच होते. तेथील समुद्रकिनारा दृष्ट लागण्यासारखा. मी तिथे जायचो. अथांग पसरलेला समुद्र पहिला, की मन हरवून जायचे. माझा क्षुद्रपणा जाणवायचा. माणूस निसर्गापुढे खूप लहान आहे. मी खुपदा त्या समुद्रात डुंबायचो.

माझे वाचन, अभ्यास पार मागे पडले होते. सेल्सटॅक्स विभागात असल्यापासून अभ्यास होत नव्हता आणि आता राज्यसेवा देण्याचे प्रयोजनही नव्हते. राज्यात दुसरा येऊन मी स्वतःला सिद्ध केले होते. यूपीएससीचाच ध्यास होता; पण तो योग कधी येईल, मला माहीत नव्हते. यूपीएससीसाठी बरीच मुले दिल्लीला जातात. मला मात्र या साऱ्या गोष्टी करण्यासाठी माझ्या काही मर्यादा होत्या. मी म्हणजे गाडी ओढण्याची जबाबदारी असणारा शर्यतीमधील घोडा होतो. बाकी घोड्यांसारखे एकटे पळता येत नव्हते. जबाबदारीचा गाडा मला ओढावा लागत होता. या दोन वर्षांत सारखी धावपळ चालली होती. शिक्षक ते एसटीआय आणि आता तहसीलदार.

मी नाशिक विभाग मिळण्यासाठी अर्ज टाकला. बदली झाली तर मला घराजवळ राहता येणार होते; पण बदली सोपी नव्हती.

माझी पुढची अॅटॅचमेंट वेंगुर्ला तहसीलसोबत होती. सावंतवाडीपासून वेंगुर्ला तीस कि.मी. होते. मी माझी गाडी म्हणजे मोटरसायकल घेऊन येण्याचे ठरवले. साधारण पाचशे कि.मी. अंतर होते. मी सकाळी सहाला घर सोडले. नीरा मार्गे सातारा, कोल्हापूर आणि पुढे आंबोली घाटातून खाली सावंतवाडी गाठले. मला तेरा तास लागले. माझी मान पाठ एक झाली होती.

गाडीमुळे मला वेंगुर्ल्याला येणे-जाणे सोपे झाले. कोकणात गाडी चालवायला भारी मजा येते. एक दिवस मी कृष्णा आणि निर्मलाला घेऊन सावंतवाडीला गेलो. मस्त शिरोड्याच्या समुद्रकिनाऱ्यावर डुंबलो. कृष्णाला समुद्राच्या पाण्यात मजा

वाटत होती. तसं पाहता लग्न झाल्यावर कुठेच फिरलो नव्हता; पण आता कामाच्या निमित्ताने का होईना, निर्मलाला घेऊन बाहेर पडता आले होते.

माझे बदलीचे प्रयत्न चालू होते. तीन-चार वेळेला मुंबईला मंत्रालयात जाऊन आलो. महसूल मंत्र्यांच्या पी.ए.ला भेटलो. अखेर यश आले. मला नाशिक विभाग मिळाला.

या दरम्यानच आमच्या नानांची तब्येत फार ढासळली होती. त्यांनी खाणे पार सोडले होते. नानांना क्षयाने ग्रासले होते. उपचार होण्यासारखी स्थिती राहिली नव्हती. त्यांच्या कृश देहाकडे पाहवत नसायचे. मी सिंधूदुर्गला हजर व्हायला निघालो होतो, तेव्हा नानांनी डोळ्यांत पाणी आणले होते. आता काही बोलले तरी त्यांच्याकडून प्रतिसाद मिळत नव्हता. नातेवाईक भेटून गेले होते. एक दोन दिवसांत काहीही घडू शकत होते.

नानांचा माझ्यावर खूप जीव होता. त्यांचे हे अकाली दुखणे आमच्या साऱ्यांच्याच जिव्हारी बसले होते. मी नानांच्या कानात माझी बदली झाल्याचे सांगितले. मी त्यांना म्हणालो, की मी आता जवळ आलो आहे. त्यांनी डोळे उघडायचा प्रयत्न केला व बारीक कण्हले आणि परत शांत झाले.

मी नाशिकला विभागीय कार्यालयात हजर झालो.

विभागीय आयुक्त कार्यालयाची अ‍ॅटॅचमेंट संपल्यावर मला नायब तहसीलदार म्हणून नवापूर, नंदुरबार येथे नियुक्ती मिळाली. ही सहा महिन्यांसाठीची नियुक्ती होती.

मी माझी नवापूरची ऑर्डर घेऊन घरी निघालो होतो. आयुक्त कार्यालयातून बाहेर पडत असतानाच घरून फोन आला. आई बोलत होती. मला आई म्हणाली, ''आपले नाना गेले. अर्धा तास झालाय.'' मयत आत्ता लगेच करणार आहेत. तू काही घाई करू नकोस. पाच वाजले होते. मला जायला पाच तास तरी लागणार होते. मन सुन्न झालं होतं. मी कधीही घरी आलो, की नाना लगेच मला पाहायला यायचे. माझी ख्यालीखुशाली विचारायचे. माझ्या साऱ्याच यशाचे त्यांनी मनापासून कौतुक केलेले. आता आमची मशिनची खोली सुनी सुनी झाली होती. त्यांचे अखेरचे दर्शनही मला लाभणार नव्हते. अनेक गोष्टी आपल्या आवाक्याबाहेरच्या असतात. दुसऱ्या दिवशी सावडायला नदीकडे गेलो. अजून निखारे फुललेलेच होते. कवटीची हाडे जळत होती. खूप रडावेसे वाटत होते; पण नाही रडलो. नानांनी खूप सोसलेले. कर्ज फेडण्यासाठी साल धरलेले. आजही नानांची आठवण काळीज चिरून जाते.

कोकणातून आता नवापूरला जावे लागले; पण आता हे अंतर निम्म्यापेक्षा कमी झाले होते. नवापूरला जायला मला नगरहून रोज एस.टी. होती. सायंकाळी सातला एस.टी. सुटायची आणि पहाटे चार वाजता पोहचायची. त्यामुळे जाण्याचं टेन्शन

नव्हतं. नवापूर एकदम गुजरात महाराष्ट्र सीमेवरील तालुका. आदिवासीबहुल. मी पहिल्यांदाच नवापूरला जात होतो. तिथे मी एस.टी.ने उतरल्यावर मला न्यायला तहसील ऑफिसचा पाटोळे ड्रायव्हर आला होता. त्याने मला रेस्टहाऊसवर सोडेपर्यंत तालुक्याचा सारा बायोडेटा सांगितला. खूप बडबड्या होता तो. नवापूरचे रेस्टहाऊस नदीच्या काठाला आहे. एखाद्या भूत बंगल्यासारखे शहराबाहेर आहे. मला एक रूम दिली. कुबट वास येत होता तिच्यात, आणि खूप लाल मुंग्या पण होत्या तिथे.

फ्रेश होऊन मी ऑफिसला गेलो. तिथे सुदाम वसावे नावाचे तहसीलदार होते. मी त्यांना सांगितले की, मी निवासी नायब तहसीलदार म्हणून हजर व्हायला आलो आहे. त्यांना फार आनंद झाला. त्या ऑफिसमध्ये सारे वयस्कर लोक होते. मीच नवीन होतो. त्यांनी स्टाफला बोलावले. माझी ओळख करून दिली. आता पुढचे सहा महिने मला तिथे काम करावे लागणार होते.

मला तहसीलदारच्या रूमच्या बाहेर असलेला टेबल दिला. निवासी नायब तहसीलदार म्हणजे सारे ऑफिस व्यवस्थापन करणे, अर्ज स्वीकारणे, प्रतिज्ञापत्रावर सह्या करणे, आणि सर्वांत महत्त्वाचे म्हणजे लोकांच्या तक्रारी ऐकणे. सारा दिवस व्यस्त असायचा. नवापूरला आदिवासी जमातीचे लक्षणीय प्रमाण आहे. तेथील बरेच आदिवासी पावरा, कोकणी सारख्या स्थानिक भाषा बोलतात. अशा लोकांशी मला बोलताना मग माझ्या स्टाफच्या लोकांची मदत घ्यावी लागायची. हळूहळू मला तेथील काम जमू लागले. तिथे दाखले देताना आदिवासी लोकांची फार अडवणूक व्हायची. बिचारे सकाळी घरून एस.टी. पकडून किंवा पायी यायचे. दिवसभर दाखले मिळण्यासाठी कार्यालयात थांबायचे, आणि परत संध्याकाळी हात हलवत घरी जायचे. मी मग या दाखले वाटपात लक्ष घातले. अर्जदार तक्रार घेऊन आले, की मी थेट सेतू कार्यालयात जाऊन तक्रारीची शहानिशा करत असे. त्यामुळे माझ्याकडे येणाऱ्या तक्रारींत प्रचंड वाढ झाली. मी रोज किमान तीनशे लोकांना तरी भेटत असे.

स्वातंत्र्यदिन जवळ आला होता. या कार्यक्रमाचे नियोजन माझ्याकडेच होते. आदल्या दिवशी मी रंगीत तालीम घेतली.

दुसऱ्या दिवशी सकाळी शासकीय ध्वजारोहण तहसीलच्यासमोरच होते. नागरिक जमले होते. पत्रकार मंडळी होती. मी नेहरू शर्ट आणि तुमान घातली होती. वसावे रावसाहेब जोधपुरी घालून सजले होते. डोक्यावर केसाळ टोपी घातली होती. आमच्या ऑफिसचा गावित नावाचा शिपाई तहसीलदाराच्या सोबत मदतीला होता. तोपण स्वच्छ पांढरे कपडे घालून रेडी होता. सारे विद्यार्थी जमले होते. सोनवणे नावाचे पीआय तिथे होते. त्यांचे सलामी देणारे पोलीस पथक तयार होते. अशावेळी वातावरण एकदम गंभीर होते. मी तहसील कार्यालयात बसलेल्या वसावे रावसाहेबांना बोलवायला गेलो. सारी तयारी झाली आहे. चला आता. वसावे साहेबांचा हा

पहिलाच ध्वजारोहणाचा प्रसंग होता. त्यांच्यावर थोडे दडपण आले होते. मला त्यांनी विचारले, की विजयराव, माझा ड्रेस कसा काय आहे? मी म्हटलो,की एकदम छान!

या दिवशी तहसीलदाराचा ध्वजारोहणाचा मान असतो. तहसीलदार ध्वज स्तंभापाशी आले. पोलिसांनी सावधानची ऑर्डर दिली. पीआयने सलामी दिली. तहसीलदारांनी दोरी ओढली. दोरी ओढल्याबरोबर पोलिसांनी राष्ट्रगीताची ऑर्डर दिली. राष्ट्रगीत चालू झाले. मी तहसीलदारांजवळच उभा होतो. तेव्हढ्यात गावित शिपायाने झेंडा खाली घेतला. मला कळेना काय झाले ते? राष्ट्रगीत चालू होते. त्याने परत झेंडा वर नेला. राष्ट्रगीत संपले. काहीतरी बिनसले होते. राष्ट्रगीत संपल्यासरशी सारा जमाव तहसीलदारांच्या रोखाने धावला.

सारेजण म्हणत होते, की राष्ट्रध्वजाचा अवमान झाला म्हणून. गावित शिपायाने राष्ट्रगीत चालू असताना राष्ट्रध्वज खाली घेतला होता, आणि परत वर नेला होता. गावितने सांगितले, की तहसीलदारांनी दोरी ओढली; पण झेंडा फडकला नाही. म्हणून त्याने तो खाली घेतला आणि व्यवस्थित फडकावून परत वर नेला. त्याचे म्हणणे होते, की त्याने तो झेंडा नीट फडकविण्यासाठीच खाली घेतला होता. पण जमाव तिथेच धरणे धरून बसला आणि कारवाईची मागणी करू लागला. मी लगेच प्रांताला फोन करून झालेली घटना सांगितली. त्यांनी तहसीलदाराला शिपायाविरुद्ध कारवाई करायला सांगितली. तहसीलदारांनी मग जमावाला शिपायावर कारवाई करण्याचे आश्वासन दिले आणि मग जमाव शांत झाला. गावितला निलंबित केले. एक छोटी घटना; पण मला खूप काही शिकवून गेली. सार्वजनिक कार्यक्रमात काही संकेत पाळले नाही, तर अशी फजिती वाट्याला येते. जिल्हाधिकाऱ्यांनी तहसीलदाराला बोलावून चार खडे बोल सुनावले.

नवापूरला माझे जेवणाचे हाल व्हायचे. मेस म्हणावी अशी मिळत नव्हती. रोज ऑफिसला येताना बसस्थानकावर मी चहा घ्यायचो. त्या लाईनला सारे घरगुती गॅस सिलेंडरचा वापर हॉटेलसाठी करायचे. मी हा विषय तहसीलदारांच्या कानावर घातला. ते म्हणाले,“इथली एजन्सी एका मोठ्या राजकारण्याची आहे. तुम्ही आला आहात सहा महिन्यांसाठी. तेव्हा जास्त नादी लागू नका.”

नवापूरला त्यावेळी आदिवासींसंदर्भात वनहक्क कायद्याची (FRA) अंमलबजावणी चालू होती. आम्ही रानोरानी फिरून पंचनामे करायचो. जाबजबाब घेऊन प्रकरण पुढे देत होतो. बोगस प्रकरणे शोधण्यासाठी मी सलग दोन दिवस जंगल तुडवून शेतीचे तुकडे पाहत होतो. कायदा लागू झाल्यापासून आदिवासी जंगल तोडून ते वहीती करत होते आणि मग मालकी हक्कासाठी दावे दाखल करीत होते. यात खरे लाभार्थी शोधणे एक दिव्य होते. असे अनेक अनुभव पहिल्यांदा येत होते.

आदिवासींच्या जमिनी विकत घेणारे रॅकेट या भागात दिसून आले. आदिवासींच्या

जमिनी आदिवासींनाच घेता येतात, आणि बिगर आदिवासीला जमीन घ्यायची असेल तर मग त्यासाठी सरकारची परवानगी घ्यावी लागते. ही परवानगी तेव्हाच मिळते, जेव्हा त्या आदिवासीला विकायला अतिरिक्त जमीन असेल आणि विकण्यासाठीचे कारण योग्य असेल. यात मग जमीन आधी गोळा करून विकली जात असे. एक आदिवासी खूप साऱ्या आदिवासींच्या जमिनी घेत असे. त्यासाठीचे पैसे त्याला या टोळीकडून मिळायचे. मग काही काळाने तो त्या जमिनी विकायला काढत असे, आणि त्याला परवानगीही मिळायची; कारण त्याच्याकडे विकायला अतिरिक्त जमीन असायची. आणि या साऱ्या प्रकाराला सरकारी कर्मचाऱ्यांची अप्रत्यक्ष मदत असायची. मी तर नायब तहसीलदार, म्हणजे व्यवस्थेच्या खूपच तळाला होतो. तरी मी दोन-तीन प्रकरणे अडवली. मग माझ्याकडे प्रकरणे न येता, ती थेट तहसीलदारांकडे जाऊ लागली. मूळ नियमाला कसे वळवतात हे दिसत होते; पण काय करणार? अशावेळी मन उद्विग्न व्हायचे.

माझ्याकडे साऱ्या प्रकारच्या मीटिंग अटेंड करायचे काम असायचे. आमचे तहसीलदार कलेक्टरला खूप घाबरायचे. कुंभार साहेब कलेक्टर होते. त्यांनी ध्वज प्रकरणात तहसीलदाराला खूप झापले होते. तेव्हापासून मीच आरओ मीटिंग (revenue officer's meeting) अटेंड करायचो. मग साऱ्या प्रकारच्या माहितीसाठी वरिष्ठ मलाच फोन करू लागले.

एक दिवस नंदुरबारवरून एक गोपनीय पत्र आले. माझ्याच नावाने होते ते. मी ते फोडले. मला दुसऱ्या दिवशी रविवारी कुठल्या तरी गोपनीय कामासाठी सकाळी आठ वाजता तयार राहायला सांगितले होते. मला नेमके कळेना कोणते काम आहे, आणि कुठे, किती वेळ आहे ते. सकाळी मी थोडा नाश्ता केला आणि तहसीलमध्ये आलो. साडेआठ वाजता कलेक्टर आले. मी तहसीलची गाडी घेतली होती. त्यांच्या गाडीमागे निघालो. साधारण पंधरा कि.मी. गेल्यावर एका आश्रमशाळेपाशी गाडी थांबली. मला लक्षात आले, की बहुतेक शाळा तपासणी असावी. सकाळचे नऊ वाजले होते. शाळेत आत गेलो. रविवार होता. स्टाफ पैकी कोणीच शाळेत नव्हते. ही आश्रम शाळा निवासी प्रकारची होती. म्हणजे मुले-मुली वसतिगृहात राहायची. अधीक्षक कुठेतरी बाहेर गेला होता. एकच शिपाई शाळेत होता. मुलांना अजून नाश्ता मिळाला नव्हता. आम्ही कलेक्टर बरोबर एका एका खोलीत जाऊन मुलांची अवस्था पाहत होतो.

मला तर धक्काच बसला होता. पोरांच्या पेटीत शिळ्या चपात्यांचे तुकडे सापडत होते. काही मुली असे तुकडे पाण्यासोबत खाताना सापडल्या. ही शाळा आहे का तुरुंग असा प्रश्न पडावा, अशी स्थिती दिसत होती. आम्ही स्टोअर रूम कुलूप तोडून उघडली. आतमध्ये बरेच सामान होते. साबण, टूथपेस्ट, खोबऱ्याचे

तेल, असे बरेच होते. पण त्यावर धूळ बसलेली. यांतले काहीच मुलांच्या वाट्याला आलेले दिसत नव्हते. एव्हढी अंदाधुंदी मी पहिल्यांदा पाहत होतो. कलेक्टर तर संतापाने थरथर कापत होते. आम्ही शाळा तपासायला आलो आहोत, हे मुलांच्या लक्षात आले होते. मुली आम्हाला शिक्षक आणि अधीक्षकाच्या तक्रारी सांगू लागल्या. शाळेचे व्हिजिट बुक तपासले. सहा महिन्यांपासून कुणी वरिष्ठाने शाळेला भेट दिली नव्हती. शाळेची संगणकाची खोली उघडली. आत संगणक धूळ खात पडले होते. वीस संच कोणत्याही वापराविना पडून होते. मी पाण्याची टाकी तपासली. अजून एक धक्का बसला. पाण्यात अळ्या होत्या. पोरं हे पाणी पीत होती. मन सुन्न झालं होतं. मी सारी परिस्थिती कागदावर उतरवत होतो. एवढे होईपर्यंत शाळेचा सारा स्टाफ आला होता. या दूरवस्थेसाठी कोणतेही सांगण्यासारखे कारण ना मुख्याध्यापकांकडे होते, ना संस्थाचालकांकडे. शासन पूर्ण अनुदान देत असताना हे मुलांपर्यंत पोहोच न करता खिसे भरण्याचे पाप ही सारी मंडळी करत होती. आता काहीतरी ठोस कारवाई अपेक्षित होती. मी सारी स्थिती लिहिली होती. त्यावर पंचांच्या सह्या घेतल्या. रिपोर्ट सील केला आणि तिथेच कलेक्टर सरांकडे दिला. एवढे व्हायला दुपार झाली होती. कलेक्टर अजून पर्यंत थांबले होते. नवापूरच्या जवळ पंधरा-वीस कि.मी. अंतरावर असलेल्या शाळेची ही अवस्था होती. अजून आत दुर्गम भागांत तर विचारायलाच नको. दुसऱ्या दिवशी साऱ्या पेपरला ही बातमी आली.

मला वाटत होते, की नक्की शाळा व्यवस्थापनावर ठोस कारवाई होणार, म्हणून; पण नंतर सारे काही काळाच्या ओघात शांत झाले. आदिवासी भागासाठी सरकार अनेक योजना राबवते; पण सारे काही कागदावरच राहते.

आमच्याकडे 'पंचायत राज कमिटी' येणार होती. विकास कामे पाहणे, येणाऱ्या अडचणी पाहणे, निधीचा विनियोग पाहणे, ही अशी कामे ही समिती करते. पण जणू काही 'राजा' येणार आहे, अशी तयारी चालली होती. आमचा बिडीओ म्हणाला, "सर्व लाईन डिपार्टमेंट कडून वीस वीस हजार गोळा केलेत म्हणून. खरे खोटे काय माहिती? पण विश्रामगृहावर एका सन्माननीय आमदार महोदयांचे आमच्या बिडीओ सोबतचे वर्तन पहिले आणि आमदार असेही असतात, असे प्रथमच लक्षात आले. एकूणच वरून दिसते तसे नाही.

माझा येथे सहा महिन्यांचा कालावधी होता. मला कधी एकदा हे सहा महिने संपतात आणि रेग्युलर तहसीलदार म्हणून जॉईन होतो, असे झाले होते. तरी मी किमान दहा दिवसाला तरी घरी जायचोच. दुसरा शनिवार, आणि चौथा शनिवार गाठून मी घरी जायचे नियोजन करायचो. नावापूरवरून रात्री साडेअकरा वाजता नगरला गाडी राहायची. त्या गाडीने मी सकाळपर्यंत नगरला जायचो, आणि येताना

संध्याकाळी सात वाजता गाडी असायची. ती नवापूरला पहाटे तीन वाजता जायची. यादरम्यान माझी रेव्हेन्यू परीक्षा झाली. मुंबईला होती ती परीक्षा. मी तिच्यात पास झालो.

ऑक्टोबर महिन्यात आमच्या तहसीलदार बॅचचा पुण्याच्या 'यशदा' या संस्थेत पायाभूत कोर्स होता. चाळीस दिवसांचा हा कोर्स होता. जयंत पिंपळगावकर हे उपजिल्हाधिकारी पदाच्या दर्जाचे गृहस्थ आमचे कोर्स को-ऑर्डीनेटर होते. फार कडक होते. तिथे 'यशदा'मध्ये माझी माझ्या बॅच मेटशी ओळख झाली. आकाश लिगाडे, अनिल दौंडे, दीपक पाटील, लीना, अर्चना खेतमाळीस, रेवणनाथ लबडे, शशिकांत गायकवाड, प्रमोद हिले, महेश दुधसागरे असे तहसीलदार मित्र भेटले. 'यशदा' ही एक प्रशासकीय अधिकाऱ्यांना सर्व प्रकारचे प्रशिक्षण देणारी एक आघाडीची संस्था आहे. शेखर गायकवाड हे अतिरिक्त जिल्हाधिकारी दर्जाचे अधिकारी महसूल शिकवायचे. प्रल्हाद कचरे, कुलकर्णी मॅडम असे नावाजलेले अधिकारी आम्हाला प्रशिक्षण देत होते. 'यशदा' मध्ये डॉ. बाबासाहेब आंबेडकर स्पर्धा परीक्षा केंद्र आहे. तिथे यूपीएससी देणारी काही मुले भेटली. त्यांच्याकडे पाहून मला वाटायचे, की एक यूपीएससीची संधी घ्यायलाच हवी.

'यशदा'चे प्रशिक्षण मी चांगले एन्जॉय केले. रोज जिमला जायचो. मग पोहणे. चाळीस दिवस कसे गेले ते कळले नाही. महसूल विभाग (रेव्हेन्यू डिपार्टमेंट) हे सर्वसामान्य लोकांच्या आशा-अपेक्षांचे स्थान असते, हे लक्षात येत होते. प्रत्येक बाब महसूल विभागाशी नाळ जोडून असते. आपण लोकांचे खूप छोटे; पण त्यांच्यासाठी महत्त्वाचे असे प्रश्न निश्चित सोडवू शकतो, अशी खात्री मला वाटू लागली. एकूण 'यशदा' हा एक छान अनुभव होता. मी पुन्हा नवापूरला कामावर हजर झालो.

दहावीचे आणि बारावीचे पेपर सुरू होणार होते. आमच्या कलेक्टरने 'कॉपी विरोधी भरारी पथका'ची जबाबदारी माझ्यावर सोपवली. नवापूर कॉपीसाठी कुप्रसिद्ध होते. येथे शिक्षकच मुलांना मदत करतात, असे मी ऐकून होतो. मी आदल्या दिवशी मुख्याध्यापकांची मीटिंग घेतली. त्यांना कॉपी मुक्त परीक्षेसाठी सहकार्य करण्याचे आवाहन केले.

पण दुसऱ्या दिवशी वातावरण मात्र वेगळे होते. मी ऑफिसची लाल दिव्याची गाडी घेतली. सोबत दोन पोलीस होते. एक महिला पोलीस पण होती. आमची गाडी कंपाऊंडच्या आत शिरल्याबरोबर वर्गातील खिडक्यांमधून पटापट पुस्तके बाहेर फेकली जाऊ लागली. शिपायांना बोलावून मी पुस्तके गोळा केली. जवळपास एकाच शाळेत दोन गोण्या पुस्तके मिळाली होती. ही पुस्तके म्हणजे फक्त नवनीत गाईड होती. एकूण परीक्षेची पाच केंद्रे होती. पाचही ठिकाणी हेच वातावरण. दुसऱ्या

दिवशी इंग्रजीचा पेपर होता. एक पारंपरिक भीती. या पेपरला कुणालाच सोडायचे नाही, असे मी ठरवलेले. कालच्या अनुभवावरून मुलांनी रणनीती बदलली होती. पोरांनी आज चिठ्या-चपाट्या आणलेल्या. एक वर्ग आम्ही तपासला. प्रत्येक मुलाने काही न काही कागद जवळ ठेवलेला. एक मानसिक आधार म्हणून ठेवल्यासारखा. कारण कॉपी काय करावी, ही सुद्धा अक्कल मुलांमध्ये विकसित झालेली नव्हती. एका एका वर्गात बादली भरून चिठ्ठ्या निघत होत्या. कारवाई तरी कुणावर करणार? मी पर्यवेक्षकांना धारेवर धरायला सुरुवात केली.

त्यावर्षी दहावीचा निकाल खूप कमी लागला होता; पण प्रत्येक सुधारणा एखाद्या गोष्टीवर बंदी घालून साध्य होणार नाही. मुळातून बदल झाले तर परीक्षेची भीती मनातून जाईल; पण कधी ते माहीत नाही.

नवापूर माझ्यासाठी एक प्रयोगशाळा होते. मी कामही करत होतो आणि शिकतही होतो. दुर्गम भागात गेले, की आदिवासींच्या पारंपरिक चालीरीती नजरेस पडायच्या. ही खरी आनंदी माणसे. वर्तमानात जगणारी. त्यामुळे वाटायचे, की त्यांना असेच सुखाने जगू द्यायला पाहिजे. पण आम्हाला त्यांचा विकास करायचाय आणि तो तथागथित प्रगत नागरी रीतीने.

मार्च महिना होता. माझे सहा महिने संपत आले होते. मी नाशिकला जाऊन पुढील आदेशांसंदर्भात आयुक्त कार्यालयात भेटायचे ठरवले. मला जर नगर जिल्ह्यात नियुक्ती मिळाली तर फायद्याचे ठरणार होते; कारण मग निर्मलालाही तिची नोकरी चालू ठेवण्यात अडचण येणार नव्हती. साधारण एक आठवडा आधी मी नाशिकला गेलो.

माझा मित्र, हरीश सोनार तिथेच आस्थापना तहसीलदार होता. त्याला भेटलो आणि त्याला विनंती केली, की तूच आरडीसी ना विनंती कर. आमच्या फाईल पुट अप करण्याची तयारीच चालली होती. मला जामखेड सुचवले होते. तेथील तहसीलदारांची मुदत संपली होती. हरीश म्हणाला, "थोडा तास-दोन तास थांब. आयुक्त आहेत. बहुतेक आज फाईलवर सही होईल.

माझी धाकधूक वाढली होती. जामखेड झाले तर मनाप्रमाणे होणार होते. पण हे महसूल आहे. ऐन वेळी काय होईल, याचे काही सांगता येत नाही.

मी हरीशच्या चेम्बरमध्ये बसून होतो. दुपारी तीन वाजता सही होऊन फाईल आली. हरीशने अभिनंदन केले. म्हणाला, "रावसाहेब आजपासून सांभाळा जामखेड. मला खरेच वाटेना. बिना वशिल्याचा मला माझा जिल्हा मिळत होता. मी हरीशचे आभार मानले आणि नवापूरला परत निघालो.

येणाऱ्या बुधवारी म्हणजे ९ मार्च २०११ ला नवापूरहून कार्यमुक्त झालो. तिथे तहसीलदारांनी माझा मोठा निरोप समारंभाचा कार्यक्रम घेतला. सहा महिन्यांत

छान सूर जुळले होते. आता या निरोप समारंभाची सवय झाली होती.

मला आता जामखेडचे वेध लागले होते. मी यापूर्वी जामखेड एकदाच पाहिलेले. देविदास आणि मी दोघे जामखेडजवळ जो सौताडा रामेश्वरचा धबधबा आहे, तो पाहण्यासाठी गेलेलो. त्यालाही पाच वर्षे उलटलेली. त्यामुळे जामखेडचे माझ्या डोळ्यापुढे असे कोणतेच चित्र उभे राहत नव्हते. जामखेड नगर जिल्ह्याच्या दक्षिणेला टोकाचा असणारा तालुका. सारा तालुका मराठवाड्याने वेढलेला. कायम दुष्काळी; मात्र ज्वारीसाठी प्रसिध्द. जामखेडची ज्वारी म्हटलं, की बाजारात सरस भाव घेऊन जाते. येथील अनेकजण ऊस तोडीला जातात. तालुक्याच्या ठिकाणी अजून ग्रामपंचायतच. 'चोंडी' हे अहिल्याबाई होळकरांचे जन्मस्थान याच तालुक्यातील. 'सीना' नदीच्या काठी हे वसलेले. डॉक्टर रजनीकांत आरोळे यांची कर्मभूमी असलेले जामखेड. त्यांचा ग्रामीण आरोग्य प्रकल्प येथे आहे. त्यांना 'रेमन मगसेसे पुरस्कार' मिळालेला. माळावर त्यांनी हे आरोग्याचे रोपटे लावलेले. साधारण लाखभर लोकसंख्येचा हा तालुका. कायम भाजपचा गड राहिलेला. राम शिंदे येथील आमदार.

अशा जामखेडला मला आता तहसीलदार म्हणून रुजू व्हायचे होते. मनात खूप गोंधळ मजला होता. ही एक नवीन आणि संपूर्ण जबाबदारी मला पेलायची होती. तहसीलदार म्हणजे तालुक्याचा जणू कलेक्टरच.

मिशन जामखेड, मिशन लाइफ...

मी नवापूरहून घरी आलो होतो. घरी आनंद झाला होता. कोकण, नंदुरबार असे फिरत फिरत पुन्हा माझी नियुक्ती जिल्ह्यात झाली होती. निर्मलाच्या शाळेची आता काही अडचण असणार नव्हती. तिला पण खूप बरे वाटले. मला माझ्या जिल्ह्यात काम करायला मिळणार होते. दुसऱ्या दिवशी म्हणजे १० मार्च २०११ ला मला रुजू व्हायचे होते.

माझ्या गावचे रघुनाथ खराडे म्हणून एक अव्वल कारकून होते. त्यांची नियुक्ती जामखेडलाच होती. आदल्या दिवशी ते मला भेटायला आले. मी सहज विचारले, की कसे आहे जामखेड? ते म्हणाले ठीक आहे. दुष्काळी आहे, आणि गप्प बसले. मी बाकी स्टाफबद्दल माहिती विचारली.

दुसऱ्या दिवशी मी कलेक्टर ऑफिसला गेलो. पी. अन्बलगन कलेक्टर होते. त्यांना भेटून मी जामखेडला जाणार होतो. नगर कलेक्टर ऑफिसची इमारत दोन भागांत विभागलेली आहे. नवीन प्रशासकीय इमारतीत कलेक्टर ऑफिस आहे. अन्बलगन कडक शिस्तीचे होते. त्यांच्यापुढे जाण्याचे मला दडपण आले होते. ते चेम्बरमध्येच बसले होते. पी.ए.ला सांगून आत चिठ्ठी दिली. पाच एक मिनिटांनी त्यांनी आत बोलावले. मी भीत भीत आत गेलो. त्यांना गुड मॉर्निंग म्हटले. त्यांनी एकवार माझ्याकडे नजर वर करून पाहिले. कुलांगे, तुमची ही पहिलीच पोस्टिंग का? मी हो म्हटले. हे पहा तुम्ही वसुलीकडे लक्ष द्या. आधीचा आहिरे होता. त्याने चांगले काम केले आहे. तुम्ही पण चांगले काम करा, आणि ते खाली फाईलमध्ये डोके घालून पाहू लागले. मी, 'हो सर', असे म्हटले. दोन मिनिटे पुन्हा शांतता. या तुम्ही. मी थँक्यू सर, म्हटले, आणि बाहेर आलो. बाहेर बसलेल्या दोन्ही पी.एं.ची ओळख करून घेतली. माझा नंबर दिला व त्यांचा नंबर घेतला आणि खाली आलो. जरा दडपण कमी झाल्यासारखे वाटत होते. रिक्षा पकडली आणि एसटीसाठी बसस्थानकावर आलो. अकरा वाजून गेले होते. आरएनटी (निवासी नायब तहसीलदार)

भैसडे रावसाहेबांचा दोनदा फोन आला होता. त्यांना सांगितले, की मी निघालोय एस.टी. पकडून. ते गाडी पाठवायला लागले होते. मी त्यांना मना केले. जामखेड ते नगर दोन तासांचा तर रस्ता ७५ कि.मी. अंतराचा.

मला पोहोचायला एक वाजला होता. आधीचे तहसीलदार तळमळत होते. त्यांना रिलीव्ह होण्याची घाई झालेली. त्यांनीही एकदा फोन करून, लवकर या, सांगितलेले. स्टॅण्डवर मला न्यायला भैसडे आले होते. त्यांच्या हातात मोठा पुष्पगुच्छ होता. वेलकम सर! मी त्यांना धन्यवाद दिले. गाडीचा ड्रायव्हर श्रीकांत जाधव, त्याने मला नमस्कार केला. लोक माझ्याकडे पाहत होते. कुजबूज झाल्यासारखी जाणवली. मी गाडीत बसलो. लाल दिव्याची टाटा सुमो गाडी. मी अभिमानाने लाल दिव्याकडे एकवार पाहिले. ज्या दिव्यासाठी पोरं जीवाचं रान करतात, ऊर फुटेस्तोवर अभ्यास करतात... एक वेगळीच जाणीव त्या गाडीत बसताक्षणी होत होती. अधिकार जाणवत होता आणि नवीन जबाबदारीही. ऑफिसला आलो. सारा स्टाफ ऑफिसमध्ये जमला होता.

जुन्या बांधणीचे ऑफिस. इंग्रजकालीन इमारत कौलांची. अहिरे साहेब वाटच पाहत होते. चार्ज पेपर तयार होते. त्यांनी सही केली आणि खुर्चीहून बाजूला झाले. मी खुर्चीवर बसलो व सही केली. काही स्थानिक पत्रकार जमले होते, त्यांनी फोटो घेतले. मी तालुका कार्यकारी दंडाधिकारी झालो होतो. तास दोन तासांत भेटणारे कमी झाले. मी जाधव ड्रायव्हरला गाडी काढायला सांगितली. जामखेड शहर तरी नजरेखालून काढावे, म्हणून बाहेर पडलो. गावाबाहेर वीटभट्ट्या जणू गर्दी करून होत्या. एका भट्टीपाशी दोन ट्रक माती खाली होत होती, तिथे गेलो. पावती मागितली. पावती नव्हती. मग प्रत्येक ट्रकला चाळीस हजार असा दंड ठोठावला. काम सुरू झाले. जामखेड मध्ये लगेचच हा संदेश गेला. या वर्षीचे महसूल उद्दिष्ट अहिरे साहेबांनी गाठले होते. मार्च एंडची काळजी नव्हती. पुढील वर्ष मात्र कठीण असणार होते. उद्दिष्ट वाढणार आणि मी मात्र नवीन.

जामखेड ग्रामपंचायत होती. जुने गाव. येथे गल्ल्या खूप आहेत. एक दिवस जामखेड तलाठी कार्यालयात गेलो. काही सातबारे तपासले. तर काय, एका एका सातबाऱ्यावर जागा पुरणार नाही एवढी नावे. मला काही कळेना. भोगे नावाचे तलाठी होते आणि खराडे मंडळाधिकारी. भोगे म्हणाले, "रावसाहेब, इथे गुंठ्या गुंठ्याची खरेदी करतात शेतजमिनीची आणि मग सातबारा कसा फोडणार? त्यासाठी तर शेतजमीन एनए म्हणजे बिगरशेती करायला हवी. हा तर सरळ सरळ तुकडेबंदी कायद्याविरुद्ध व्यवहार होता आणि इतके दिवस हे चालले होते. मी जरा आवाज चढवला. इतके दिवस हे कुणाच्या लक्षात कसे आले नाही? मी भोगेला खोदून खोदून विचारू लागलो. भोगे म्हणाले, "रावसाहेब, मला बीपी आहे." झाले मग

आता बोलणेच बंद. हे सारे मी बंद करण्याचे ठरवले. चार-पाच दिवसांत एक मीटिंग बोलावली. सबरजिस्ट्रार, ग्रामसेवक आणि भूमिअभिलेखचे अधिकारी बोलावले. सबरजिस्ट्रार ग्रामपंचायतीच्या मिळकत क्रमांकाच्या उताऱ्यावर खरेदी-विक्रीचे व्यवहार करत होता, आणि त्या व्यवहाराच्या नोंदी तलाठी करत होता. अनागोंदी कारभार म्हणतात तो हाच. मी सबरजिस्ट्रारला जवळपास दमच दिला. असे व्यवहार करशील, तर मी आता गप्प बसणार नाही असे त्याला सुनावले, आणि झालेल्या व्यवहाराची चौकशी करण्यासाठी कलेक्टर ऑफिसला अहवाल पाठवला. दोनच दिवसांत माझ्या ऑफिसतर्फे एक मोठा फ्लेक्स बोर्ड करून खर्डा चौकात लावला. त्यात होणाऱ्या गैरव्यवहार आणि त्याचे भावी दुष्परिणाम लिहिले, आणि लोकांना सावधान राहण्याचे आवाहन केले. पेपरवाल्यांनी पण ही मोठी बातमी केली. याचा परिणाम म्हणून हे व्यवहार पूर्ण ठप्प झाले. दहा लाखाला जाणारा एक गुंठा, पाच लाखावर आला. लोक नोटरीचा आधार घेऊ लागले; पण मी नोंदी घेण्याचे पूर्ण बंद केले होते. एनएचा त्रास टाळण्यासाठी सर्वसामान्य माणूस असा शॉर्टकटचा आधार घेतो, आणि व्यवस्था त्याला चार पैसे मिळते म्हणून साथ देते; मात्र माझ्या या प्रयत्नांमुळे खूप मोठे शॉर्टकट (land) रॅकेट उद्ध्वस्त झाले होते. मी असेपर्यंत जामखेडमधील गुंठा मंत्री आळीमिळी गुपचिळी होते.

यादरम्यान अन्बलगन सरांनी 'किल्ला महोत्सव' आयोजित केला होता. नगरच्या भुईकोट किल्ल्याचे पर्यटन करण्याच्या उद्देशाने त्यांनी प्रयत्न चालवला होता. या महोत्सवासाठी त्यांनी मुख्यमंत्री आणि राज्यपाल दोघांना आमंत्रित केले होते. पहिल्यांदा 'इव्हेंट मनेजमेंट' मी पाहत होतो. मी जामखेडमधून एक प्रायोजक दिले होते. एच. यु. गुगळे. जामखेडचे कापड दुकानदार. एक लाख रकमेच्या बदल्यात त्यांना तिथे एक स्टॉल लावायला मिळणार होता. असे साऱ्या जिल्ह्यांतून प्रायोजक मिळवून सरांनी भव्य महोत्सव पार पाडला होता. त्यानंतर आठवडाभरातच सरांची बदली झाली. त्यांच्या जागी संजीवकुमार कलेक्टर म्हणून आले. ते याआधी पुणे झेडपीचे सीईओ होते.

माझे रुटीन बसले होते. एक महिना झाला होता. बेकायदा वाळू वाहतूक आणि वाळू चोरी यांवर मी लक्ष्य केंद्रित केले होते. स्थानिक पत्रकार पण राहून राहून याच विषयावर बातम्या टाकायचे. महाराष्ट्रात तहसीलदार आणि वाळू असे एक समीकरणच आहे. मी यात अगदी तटस्थ राहून कारवाया करत होतो. जामखेडमधून 'सीना' नदी वाहते. एका बाजूने जामखेड तर दुसऱ्या बाजूने करमाळा आणि कर्जत तालुका. कर्जत मधील नदीकडेची गावं वाळूचोरीसाठी प्रसिद्ध होती. मी गाडी धरली की, जबर दंड ठोठवायचो. ट्रक्टर चाळीस हजार. ट्रक साठ ते ऐंशी हजार. मी अचानक नियोजन करून निघायचो. वाळूचोर माझ्यावर नजर ठेवण्यासाठी रोजाने माणसे ठेवू

लागली; पण मी गाडी बदलायचो. कधी बिडीओची गाडी तर कधी खासगी गाडी न्यायचो. अनेक रात्री मी 'सीना' नदीत काढल्या आहेत. बरोबर माझे विश्वासू तलाठी आणि कोतवाल असायचे. हत्यारी पोलीसही अधूनमधून मी न्यायचो.

एक दिवस असाच फोन आला आणि मी चार तलाठी, दोन कोतवाल, आणि एक पोलीस असा लवाजमा घेऊन निघालो. जाधवला सांगितले, निमगाव डाकू गावात जायचे आणि तिथून नदीत उतरायचे. हे गाव कर्जत तालुक्यात आहे. नदीत बरेच ट्रॅक्टर आहेत, असा फोन होता. आम्ही गावात आलो आणि वाळू चोरांना खबर गेली. नदीत धावाधाव सुरू झाली. एकच ट्रॅक्टर पकडण्यात आम्हाला यश आले. ड्रायव्हर तर पळून गेला होता. चावी पण नेली होती. माझा एक कोतवाल चांगला ड्रायव्हर होता. त्याने मग ट्रॅक्टरची वायर जोडून चालू केला. मी स्वतः ट्रॅक्टरमध्ये बसलो, आणि ट्रॅक्टर आम्ही नदीबाहेर काढला. काही अंतरावर भला शे-सव्वाशे लोकांचा जमाव हातात काठ्या घेऊन उभा होता. माझ्यासोबत एकच पोलीस, तोही बिन हत्यारी. गव्हाणे तलाठी म्हणाला, "रावसाहेब आपल्याला ट्रॅक्टर नेता येणे अवघड आहे. जमाव जणू चालूनच येत होता. समोर पाहिले तर गावचा सरपंच जमावाचे नेतृत्व करत होता. त्याला तर मी चांगला ओळखत होतो. एका वाळूच्याच प्रकरणात एक दिवस माझ्याकडे तो आला होता. त्यांनी आम्हाला अडवले. माझ्या कोतवालाच्या एक-दोन कानामागे ठेवून दिल्या. मला बाजूला ढकलून दिले. एक पोलीस काय करणार? जमावातला एकजण ट्रॅक्टरवर बसला. सरपंच दारू पिऊन तर्र होता. त्याने मला अर्वाच्य शिव्या द्यायला सुरुवात केली. प्रकरण खूप चिघळले होते. मला तर त्याला गोळी घालावी, असे वाटत होते. सरपंच ओरडला, की जर कोणी आता ट्रॅक्टरला आडवे आले तर अंगावरून ट्रॅक्टर घाला. मला तर हा प्रसंग फार जिव्हारी लागला होता. माझ्या माणसांना मारहाण झाली होती. मला धमकी दिली होती. काय करावे ते सुचत नव्हते. सरपंच ट्रॅक्टर घेऊन निघून गेला. माझी माणसं घाबरली होती. आता शेपूट घालण्यात अर्थ नव्हता. नाहीतरी मला जामखेडला काम करता येणे अवघड होणार होते. मी झाला प्रकार संजीवकुमार सरांना फोन करून सांगितला. सर म्हणाले, "आता काय करणार आहेस तू?" मी सांगितले, सर मी स्वतः एफआयआर करणार. ठीक आहे, मी एसपींना सांगतो, सर म्हणाले. मी गाडी कर्जत पोलीस स्टेशनकडे घ्यायला सांगितली. एव्हाना रात्रीचे दहा वाजले होते.

आम्ही कर्जत पोलीस स्टेशनला आलो. पीआय होते. त्यांना झालेली घटना सांगितली. आधी तर त्यांनी तक्रार घ्यायला कानकून केली. म्हणाले, "तुम्ही जामखेडला तक्रार करा; पण मी ठामपणे म्हणालो, की आमच्यावर जो हल्ला झाला तो कर्जत हद्दीत झालाय. तुम्ही तक्रार नोंदवून घ्या, अन्यथा मला कलेक्टर सरांशी

बोलावे लागेल. मग कुठे पीआय साहेब राजी झाले. आयपीसी ३०७, ३५३, अशी कलमे लावली. माझ्याबरोबरचा स्टाफ आणि मी दुपारपासून उपाशीपोटी होतो. पूर्ण तक्रार नोंदवायला रात्रीचे दीड वाजले होते. पोलीस स्टेशनला जामखेड पोलीस पण आले होते. सरांना तक्रार नोंदवली असा मेसेज केला. माझ्या स्टाफला मी पोलिसांच्या गाडीत बसवून जामखेडला रवाना केले, आणि मी तसाच राळेगणला निघालो. तिथून माझे गाव साठ कि.मी. होते.

सकाळी उठल्यावर जणू काही झालेच नाही, अशा अविर्भावात मी होतो. आईने फक्त विचारले, की डोळे फार लाल झालेत म्हणून. ही बातमी तिसऱ्या दिवशी साऱ्या महाराष्ट्रात पेपरला झळकली. मला अनेकजणांचे फोन आले. तहसीलदार संघटनेने निषेध नोंदवला. त्या सरपंचाला सहा महिने जमीन मिळाला नाही. मी असेपर्यंत त्या गावचे कुणी परत नदीत उतरले नाहीत.

त्या दिवशी मला समजले, की तुम्ही नेतृत्व करत असाल तर घेतलेला निर्णय बरोबर होता, हे तुम्हाला सिद्ध करावे लागते. त्यादिवशी मी जर माघार घेतली असती तर माझ्याबरोबर माझे कर्मचारीही खचले असते. वाळू संदर्भात शासनाचे धोरण ठाम नसल्याने अशा घटना होताना दिसतात.

या वाळूच्या बातम्या ऐकून आई, अण्णा, निर्मला यांना माझी काळजी वाटायची. मला सारेच जण या वाळूपासून लांब राहायला सांगायचे. निर्मला म्हणायची, "काही अघटीत घडले तर शासन थोडीच येणार आहे, मदत करायला. मी मात्र काणाडोळा करून माझे काम करत होतो. कामापासून पळ काढणे, मला कधीच जमले नाही.

एक दिवस घरी असताना एका मित्राकडून कळले, की गावातल्या एका गर्भवती महिलेने जामखेडला गर्भलिंग तपासणी केली म्हणून. जामखेडमध्ये असे चार-पाच डॉक्टर आहेत, जे अशा चाचण्या करतात, अशीही माहिती मिळाली. जामखेड मराठवाडा आणि पश्चिम महाराष्ट्र यांचे प्रवेशद्वार आहे. अनेकजण पुणे, मुंबई अशा शहरातून येथे ही चाचणी करण्यासाठी यायचे. कारण अशा शहरांत ही चाचणी करणे जोखमीचे होते. असे अनेक तथाकथित शिकलेले जामखेडला चाचणी करण्यासठी यायचे. यात कुणीच अडाणी अथवा गरीब घरातले नसायचे. अनेकजण तर शिक्षक असायचे. पोराची हाव. वीस हजारांपर्यंत हे डॉक्टर पैसे आकारायचे. एका डॉक्टरच्या तर, क्रूरतेच्या कहाण्या ऐकून मला तर काय करू आणि काय नको, असे झाले. हा नराधम चाचणी करायचा. नंतर गर्भपात करून तो गर्भ नष्ट करण्यासाठी कुत्र्यांना खावू घालायचा. पैसे कमावण्यासाठी ही माणसे कोणत्या थराला जातात. यातूनच या डॉक्टर लोकांनी भरपूर माया गोळा केलेली. मी या डॉक्टर लोकांवर पाळत ठेवायला सुरुवात केली. माझे काही डॉक्टर मित्र आहेत.

त्यांना मी हाताशी धरले. नाव पुढे न येण्याच्या अटीवर त्यांनी मला सहकार्य देण्याचे कबूल केले. असाच एक दिवस मी घरी आलो होतो. रविवार होता. सकाळचे आठ वाजले होते. माझ्या डॉक्टर मित्राचा फोन आला. दहा वाजता तीन पेशंट जामखेडला येणार आहेत. तुला रेड करता येईल का? मी तर राळेगणला होतो. माझ्याकडे गाडी पण नव्हती; पण मी हो म्हणालो. त्याला सांगितले, की मला नगरमध्ये एक गाडी तयार ठेव. मी माझी मोटरसायकल उचलली व घरी सांगितले, की आलोच मी.

जामखेडमध्ये बरोबर दहा वाजता पोहोचलो होतो. हॉस्पिटल मला माहीत होते. मी पीआयला फोन करून तीन लेडीज पोलीस आणि तीन जेन्ट्स पोलीस तयार ठेवायला सांगितले. पीआयही स्वतः पोलीस घेऊन तयार होता. आम्ही गाडी बाजूला पार्क केली. मित्राचा फोन आला, जा लगेच म्हणून. मी, पीआय, पोलीस. असा सारा लवाजमा एकदम हॉस्पिटलमध्ये घुसलो. दवाखान्यात एकही पेशंट नाही. इमारत मात्र खूप मोठी. कोटीभर रुपये तरी घातले असतील. आम्ही खोल्यांची झडती घेणे चालू केले. एका खोलीत चार महिला होत्या. नक्कीच पेशंट असाव्यात. त्यांना ताब्यात घेतले. तोपर्यंत डॉक्टर बाहेर आला. तो आंघोळ करत होता. आमची गडबड ऐकून तो टॉवेलवरच बाहेर आला. पोलीस आणि मला पाहून तो टणटण उडायला लागला. चोराच्या मनात चांदणे. पीआयने पोलिसी खाक्या दाखवताच चारही पेशंटने कबूल केले, की आम्ही गर्भलिंग चाचणी करायला आलो आहोत, आणि गंमत म्हणजे या महिला माझ्या गावच्या शेजारच्या म्हणजे मांडवगणच्या होत्या. आम्ही त्यांचे जबाब रेकोर्डिंग केले; पण हरामी डॉक्टर मशीन दाखवायला तयार नव्हता.

मी पीआयला म्हणालो, ‘‘साहेब, याला पोलिसी खाक्या दाखवा. पीआयने मग डॉक्टरला दवाखान्याबाहेर काढला. तिथून पोलीस स्टेशन चारशे मिटर असेल. पीआयने त्या डॉक्टरला पायीच नेले. खर्डा चौकातून जाताना पीआयने कमरेचा बेल्ट काढला आणि तिथून फटके मारत त्या डॉक्टरला पोलीस स्टेशनला नेले. या गोष्टी कायद्यात किंवा मानवी हक्कात बसतात किंवा नाही, हा नंतरचा प्रश्न आहे. तो डॉक्टर माझ्या अंदाजाप्रमाणे कायद्याच्या पळवाटा शोधून नंतर सुटला; पण त्याला आम्ही आमच्या परीने शिक्षा दिली होती.

या घटनेची प्रसार माध्यमातून मोठी चर्चा झाली. बाकीच्या तीन-चार डॉक्टर लोकांनी या घटनेचा धसका घेतला. मी असेपर्यंत हे लोकं शांत होते. हा सामाजिक प्रश्न आहे आणि नुसत्या कायद्याने तो सुटणे अवघड आहे.

माझ्यापुढे महसूल उद्दिष्ट साध्य करणे, हे मोठे आव्हान होते. नुसत्या वाळू मधून हे पूर्ण होणे अवघड होते; मग मी इतर स्त्रोत शोधायला सुरुवात केली. असाच एक दिवस खर्ड्याला जाताना मला सहा-सात ट्रॅक्टर लाकडे वाहताना दिसले. मी

सहज ते ट्रॅक्टर अडवले. तेव्हा त्यातील दोन ड्रायव्हर ट्रॅक्टर सोडून पळाले, नक्कीच काहीतरी गडबड आहे. तेव्हा मी दोन-तीन तलाठी बोलावले आणि सर्व ट्रॅक्टर तहसीलला आणले. एक तासाभरात माझ्या ऑफिसला जामखेड मधील लाकूड गिरणीवाले जमले. मी तोपर्यंत एमएलआरसी मध्ये काही तरतूद सापडते काय, ते पाहत होतो, आणि बेकायदा लाकूडतोडीविरुद्ध तरतूद सापडली. विना परवानगी झाड तोडीला तहसीलदार एका झाडाला १हजार रु. याप्रमाणे दंड करू शकतो. मी त्या हिशोबाने ट्रॅक्टरमधील लाकडे मोजून घेतली आणि दंड केला. एका एका ट्रॅक्टरला तीस हजारांहून अधिक दंड झाला होता. लाकूडगिरणीवाले आले होते. ते म्हणाले, "तुम्हाला कारवाई करण्याचा अधिकार नाही. आम्ही आणि वनखाते पाहून घेऊ." त्यांचे हे उद्दाम बोलणे मला सहन झाले नाही. मग संध्याकाळी सहा वाजता मी पाच तलाठी, त्यांचे कोतवाल आणि माझे नायब तहसीलदार यांना घेऊन निघालो. माझे टार्गेट या लाकूडगिरण्या होत्या. जामखेड मध्ये एकूण पाच गिरण्या होत्या. वनखात्याच्या मदतीने त्यांचा कारभार बिनदिक्कत चालू होता. आम्ही काय गेल्याबरोबर लाकडे मोजायला चालू केली. जवळपास साऱ्या गिरणीत सरासरी हजारापर्यंत विना परवानगी तोडलेली झाडे आढळून आली. पंचनामा केला, आणि ऑफिसला आलो. रात्री उशिरापर्यंत बसून ऑर्डर टाईप केल्या. दुसऱ्या दिवशी या कारवाईची माहिती पेपरमधून साऱ्या जिल्ह्यांत पसरली. लाकूडगिरणीवर जिल्ह्यात प्रथमच कारवाई होत होती. मी लाकूडगिरण्या सील केल्या होत्या.

जवळपास सहा महिने त्या गिरण्या सील होत्या. नंतर त्यांनी माझ्या निर्णयाविरोधात औरंगाबाद हायकोर्टात अपील केले; मात्र कोर्टाने माझा निर्णय कायम ठेवला. तहसीलदाराला कारवाई करण्याचे अधिकार आहेत, हे कोर्टाने मान्य केले. हा निकाल आता 'एमएलआरसी' मध्ये संदर्भ म्हणून देण्यात आला आहे. त्यावेळी माझ्यावर या लाकूड गिरणीवाल्यांनी आर्थिक नुकसानभरपाईचा दावापण ठोकला होता. मी तणावाखाली होतो; पण अखेर मला कोर्टाकडूनच दिलासा मिळाला.

एक जाणवले होते, की कोणतेही काम करताना जर तुमचा हेतू निर्मळ असेल तर तुम्हाला कुठेच अडचण येत नाही.

मला एक यूपीएससीचा प्रयत्न ध्यायचा होता शेवटचा; कारण आता वयही सरणार होते. याआधी मी फॉर्म भरले होते. हा माझा तसा पहिला आणि शेवटचा प्रयत्न असणार होता. डिसेंबर २०११मध्ये जाहिरात सुटली. मी कलेक्टर ऑफिसला परीक्षेला बसण्याची परवानगी मागणारे पत्र लिहिले. फॉर्म भरला, पण अभ्यासाचे काय, हा मोठा प्रश्न होता. माझे वेळापत्रक भन्नाट असायचे. सकाळी साडेआठला ऑफिस. बारापर्यंत बसायचो. नंतर जेवून फिरतीला निघायचो. संध्याकाळी माघारी

आलो, की टपाल पाहून रूमवर यायचो. रात्री पुन्हा वाळूसाठी फिरणे. आठवड्यातून किमान तीनदा तरी मी रात्री फिरायचो. मग वेळ कधी मिळणार अभ्यासाला? खूप वाईट वाटायचे. यूपीएससी माझे स्वप्न होते. बहुतेक ते स्वप्नच राहील की काय? अशी भीती मनात यायची. कलेक्टर सरांना पाहिले, की वाटायचे आयएएस व्हायला पाहिजे.

एक दिवस माझ्या टपालात कलेक्टर ऑफिसचे पत्र आले. मला सरांनी परीक्षेला बसायची परवानगी दिली होती. ते पत्र पाहून माझी निराशा काहीशी पळून गेली. मनात आले, आता परवानगी मिळाली तशी परीक्षेला रजा मिळाली तर बरे होईल. मी निर्मलाला सांगितले, की मला यूपीएससी पूर्व परीक्षेला बसायची परवानगी सरांनी दिली म्हणून. मात्र तिला माझा अभ्यास होईल की नाही, याबद्दल शंका होती. माझे काम, माझे व्याप आता तिला माहीत होते.

जामखेडमध्ये खर्डा चौक आहे. तिथून एक रस्ता बीड आणि एक खर्ड्याला जातो. हा चौक प्रसिद्ध चौक होता. इथून तिथून अतिक्रमणे होती. चौकाच्या दोन्ही बाजूंना नगरकडे, खर्ड्याकडे, आणि बीडकडे रस्त्याच्या दुतर्फा टपऱ्या आणि पक्की दुकाने यांचे जाळे होते. दर शनिवारी बाजार असायचा. त्या दिवशी पूर्ण ट्रॅफिक जाम राहायचे. मला नेहमी वाटायचे, की एक दिवस ही अतिक्रमणाची घाण साफ करायचीच. हा पूर्ण रस्ता पीडब्लूडीचा होता.

मी त्यांच्यासोबत एक मीटिंग ठेवली. शाखा अभियंता कुलकर्णी म्हणून गृहस्थ होते. शांत माणूस. मला ते म्हणाले, "रावसाहेब, आम्ही प्रक्रिया सुरू करतो; पण आम्हाला पोलीस मदत लागेल, आणि हे जामखेड आहे. सुमारे तीनशेहून अधिक दुकाने आणि टपऱ्या इथं आहेत. एव्हढ्या मोठ्या प्रमाणात कारवाई करणे, जरा कठीण आहे. मी त्यांना म्हणालो, "तुम्ही कागदावर सारी प्रक्रिया तर आधी पुरी करा. बाकी मी पाहतो. माझ्याकडे जामखेडसाठी बायपास रस्ता मागणी करणारी बरीच निवेदने आली होती. ही अतिक्रमणे निघाली तर हा बायपासचा प्रश्न निकालात निघणार होता. पहिली नोटीस गेल्याबरोबर जामखेडमध्ये खळबळ माजली.

त्याच दिवशी टपरी आणि दुकान मालक माझ्याकडे आले. कुणाची तक्रार नसताना, तुम्ही का ही कारवाई चालू केली आहे? अजून असे बरेच ही मंडळी बोलत होती. मी एकच सांगितले, की सरकारी जागेवरील अतिक्रमणे हा कुणाचा अधिकार नाही. त्या जागा मोकळ्या कराव्या लागतील. तेथील एक कार्यकर्ता म्हणाला, "पाहू कुणात धमक आहे, आम्हाला हात लावायची? पाहून घेऊ? अतिक्रमण धारक आपला धाक दाखवू पाहत होते; मी मात्र निर्णयावर ठाम होतो. पण कारवाई सोपी नक्कीच नव्हती. गेली पंचवीस ते तीस वर्षे हे लोकं त्या रस्त्याचा वापर करत होते.

मी पीडब्लूडीला एक महिना जाऊ देण्यास सांगितले, आणि पुन्हा एकदा नोटीस देण्यास सांगितले. पण ही नोटीस अतिक्रमण धारकांनी काही सिरियस घेतली नाही. दरम्यान मी मात्र या भावी कारवाईची कल्पना वरिष्ठ अधिकाऱ्यांना दिली होती. पण कारवाईला कलेक्टर ऑफिसही सुरुवातीला फारसे उत्सुक नव्हते.

असाच ऑफिसला बसलो होतो. अचानक एक फोन आला. पलीकडून कोण बोलत होते माहीत नव्हते; पण त्याने सांगितले की, खर्डा चौकात दंगल उसळली असून, जाळपोळ चालू आहे. मला तर क्षणभर काही सुचेना. मी तसाच बाहेर पळत आलो. जाधवने गाडी लावली. त्याला म्हटलं, सायरन चालू कर. माझ्या ऑफिसपासून खर्डाचौक तीनशे मीटर अंतरावर आहे. लोकांची गर्दी दिसत होती. सायरनचा आवाज ऐकून लोक बाजूला होत होते. चौकातून धूर निघताना दिसत होता. काहीतरी पेटलेले होते. मी ग्रामपंचायतीला फोन करून अग्निशमन गाडी पाठवायला सांगितले. चौकात ही तोबा गर्दी जमलेली. समोर एक बुलेट गाडी जळत होती. काय झाले हे कळायला मार्ग नव्हता; तशाही स्थितीत मी गाडीतील काठी हातात घेऊन गर्दी मागे हटवायला सुरुवात केली. मला बरेचजण ओळखत होते. लोक मागं सरत होते; पण पोलीस आल्याशिवाय गत्यंतर नव्हते. मी पीआयला फोन लावतच होतो, तेवढ्यात पीआय तेथे पोलीस फाटा घेऊन पोहोचले. माझ्या जीवात जीव आला. झालेली घटना मी तत्काळ फोन करून कलेक्टर सरांना सांगितली. साधारण अर्ध्या तासात परिस्थिती नियंत्रणात आली होती. ही बुलेट गाडी जामखेड सरपंचाची होती. मी वेळेत पोहोचलो नसतो तर दोन गटांत मारामारी अटळ होती. दोन्ही गट हत्यारे घेऊन तयारच होते, आणि विशेष म्हणजे ही घटना रस्त्याच्या कडेला दुकान चालवण्यावरून झाली होती, हे मला रात्री समजले. वाईटांतूनही चांगले मिळते, ते असे. मला अतिक्रमण काढण्यासाठी निमित्तच हवे होते, ते मला मिळाले. ही बुलेट जाळण्याआधी दोन्ही गट तलवारी घेऊन एकमेकांवर धावून गेले होते. आणि त्यांना तलवारी या रस्त्याच्या कडेला असणाऱ्या दुकानातून मिळाल्या होत्या. एकंदर स्थिती मला अनुकूल होती. मग मी पीडब्लूडीला शेवटची तिसरी नोटीस अतिक्रमण काढण्याच्या तारखेसह देण्यासाठी सांगितले..... तारीख. यादिवशी मी मोहीम राबवणार होतो.

माझ्यावरील दडपण वाढत होते. जामखेडमध्ये पण उत्सुकता वाढत चालली होती. खरेच अतिक्रमणे निघतील काय? मी एक नियोजन बैठक आयोजित केली होती. पीडब्लूडी, पोलीस, ग्रामपंचायत, पीएचसी यांना घेऊन कशा रीतीने कारवाई करता येईल, याची चर्चा केली. मी रात्री अतिक्रमणे काढायचे ठरवले. त्यासाठी दोन तुकड्या असणार होत्या. दोन नायब तहसीलदार हे काम पाहणार होते. जयसिंग भैसडे आणि पुरोहित या दोघांनाही जबाबदारी दिली. मी सुपरव्हिजन करणार होतो.

पोलिसांना योग्य तो बंदोबस्त देण्यासाठी लिहिले. कृष्णप्रकाश एसपी होते. त्यांनी मला आश्वासन दिले की, पोलीस बंदोबस्त चोख असेल. दंगल विरोधी पथक देण्याचे त्यांनी कर्जत उपविभागाला आदेश दिले.

तो दिवस उजाडला. सारी दुकाने बंद होती; जणू बंदच होता. मी ठाम होतो. संध्याकाळी कारवाई सुरू होणार होती. सहा जेसीबी, दहा ट्रॅक्टर, पाच मोठे ट्रक आणि तीस लेबर. असा फौजफाटा पीडब्लूडीच्या विश्रामगृहावर तैनात होता. मी दुपारी जामखेडच्या रस्त्यावरून फेरी मारली. लोक माझ्याकडे वेगळ्या पण उत्सुक नजरेने पाहत होते. दुकाने अजूनही बंद होती. पोलीस कुमक आली. त्या दिवशी स्पेशल कमांडोज्ची तुकडी पोलिसांनी पुरवली होती; शिवाय दंगल विरोधी पथकही आले होते. मी पीआयला सुचवले, की तुम्ही एकदा रस्त्यावरून रूटमार्च करा. त्यामुळे एक वातावरण निर्मिती होणार होती.

ही मात्रा लागू पडली. पोलिसांनी खर्डा चौकातून मार्च चालू केले. जामखेड मध्ये पहिल्यांदाच एव्हढे पोलीस आले होते. पोलीस परेड संपली, आणि अर्ध्या एक तासातच म्हणजे चार वाजायच्या सुमारास दुकाने उघडली. अतिक्रमणधारक दुकानदार त्यांचे मजूर आणि साहित्य घेऊन आले, आणि त्यांनी स्वतः होऊन दुकाने काढून घ्यायला सुरुवात केली. थोडा फार विरोध करणारे पण आता गळाले होते.

मी सायंकाळी सहा वाजता कारवाई चालू केली. जामखेडमध्ये जणू दिवस उगवला होता. अनेक लोक ही पाडापाडी पाहायला आले होते. माझ्याभोवती पोलिसांचा गराडा होता. जेसीबी फिरू लागले. काही दुकानदार खरंच खूप गरीब होते. त्यांची रोजीरोटी त्यावर अवलंबून होती; पण काय करणार? अशा कारवाईत उजवे-डावे असे काही करता येत नाही. एका व्यक्तीने अंगावर पेट्रोल ओतून घेतले; पण पोलिसांनी वेळीच हस्तक्षेप करून त्याला ताब्यात घेतले. एव्हढी एक घटना वगळता सारी कारवाई शांततेत पार पडली.

पूर्ण रात्र मी जागा होतो. सकाळी सात वाजता कारवाई संपली. तेरा तास मी उभा होतो. सकाळच्या उजेडात जामखेडचा खर्डा चौक वेगळाच दिसत होता. चौकात असणारी झेडपीची शाळा अचानक उगवल्यासारखी दिसत होती. रस्त्याच्या दोन्ही बाजूंना विटा, माती यांचे ढिगारे दिसत होते. जामखेडचा श्वास मोकळा झाला होता. नियोजनबद्ध कारवाई करण्याचा एक मोठा अनुभव मला आला होता. दुसऱ्या दिवशीचे पेपरचे मथळे या बातमीने व्यापले होते. जिल्हाधिकारी सरांनी माझे कौतुक केले. प्रशासन काय करू शकते, हे जामखेडकर पाहत होते. या एका घटनेने प्रशासनाचा वचक निर्माण झाला होता. मलाही आता काम करताना आत्मविश्वास वाटू लागला होता.

दर महिन्याला 'आरओ मीटिंग' व्हायची. या मीटिंगला महसूल कामाचा

आढावा व्हायचा. तहसीलदार या मीटिंगला वचकून असायचे; कारण त्रुटी असेल तर साऱ्यांदेखत चंपी व्हायची. सर कुणाचीच हयगय ठेवत नसायचे. फाडफाड बोलायचे. मी प्रत्येक 'आरओ मीटिंग'ला तयारी करून जायचो. अचूक आकडेवारी आणि नियोजन माझ्याकडे तयार असायचे. त्यामुळे मला अडचण यायची नाही. संजीवकुमार सर मला कधी रागवायचे नाहीत. माझ्या आधार नोंदणी कामासंदर्भात त्यांनी मला मीटिंगमध्ये अर्धशासकीय पत्र देऊन गौरविले होते. माझी सारीच कामगिरी सरस राहायची. सर नेहमी माझे उदाहरण देऊन बाकीच्या तहसीलदारांना बोलायचे. वसुली, आधार नोंदणी, रोजगार हमी योजना, दाखलेवाटप या कामांत जामखेड पुढे राहायचे. एरवी जामखेड तालुका म्हणजे प्रशासनाच्या दृष्टिने दुर्लक्षित तालुका होता. तेथे स्टाफही एक-दोन लोक सोडले तर बाकीचा शिक्षा म्हणून टाकलेला. अशांत मी काम करायचो. मी कधी स्टाफच्या उणेपणावर बोट ठेवले नाही. त्यांच्यात काय चांगले आहे, त्याचा वापर करून मी ऑफिसचे काम करून घ्यायचो. त्यामुळे स्टाफही माझ्यावर कधी नाराज नसायचा. माझे तलाठी माझ्यासाठी काहीही करायला तयार असायचे. त्यांची तुंबलेली सेवाविषयक कामे मी मार्गी लावली. मग आमची एक टीमच तयार झाली.

'१ ऑगस्ट हा महसूलदिन!' यादिवशी चांगले काम करणाऱ्या कर्मचाऱ्यांचा गुणगौरव कलेक्टर ऑफिसतर्फे करण्याची प्रथा आहे. दरवर्षी सहकार सभागृहात हा कार्यक्रम होतो. मला जॉईन होऊन पाच महिनेच झाले होते. माझा हा पहिलाच कार्यक्रम. संध्याकाळी सहा वाजता कार्यक्रम होता. मी आणि माझे तलाठी, ऑफिस स्टाफ कार्यक्रमाला आलेलो. आदर्श कर्मचाऱ्यांना स्टेजवर बोलवून कलेक्टर एक सर्टीफिकेट आणि मानचिन्ह देऊन सत्कार करत होते, आणि आदर्श तहसीलदारसाठी माझे नाव पुकारण्यात आले. मला आधी विश्वास वाटेना. मला कोणतीही पूर्वकल्पना देण्यात आली नव्हती. एक तर माझे प्रोबेशन चालू आणि पाच महिने रुजू होऊन झालेले. माझ्यापेक्षाही सिनियर लोक होते. माझ्यासाठी हा सुखद धक्का होता. घरी साऱ्यांना खूप बरे वाटले. आई, निर्मला दोघींनी माझी दृष्ट काढली.

त्यावेळी बाळासाहेब थोरात महसूलमंत्री होते. ते संगमनेरचे... त्यांनी 'राजस्व अभियान' सुरू केले होते. जेवढी म्हणून महसूल विभागाची कामे होती, ती 'मिशन मोड'मध्ये करायची ही योजना होती. विविध दाखले वाटप, महसुली खटले निकालात काढणे, फेरफार अदालती आयोजित करणे, अर्जावरून जमीन हिस्से वाटप करणे, आणि सर्वांत महत्त्वाचे म्हणजे शिवार रस्ते, पानंद रस्ते मोकळे करणे, त्यांवरील अतिक्रमणे दूर करणे, असा हा शेतकरीभिमुख कार्यक्रम होता. अहमदनगर हा महसूलमंत्र्यांचा जिल्हा. त्यामुळे त्यांचे या कार्यक्रमाच्या प्रगतीसंदर्भात विशेष लक्ष राहायचे. मी या अभियानात विशेष लक्ष देऊ लागलो. प्रत्येक हायस्कूलमध्ये

जाऊन आम्ही जातीचे दाखले आणि रहिवासी दाखले देण्यासाठी अर्ज घेऊ लागलो. तीन महिन्यांत आम्ही जवळपास १००% विद्यार्थी कव्हर केले होते. मुख्याध्यापकांची बैठक घेऊन त्यांना फॉर्म गोळा करणे, चेक करणे, आणि दाखले वितरीत करणे ही सारी प्रक्रिया समजाऊन सांगायचो. याचा परिणाम म्हणजे माझ्या ऑफिसमध्ये दाखल्यासाठीचे अर्ज फार कमी येऊ लागले.

मी तलाठी मीटिंगमध्ये प्रत्येक तलाठ्याला पाच-पाच आणि मंडल अधिकाऱ्याला दहा रस्त्यांचे टार्गेट दिले. शिवार रस्ते आणि पाणंद रस्ते मोकळे करण्याचे मी मनावर घेतले. सुरुवातीला मी पिम्परखेड गावात सुरुवात केली. दोन गावांची ती शीव होती. किमान दहा फुटाची तरी शीव हवी होती; पण तिथे पायी जाण्यासाठी सुद्धा वाट राहिली नव्हती. माझ्याकडे ती शीव खुली करण्यासाठी अर्ज आला होता. मी तलाठी, सर्कल यांना घेऊन साईटवर गेलो. रस्ता मोजला. दोन्ही बाजूंची पाच-पाच फूट शेती जात होती. एका बाजूला ऊस, तर एका बाजूला लिमुनीची (lemon) झाडे. दोन्ही शेतकरी आधी जागा सोडायला तयार होईनात; मग मी त्यांना सरळ सांगितले-कायद्यानुसार मी हा रस्ता करणार आणि कोणी आडवे आले तर मला कारवाई करावी लागेल. दोनच शेतकरी विरोध करीत होते. बाकी जवळ जवळ ५० ते ६० शेतकरी माझ्यासोबत होते. मी दबाव वाढवला... जेसीबी तयार होता. काम सुरू केले. आधी रस्ता मोजून फक्की टाकून घेतली होती. एकूण तीन कि.मी. अंतर होते. दोन दिवसांत रस्ता तयार झाला. आधी बिलकूलही रस्ता नसलेल्या जागी रस्ता पाहून शेतकरी जाम खूश झाले. ऊसवाला शेतकरी पण नंतर विरोध सोडून कामात सहभागी झाला.

तीन कि.मी.चा रस्ता, दहा फूट रुंदीचा. हाच सरकारी रीतीने करायचा झाला तर किमान दहा लाख रुपये लागले असते. हे काम आम्ही लोकसहभागातून केले. अनेकांचे हात एकत्र आले तर खूप मोठी ताकद उभी राहते, हे मी अनुभवत होतो.

जामखेडमध्ये या 'राजस्व अभियाना'त आम्ही शंभरहून अधिक रस्ते मोकळे केले आणि दुरुस्तही केले. दहा-पंधरा कोटींची कामे लोकसहभागातून केली. कोणत्याच शेतकऱ्याला भांडण, कोर्टकचेरी आवडत नाही. त्यांना विश्वासात घेऊन अनेक कामे होऊ शकतात. फक्त गरज आहे, त्यांच्यापर्यंत जाण्याची. या अभियानात आम्ही नेमके हेच केले. माझ्या अनेक रस्त्यांच्या केसेस सामंजस्याने निकालात निघाल्या.

पूर्व परीक्षेची काळजी वाटू लागली... मी यूपीएससीचा फॉर्म भरला होता खरा; पण अभ्यासाचे काय? मी एकदा कामासाठी बाहेर पडलो, की तहान-भूक हरवून काम करायचो. अभ्यासाला वेळ मिळण्याचा प्रश्नच नव्हता. मे मध्ये पूर्व परीक्षा होती. माझे औरंगाबाद सेंटर होते. मार्च महिना चालू होता. मला एक वर्ष झाले होते.

आता माझ्या हाताशी जेमतेम दीड महिनाच होता. अजून रजेसाठी सरांना विचारायचे होते. मी अर्ज टाकला. एक दिवस सरांना पर्सनली भेटायला गेलो. भीत भीतच सरांना विचारले. सर, माझी पूर्व परीक्षा आहे. प्लीज, रजा द्या. वेळ खूप कमी आहे; पण मी प्रयत्न करेल. संजीवकुमार सरांनी एकवेळ माझ्याकडे पाहिले आणि म्हणाले, ''विजय, तुम्ही एक एप्रिलपासून रजेवर जा. मी पाहतो.'' मला वाटले होते किमान दीड महिना तरी वेळ मिळेल, पण एकच महिना मिळत होता.

माझा अभ्यास जवळपास दोन वर्षं बंद होता. माझा चार्ज नायब तहसीलदार भैसडे यांच्याकडे देण्यात आला. बाकीचे तहसीलदार मित्र मला म्हणाले, ''रावसाहेब होईल का एक महिन्यात तयारी?'' माझा प्रयत्नवादावर पहिल्यापासूनच विश्वास होता. हा शेवटचा टोला होता. जमेल तेव्हढा जोरात लगावण्याचे मी ठरवले होते. काही चांगले जरी हाताशी नाही लागले, तरी वाईट तर नक्कीच होणार नव्हते.

भैसडेंकडे चार्ज देऊन मी निघालो. पुण्याला जायचे मी ठरवले होते. घरी माझ्या अभ्यासाची सवय झाली होती. निर्मला म्हणाली, ''मन लावून अभ्यास करा. देव तुमच्या सोबत आहेच. नक्की यश मिळेलच.'' तिचा माझ्यावर खूप विश्वास होता. अण्णा-आईला म्हटले, ''आता हा शेवटचा घाव हनायचाय!'' कृष्णा आता पाचवीला जात होता. त्याचे ॲडमिशन नगरला रेसिडेन्सिअल शाळेत घेतले होते. तो रोज माझा चुलतभाऊ, संतोषबरोबर गाडीवर जा-ये करत होता. तशी घरची काही काळजी नव्हती. अण्णा-आई, निर्मला सारेजणच मला फक्त अभ्यास कर, म्हणत होते. मी मनाची तयारी करून निघालो.

आदिनाथ दगडे पण माझ्यासोबत येणार होते. त्यांनीही रजा टाकली होती. कोणता क्लास लावण्याचा प्रश्नच नव्हता आणि ती वेळही नव्हती. आम्ही पुण्याला 'अल्पबचत भवन'ला राहण्याचे ठरवले. हे महसूल विभागाचे भवन होते. पुणे स्टेशनजवळ क्वीन्स गार्डनमध्ये हे 'अल्पबचत भवन' होते. एकदम निवांत परिसर. तेथील व्यवस्थापक श्री. पवार. जामखेडचे होते. त्यांनी काही काळजी करू नका, अभ्यासाकडे ध्यान द्या फक्त असे सांगितले. मी दोन पुस्तकांच्या पिशव्या भरून घेतल्या. माझ्याकडे आधीच जवळपास सारे मटेरियल होते. चालू घडामोडी आणि सायन्स हा माझ्या काळजीचा विषय होता. सीसॅट (CSAT) हा एक विषय मला नवीनच होता, आणि त्यात मार्कांची निगेटिव्ह पद्धत...घोर लावणारी...

'अल्पबचत भवन'ला आलो तेव्हा पहिले एक-दोन दिवस असेच गेले. दगडे आले होते. दोघांनी बसून वेळेचं नियोजन केलं. सकाळी सातला सुरू करायचा अभ्यास, ७ ते १०, १०.१५ ते १, २ ते ५, ५.३० ते ८, ९ ते ११. असे साधारण तेरा तासांचे नियोजन केले. मी पाचला उठायचो. व्यायाम करायचो आणि मग सकाळी इतिहास, भूगोल, राज्यशास्त्र असे विषय घ्यायचो. दुपारी सायन्स आणि

चालू घडामोडी. रात्री रोज दोन तास CSAT घ्यायचो. त्यासाठी टाटा-मॅकग्रॉचा एक मोठा ठोकळा वापरायचो. अभ्यासक्रम पाहिला, की वाटायचे एका महिन्यात कसे शक्य आहे हे? पोरं वर्ष वर्ष कष्ट करतात... तेव्हा कुठे पूर्व परीक्षा सुटते आणि मी एका महिन्यात हा अभ्यास करू पाहात होतो... पण मी धीर न सोडता अभ्यास करत होतो इतकंच! बोर झाले, कंटाळा आला, की आदिनाथ आणि मी पाच एक मिनिटं हास्यविनोद करायचो. मी माझे वेळापत्रक न चुकता पाळायचो. मला माहीत होते, की हा माझा शेवटचा प्रयत्न असणार होता. कारण परत वेळही नव्हता आणि वयही. त्यामुळे 'करा अथवा मरा,' एवढंच काय ते शिल्लक होतं.

रात्री झोपताना मी पाच मिनिटं विचार करायचो, काय वाचलं आज आपण? किती ध्यानात राहिलं? उद्या अजून छान अभ्यास करण्यासाठी काय काय करता येईल? खूप बारीक बारीक गोष्टींकडे माझे ध्यान होते. मी खोलीतच अभ्यास करायचो. दगडे सर कधी कधी लायब्ररीत जायचे. मला मात्र एकट्याने अभ्यास करायची सवय. मी रूममध्ये खिडकीच्या कडेला टेबल-खुर्ची लावायचो. 'अल्पबचत भवन'च्या आसपास खूप झाडी आहेत. त्यामुळे उन्हाळा असूनही तिथे गारवा जाणवायचा. खिडकीच्या समोर गुलमोहराचे झाड होते. त्याच्यावर खूप सारे पक्षी आणि खारी होत्या. पक्षी न कंटाळता चिवचिवत आणि खारी न थकता झाडभर उड्या मारीत. त्यांच्याकडे पाहिले, की मी अजून फ्रेश व्हायचो. अभ्यासात मला खूप आनंद मिळत होता. बरेच मटेरिअल मी इंग्रजी वापरायचो. प्रतियोगिता दर्पण, क्रोनिकल, योजना मासिके, सायन्सचे स्पेक्ट्रमचे बुक, इतिहासाचे वर्कबुक आणि एनसीईआरटीची पुस्तके. एखादा शब्द अडलाच तर माझ्याकडे डिक्शनरी होतीच. मेन्सला मी मराठी माध्यम निवडले होते; पण आता तरी पूर्वला सारी पुस्तके इंग्लिश होती. मध्ये दोनदा घरी जाऊन आलो होतो. अखेर संसारी माणूस मी, बायका-पोरं थोडीच सोडून देणार?

मी टेस्ट पेपर द्यायचे ठरवले. पुण्यात अतुल लांडे सरांचा 'सिनर्जी'क्लास आहे. मी राज्यात एमपीएससीला दुसरा आल्यापासून त्यांची-माझी ओळख झालेली. मी कसा अभ्यास करायचो, यावर त्यांनी मला खूपदा विचारलेले. ते बऱ्याचदा माझ्याशी बोलायचे. त्यांचा इतिहास आणि जीएसचा अभ्यास दांडगा. 'सिनर्जी' नावाने त्यांनी नवीपेठेत क्लास चालू केलेला. त्यांच्या शिकवण्यात तळमळ असायची. विषयाची खोली असायची. त्यांची काही शिबिरे मी अटेंड केलेली. मी त्यांच्या क्लासचे सराव पेपर देण्याचे ठरवले. दोनच पेपर देऊ या; पण छान नियोजन करून, वेळ लावून द्यायचे. मी काही त्यांच्या क्लासमध्ये जाऊन पेपर देणार नव्हतो तर रूमवरच सोडवणार होतो.

मला नेहमीच सराव पेपर देण्याची भीती वाटायची. का कुणास ठाऊक पण

कमी मार्क पडले तर? असे वाटायचे. तरी मी टेस्ट द्यायचे ठरवले; कारण मला माझ्या प्रयत्नांत कोणतीही त्रुटी नको होती.

मी पहिली टेस्ट दिली. वेळ लावून पेपर सोडवला. दोन्ही पेपर मिळून मी १५० च्या आसपास होतो. वेळ, निगेटिव्ह मार्क आणि किती प्रश्न सोडवायचे, हे सारेच गणित या प्रयत्नांत हुकले होते. अभ्यास सुरू करून दोन आठवडे झाले होते. प्रयत्नांत अचूकता हवी होती.

जास्त पुस्तके वाचण्यात काही अर्थ नव्हता, आणि वेळही नव्हता. मी पेपर वाचन कमी केले. त्याऐवजी करंटची पुस्तके वाचण्याचा निर्णय घेतला. सी सॅटच्या (CSAT) उताऱ्यांवरील फोकस वाढवला.

एप्रिल एंडला पुन्हा एकदा टेस्ट दिली. या खेपेला १९० पर्यंत गेलो.

या संपूर्ण काळात मी माझा मोबाइल बंद ठेवला नव्हता; कारण मला माझ्या तालुक्यातून कोणताही इश्यू नको होता. मी आलेला प्रत्येक फोन घ्यायचो. रात्री-बेरात्री वाळू संदर्भात फोन यायचे. ते सुद्धा घेऊन मी भैसडेंना सूचना द्यायचो.

मी माझी योजना ठरवली होती. साधारण जीएस मध्ये मी १०० पैकी ८५ पर्यंत सोडवणार होतो, आणि सॅट (CSAT) मध्ये सर्व सोडवण्याचा प्रयत्न करणार होतो. त्यातही CSAT मध्ये अंदाजे सोडवण्याचा प्रश्न नव्हता; कारण ती आत्महत्या ठरली असती. जीएस मध्ये मात्र मी ए, बी, सी, मेथड वापरणार होतो. 'ए' म्हणजे १००% येणारे प्रश्न. हे मी पहिल्या टप्प्यात सोडवणार होतो. 'बी' म्हणजे साधारण ५०/५०. यांतही मी पर्याय निवडण्यासाठी एलिमिनेशन मेथड वापरणार होतो. 'बी' प्रकारात येणारे प्रश्न म्हणजे, ज्यात तुम्हाला माहीत असते की दोन पर्याय नक्कीच चुकीचे आहेत. मग राहतो प्रश्न फक्त दोन पर्यायांचा. आत्तापर्यंतच्या अभ्यासातून दोन पर्यायांपैकी एक अचूक निवडण्याची तुमची शक्यता नक्कीच ७५% पर्यंत जाते. म्हणजे 'बी' प्रकारातही तुमची उत्तरे बरोबर येण्याची शक्यता वाढते, आणि राहिला 'सी' प्रकार, म्हणजे काहीच माहीत नसणे... येथे दुरूनच नमस्कार! या प्रश्नांच्या वाटेला मी जाणार नव्हतो. या रीतीने अभ्यास + तंत्र (Study+Technic) या रीतीने मी पूर्वचे आव्हान पेलवण्याचे ठरवले. बाकी देवाची मर्जी. जे होईल ते होवो.

परीक्षेआधी दोन दिवस घरी गेलो. दगडे सर आधीच औरंगाबादला गेले होते. घरी गेल्यावर पुस्तके ठेवून दिली. आदल्या दिवशी औरंगाबादला जायचे होते. मी माझी गाडी घेऊन जाणार होतो. माझ्यासोबत विकास गारुडकर आणि बाळासाहेब येणार होते. मामाचा सुनील गाडी चालवण्यासाठी घेणार होतो. विकास आणि बाळासाहेब, दोघेही नायब तहसीलदार. आता यूपीएससीची पूर्व देणार होते. आम्ही औरंगाबादला माझा एक सचिन रणदिवे नावाचा वकील मित्र आहे, त्याच्याकडे

राहणार होतो.

औरंगाबादला चार वाजेपर्यंत गेलो. फ्रेश झालो. विकास आणि बाळासाहेब दोघेही चालू घडामोडींची पुस्तके काढून बसले. मी मात्र काही आणले नव्हते. पूर्वचा अभ्यास मी आदल्या दिवशी बंद करायचो. माझी ही एमपीएससीची जुनी सवय. तिथे एक बाग होती. मी तिथे जाऊन निवांत बसलो. तिथे पोरं वेगवान स्केटिंग करत होती. मी पहिल्यांदा स्केटिंग पाहत होतो. अचूक नजर आणि वेगावर नियंत्रण ठेवत ही मुलं अफलातून स्केटिंग करत होती. माझ्या डोक्यात आता काहीच नव्हते. पूर्ण शांत होऊन नकळत उद्यासाठी मी अंतर्मुख झालो होतो.

परीक्षेचा दिवस उजाडला. 'एक बॉल आणि सहा रन', अशी माझी अवस्था होती. मी त्यादिवशी फक्त घरी सकाळी फोन केला. नंतर फोन बंद करून ठेवला. मनाचे दरवाजे बंद केले होते. 'अर्जुन आणि फक्त पोपटाचा डोळा' ही गोष्ट आठवली. माझे लक्ष्य नक्की झाले होते. मी परीक्षा पार करणार होतो.

वर्गात बसलो. मी माझे घड्याळ समोर काढून ठेवले. वेळ, प्रश्न आणि आत्तापर्यंत वाचलेले, यांची गोळाबेरीज मांडण्यासाठी मी तयार झालो होतो. मनात बाकी काही नव्हते. फक्त उत्कृष्टतेचा ध्यास. सर्वोत्तम कामगिरी करायची. बाकी मग नशीब!

पेपर झाला. हा दिवस कसा गेला ते कळले सुद्धा नाही.

मी माझ्या पेपर संदर्भात समाधानी होतो. पेपर झाल्यावर आम्ही लगेच निघालो. विकास म्हणत होता, की सर माझा रिझल्ट नक्की येईल. मी मात्र गाडीतही चूप होतो. पाहूयात.

दुसऱ्या दिवशी पुन्हा जामखेड आणि दुष्काळ.

घरी आलो. आई म्हणाली, ''पार वाळून गेलाय एक महिन्यात.'' कलेक्टर सरांना फोन करून मी जॉईन होतोय, हे सांगितले.

जणू मी कुठली परीक्षा दिलीय, हे मी विसरून कामाला लागलो. सरासरीपेक्षा पाऊस फार कमी झाला होता. चालू वर्षी कोणतेच पिक साधले नव्हते. न खरीप ना रब्बीचे. जामखेड ज्वारीसाठी प्रसिद्ध; मात्र यंदा पेरलेली ज्वारी वाऱ्याबरोबर उडून गेली. कडबा गोळा करण्यासारखीपण स्थिती नव्हती. मे आणि जून हे दोन महिने कसोटीचे होते. गेल्या वर्षी जामखेडला पाण्यासाठी फक्त एक टॅन्कर होता; मात्र या वर्षी खुद्द जामखेडलाच म्हणजे शहराला टॅन्कर द्यावे लागणार होते. कारण जामखेडला पाणीपुरवठा करणारा 'भूतावडा' तलाव आटण्याच्या मार्गावर होता. एकट्या जामखेडला लोकसंखेच्या हिशोबाने रोज किमान चाळीस टॅन्कर लागणार होते. बरे जामखेड तालुक्यात कुठेही टॅन्कर भरण्यासाठी पाणी नव्हते. म्हणजे मला टॅन्कर भरण्यासाठी कर्जत तालुक्यातील 'भावडी' किंवा 'निमगाव'च्या तळ्यावर जावे

लागणार होते. सध्या तर 'वाकी'च्या तलावावरून आम्ही टॅन्कर भरत होतो; पण रोज टॅन्करची मागणी वाढत होती. टॅन्कर मंजुरीचे अधिकार तहसीलदारांना देण्यात आल्याने तर मागणीमध्ये प्रचंड वाढ झालेली. कर्जत तालुक्यात टॅन्कर भरणे खूप जिकिरीचे ठरणार होते. कारण एकेरी वाहतूक जवळपास ८० कि.मी. होणार होती. म्हणजे एक टॅन्कर दिवसातून फक्त एकच खेप करू शकणार होता.

मे एंडपर्यंत टॅन्कर संख्या पन्नासच्यावर गेली होती. 'भूतावडा' तलाव कधीही मान टाकणार होता. मी कलेक्टर सरांना या सर्व स्थितीची माहिती दिली. मी सरांना म्हटले, "सर एक पर्याय आहे यामधून मार्ग काढण्याचा. आपण जर कुकडी धरणाचे पाणी चोंडी येथील बंधाऱ्यात सोडण्यासाठी पाठपुरावा केला तर टॅन्कर भरण्याचे एकेरी अंतर ८० कि.मी. वरून २५ कि.मी.वर येईल.

मी सहज पत्रकारांना बोलता बोलता कुकडीचे पाणी चोंडीमध्ये सोडण्यासाठी प्रशासन प्रयत्न करत आहे, असे बोलून गेलो. झाले, दुसऱ्या दिवशी ही बातमी साऱ्या पेपरला फ्रंटला होती. जामखेडला याआधी कधी कुकडीचे पाणी मिळाले नव्हते. कालव्याचे काम अर्धे होऊन पडलेले. मी इरिगेशनच्या अभियंत्यांना घेऊन सारा परिसर पालथा घातला. वाटेत एक ओढा होता. त्या ओढ्यात पाणी सोडले तर सहा-सात तासांत बंधाऱ्यात पाणी येणार होते. पहिल्यांदा कुकडीचे पाणी येणार, या कल्पनेने जामखेडकर भारावले होते. मी एक सविस्तर रिपोर्ट तयार केला. या बंधाऱ्यात पाणी आले तर टॅन्करचा खर्च मोठ्या प्रमाणात वाचणार होता. मी रिपोर्टमध्ये सारे गणित मांडले आणि कलेक्टरसरांना तो पाठवून दिला. एक प्रत पत्रकारांना मुद्दाम दिली. पुन्हा हे सारे गणित पेपरला आले.

पाण्यासाठी आता दबाव वाढत होता; पण आता या कुकडीच्या पाण्यात राजकारण घुसण्याची दाट शक्यता निर्माण झाली. आमदार राम शिंदे यासाठी आंदोलन करण्याच्या तयारीत होते. आमदार भाजपचा आणि पालकमंत्री राष्ट्रवादीचे. आमदारांना मी सांगितले, की हीच वेळ आहे पाणी आणण्याची. एकदा जर कुकडीचे पाणी चोंडी बंधाऱ्यात आले तर हे पाणी दरवर्षी येत राहणार. आमदारांना अप्रत्यक्षरित्या माझा पाठींबा होता. त्यांनी आंदोलन पेटवले. आमदारांनी या पाण्यासाठी आत्मदहनाचा इशारा दिला. पळापळ सुरू झाली. राज्याचे चीफ इंजिनिअर पाहणी करण्यासाठी आले. मी सोबत होतोच. मी सारी स्थिती समजावून सांगितली. कलेक्टर सरही त्यादिवशी सोबत होते. संपूर्ण पाण्याचा मार्ग आम्ही पायी फिरून पाहिला. आता चीफ इंजिनिअरच्या अहवालावर सारे निर्भर होते. आमदाराच्या आत्मदहनाच्या इशाऱ्याला प्रशासनाने गांभीर्याने घेतले.

पण ऐनवेळी पुन्हा राजकारणाने जोर खाल्ला. आमदाराला आंदोलन करण्याआधी अटक करायचा प्लॅन आखला. माझी कुकडीच्या पाण्यासाठीची ही सक्रियता

पालकमंत्र्यांना खटकली. त्यांनी एक दिवस मला विश्रामगृहावर बोलावले आणि मला सुनावले.''रावसाहेब, तुम्हाला किती टॅन्कर हवेत ते मला सांगा. तुम्ही कशाला कुकडीच्या पाण्याच्या नादी लागता?'' मी गप्प बसलो. काही बोललो नाही.

आमदाराने ज्या दिवशी आत्मदहनाचा इशारा दिला होता त्याच्या आदल्या दिवसापासून आमदार आणि कलेक्टर माझ्याद्वारे एकमेकांच्या संपर्कात होते. रात्री बारापर्यंत फोन चालू. मात्र आमदार स्पष्ट शब्दात पाण्यासाठी आग्रह धरत होते. कलेक्टर सरांनी मात्र अशी हमी देण्यास नकार दिला होता. दुसऱ्या दिवशी कलेक्टर ऑफिसला पोलीस छावणीचे स्वरूप आलेले. आमदार कुठे आहेत, याचा पोलिसांना काही सुगावा नव्हता. आमदार येताच त्यांना अडवून अटक करणे ही रणनीती आखलेली.

आमदारांनीही शक्कल लढवली. वेषांतर करून मोटरसायकलवर ते जिल्हाधिकारी कार्यालयात गेले. कुणाला संशय आला नाही. मग त्यांनी खिशातून पेट्रोलची बाटली काढली आणि कुणाला काही कळण्याच्या आत अंगावर ओतून घेतली. कुकडीचे पाणी मिळालेच पाहिजे, असे मोठ्याने ओरडून त्यांनी काड्यांची पेटी बाहेर काढली; पण तोवर पोलिसांनी तत्परतेने त्यांना रोखले. मीडियाने फोटो घेतले. एका क्षणात राज्यात बातमी गेली. शासनावर दबाव वाढला आणि उपमुख्यमंत्री अजित पवार यांनी कुकडीचे पाणी जामखेडला देण्याची घोषणा केली. मला एक वेगळेच समाधान मिळाले होते. चार-पाच दिवसांतच चोंडी बंधाऱ्यात पाणी आले. ऐन दुष्काळात हे पाणी पाहून वाळवंटात पाणी सापडल्यासारखा आनंद जामखेडकरांना झाला होता. या पाण्याने माझा खूप मोठा ताण कमी झाला होता.

बाकी नंतर जलपूजन करून राजकीय श्रेय लाटण्याचे सर्वपक्षीय प्रयत्न होणे स्वाभाविक होते.

या दुष्काळी स्थितीत जनावरे टिकवणे, हे शेतकऱ्यांसाठी मोठे आव्हान होते. शासनाने या परिस्थितीवर मात करण्यासाठी छावण्या सुरू करण्याचा निर्णय घेतला होता. माझ्या तालुक्यात चाळीसच्यावर छावण्या सुरू झाल्या होत्या. या छावण्यांचे व्यवस्थापन करण्याची एक मोठीच जबाबदारी होती. रोज सकाळी लवकर उठून मी छावण्या तपासायला जायचो. गावात गेलो, की मग टॅन्करच्या खेपा, नरेगाची कामे, रेशन वितरण आणि छावणीची पाहणी, असे सारे नियोजन राहायचे.

छावणी म्हणजे एक गावच तयार झालेले असायचे. आसपासचे शेतकरी आपली गायी-गुरे घेऊन छावणीत यायचे. एकमेकांची सुख-दुःख वाटून घ्यायचे, सरकारी चाऱ्यासोबत. मी छावणीत गेलो, की शेतकरी माझ्या भोवती गोळा व्हायचे. त्यांची गाऱ्हाणी सांगायचे. शेतकरी खरेच खूप सहनशील आहेत. मला छावणीत ही माणसं भेटायची, मग वाटायचे की ऑफिसला जाऊच नये. येथेच यांच्यात

राहावे. चटणी-भाकर खावी. यांच्या अपेक्षा खूप कमी. फक्त शेतीची काळजी आणि भविष्यातील काहीही शाश्वती नसताना शेतीत गुंतवणूक करतो. कोणतीच शाश्वती नाही. ना पावसाची, ना पिकाची, ना बाजारपेठेची; पण तरीही आनंदी. खूप मोकळेपणाने ही माणसं माझ्याशी बोलायची. त्यांच्यात मांडी ठोकून बसले, की त्यांना खूप अप्रूप वाटायचे. एक छावणी म्हणजे त्या परिसराची इत्यंभूत बातमी देणारी चावडी होती.

एक दिवस माझ्याकडे उपमुख्यमंत्री अजित पवार यांचा दौरा लागला. दुष्काळी स्थितीची पाहणी करण्यासाठी ते येणार होते. मी त्याआधी पंचायत समिती, लाईन डिपार्टमेंट यांची नरेगा संदर्भात मीटिंग घेतली. छावण्यांच्या पेमेंटचा हिशोब केला. टॅन्करच्या खेपा पाहून घेतल्या. अजित पवार कर्जतला प्रथम पाहणी करणार होते, आणि मग जामखेड.

दुसऱ्या दिवशी मी ज्याठिकाणी उपमुख्यमंत्री भेट देणार होते, त्याठिकाणी थांबलो. त्यांच्या दौऱ्यात ते नरेगाची कामे, छावणी आणि शेतकऱ्यांशी संवाद साधणार होते. खूप काळजी घेतली तरी अशा दौऱ्यांत कुणी तरी निगेटिव्ह बोलतेच. मला तिच धास्ती होती.

अजित पवार आले. त्यांच्यासोबत पालकमंत्री बबनराव पाचपुते हेही होते. मला समजले, की त्यांनी कर्जत तालुक्यात अधिकाऱ्यांना चांगलेच झापले होते. अजित पवारांचा मूड कर्जतला बिघडला होता. त्यांच्या गाडीचा ताफा आला. अरणगावच्या शिवारात ही भेट होती. नरेगाचे काम चालू होते. उपमुख्यमंत्री गाडीतून उतरले. मी त्यांच्या सोबत मागे मागे निघालो. मला पाहून पालकमंत्री अजित पवारांना म्हणाले, "येथे हे तहसीलदार आहेत. यांनी टॅन्करचे नियोजन उत्तम केले आहे. हे ऐकून उपमुख्यमंत्री यांनी माझ्या पाठीवर हात ठेवला. सारी मंडळी जेथे रोजगार हमीचे काम चालू होते, तिथे आली. मजूर गोळा झाले. अजित पवारांनी त्यांना किती मजुरी मिळते, नियमित मिळते का, असे प्रश्न विचारले. मजुरांनी समाधानकारक उत्तरे दिली.

अचानक उपमुख्यमंत्री यांनी मजुरांना स्वस्त धान्य योजनेत किती धान्य मिळते, काय दराने मिळते हे विचारले. मला क्षणभर एकदम अवसान गळाल्याप्रमाणे झाले. कितीही काळजी घेतली तरी या स्वस्त धान्य योजनेत भ्रष्टाचार हा होतोच. पण आश्चर्य म्हणजे मजुरांनी सारी उत्तरे एकदम व्यवस्थित दिली. अजित पवार म्हणाले, की प्रथमच त्यांना स्वस्त धान्य योजनेबाबत चांगले ऐकायला मिळत आहे. मला तर खूप बरे वाटत होते. उपमुख्यमंत्र्यांनी परत माझी पाठ थोपटली आणि मला म्हणाले, की खरंच तुमचे काम छान आहे.

जून महिना संपत आला होता. यूपीएससीची मेन्स ऑक्टोबरमध्ये होती.

माझ्याकडे फार फार तर तीन महिने होते. मला पुन्हा रजेवर जाण्याचे वेध लागले होते. मी क्लासच्या उत्तराशी माझी पूर्वची उत्तरे तपासून पहिली होती. १९० च्या आसपास स्कोअर येत होता. रिस्क घ्यायला काही हरकत नव्हती. मी एमपीएससीचेच वैकल्पिक विषय ठेवणार होतो इतिहास आणि भूगोल. दोन्ही आवाक्याने खूप मोठे होते; पण मला पर्याय नव्हता. तीन महिन्यांत माझ्याच्याने नवीन विषयाची तयारी होणे केवळ अशक्य होते.

पण माझी मूळ अडचण वेगळीच होती. एकतर दुष्काळी दिवस आणि मी तहसीलदार. टॅन्कर, छावण्या, रोजगार हमीची कामे. रजा मिळणे खूपच अवघड होते, पण दुसरा उपायही नव्हता. कलेक्टर सरांना कसे विचारायचे, या विचारातच मी एक-दोन दिवस घातले. जुलै महिन्यापासून रजा मिळायलाच हवी. अन्यथा सारे काही संपणार होते. एक दिवस खास या विषयावरच सरांशी बोलायचेच, असा ठिय्या करून मी नगरला कलेक्टर ऑफिसला गेलो. सर होते. मी विचार केला, की काय म्हणतील कलेक्टर? एकतर हो किंवा नाही. हो म्हणाले, तर मग प्रश्नच नाही आणि नाही म्हणाले तर तहसीलदार तर आहेच ना.

गेलो आत मध्ये. ''या विजय,'' सर म्हणाले. काय काम काढलेत आज? मी सरळ विषयालाच हात घातला. म्हटले, ''सर मला तीन महिन्यांची रजा हवी आहे. मला पूर्व सोपी गेली आहे. नक्की रिझल्ट येईल. माझ्याकडे फार दिवस नाहीत. प्लीज!''

सरांनी एकवार माझ्याकडे पाहिले.

मला म्हणाले, ''हे पहा विजय. मला काही प्रॉब्लेम नाही. तुझा चार्ज भैसडे पाहिल; पण महसूलमंत्री मला बोलतील. एकतर हा त्यांचा जिल्हा. या दुष्काळी परिस्थितीत रजा कशी दिली, म्हणून ते मला विचारतील. तुम्ही रजा हवी असेल तर महसूलमंत्र्यांना भेटा. त्यांना याची कल्पना द्या.'' माझ्या पोटात गोळाच आला. मला वाटले, सरांना मला रजा नाही द्यायची, म्हणूनच त्यांनी हे पिल्लू सोडलेले दिसतेय. मी खूप नाराज झालो होतो, आणि मी जरी महसूलमंत्र्यांकडे गेलो, तरी ते हो म्हणणार नाहीत, हे मला माहीत होते.

मी बाहेर आलो. खूप निराश झालो होतो. यूपीएससी स्वप्नच राहण्याच्या मार्गावर होते बहुतेक. त्यादिवशी राळेगणला आलो. अण्णांना सांगितले, की कलेक्टर रजेसाठी बाळासाहेब थोरात यांना भेट म्हणतात. अण्णाच्या काय मनात आले कुणास ठाऊक? ते मला म्हणाले, ''बापू गुरुजीचा सुनील आहे संगमनेरला. तू जा त्याच्याकडे आणि घे भेट थोरातांची. प्रयत्न करायला काय हरकत आहे?'' माझ्या मनात आशा पल्लवित झाल्या. खरंच जाऊन तर येतो. येणाऱ्या रविवारी मी संगमनेरला जायचे ठरवले. सुनीलला फोन केला. सुनील हा माझा चुलत भाऊ. तो

तिथेच संगमनेरला प्राथमिक शिक्षक होता, त्याच्या ओळखीचा एक बाळासाहेब थोरातांचा कार्यकर्ता होता. थोरात साहेब रविवारी घरीच होते. त्या कार्यकर्त्याला बरोबर घेऊन जाण्याचे ठरवले.

रविवारी सकाळी आठ वाजेपर्यंत संगमनेरला पोहोचलो. सुनील आणि त्याचा मित्र तयारच होता. बाळासाहेब थोरात घरीच होते. रविवारी ते कार्यकर्त्यांना भेटत असत. माझ्या मनात धाकधूक होती. थोरात साहेब स्वभावाने कडक. अधिकाऱ्यांना ते धारेवर धरत. मला वाटते मी पहिला अधिकारी असणार, जो अशा पद्धतीने रजा मागण्यासाठी मंत्र्याकडे गेला असेल. बंगल्यावर गेलो. सुनीलला मी म्हटले, ''काही कर पण काम झाले पाहिजे.'' कार्यकर्ता मला म्हणाला, की साहेब काही काळजी करू नका. मी आहे.

त्या दिवशी अनेक कार्यकर्ते बंगल्यावर गर्दी करून होते. मी सुनील बरोबर आत गेलो. तिथे संगमनेरचे प्रांत आणि तहसीलदार होते. तहसिलदारांनी मला विचारले, ''काय बदली हवी आहे काय? मी म्हणालो, बदली नाही, मला रजा हवी आहे. तो माझ्या तोंडाकडे पाहू लागला. सुनीलने आणलेल्या कार्यकर्त्याने थोरात साहेबांचे लक्ष वेधून घेतले. मी मागेच चिकटून उभा होतो. माझ्या चेहऱ्यावर पांडुरंगाच्या भेटीला गेलेल्या वारकऱ्याचे करुणामय याचनीय भाव. थोरात साहेब कार्यकर्त्याला म्हणाले, ''बोला बाळासाहेब. काय काम काढलेत आज?''

कार्यकर्ता म्हणाला, की साहेब, हे माझे तहसीलदार मित्र, हा मग. 'समस्या सांगा, ते म्हणाले. ''साहेब, हे तहसीलदार साहेब जामखेडला असतात. खूप हुशार आहेत...'' ''अहो रावसाहेब, तुम्हीच सांगा तुमचा प्रॉब्लेम,'' थोरात साहेबांनी मलाच बोलायला सांगितले.

मी मग पुढे झालो. चाचरत बोललो, ''सर, मी नुकतीच यूपीएससीची पूर्व परीक्षा दिलीय. आता ऑक्टोबरमध्ये मुख्य परीक्षा आहे. तीन महिने आहेत हातात. मला अभ्यासाला रजा हवीय. जिल्हाधिकाऱ्यांनी मला तुमच्याकडे परवानगीसाठी पाठवलेय,'' एका दमात मी सारे काही बोललो.

तिथे जमलेले सारेजण माझ्याकडे वेगळ्याच नजरेने पाहत होते. मंत्र्यांना पण अशा पद्धतीची माझी अडचण असेल, असे वाटले नसावे. त्यांनी एकवार माझ्याकडे निरखून पहिले. मग थोरात साहेबांचा आवाज वाढला, ''अरे तुला रजा हवी तर कशाला एक्झिक्यूटीव्ह पदावर बसलास? साईडला बसायचे होतेस ना? कलेक्टर ऑफिसला खूप जागा आहेत. बस तिथे. तुला एकीकडे एक्झिक्यूटीव्ह पोस्ट पाहिजे, आणि रजा पण. नाही जमणार.'' मी प्लीज, म्हणण्यासाठी तोंड उघडले तर थोरात साहेब म्हणाले, ''रावसाहेब, या तुम्ही आता.''

निराश झालो होतो मी खूप. आम्ही बाहेर आलो. सुनीलचा मित्र मला म्हणाला,

"साहेब, एकदा ट्राय करू पुन्हा." मी मात्र पुरा बधिर झालो होतो. बाहेर कार्यकर्ते जमले होते. बाहेर दरवाज्याजवळ थांबून आम्ही थोरात साहेब कधी बाहेर येतात, ते पाहत होतो. एकदाचे ते बाहेर आले. गाडीजवळ आले. आमचा कार्यकर्ता पुन्हा एकदा भिडला. मी मागे चिकटूनच होतो. थोरात साहेब गाडीत बसले. कार्यकर्त्याने परत विनंती केली. मी दीनवाणा चेहरा करून मागे उभा होतो.

थोरात साहेबांनी एकवार माझ्याकडे पाहिले आणि म्हटले, "रावसाहेब जा रजेवर; पण गेलात तर आएएस होऊन दाखवा."

मला खूप आनंद झाला. मघाची मरगळ निघून गेली होती; पण थोरात साहेबांचे वाक्य कानात घुमत होते- 'आएएस होऊन दाखवा.' खरंच मनापासून बोलले असतील का साहेब? का असेच कुचेष्टा म्हणून! पण मी ते शब्द आता खरे करून दाखवणार होतो, आणि रजा टाकली.

शेवटचा धीमटोला

आता अभ्यास एके अभ्यास. शेवटचा टोला! निर्मलाला मी म्हटले, ''की ही माझी अभ्यासासाठीची शेवटची रजा असणार आहे.'' पुन्हा एकदा सारे चंबूगबाळे आवरून निघायची तयारी केली. पुण्यात यावेळी पुन्हा एकदा 'अल्पबचत भवन'ला एकटाच अभ्यासाला राहणार होतो. होती नव्हती तेवढी पुस्तके घेऊन मी आलो होतो. एमपीएससीच्या नोट्स होत्या. त्यातच थोडीफार भर घालून मी मुख्यचे पेपर लिहिण्याचे ठरवले होते.

माझे वैकल्पिक विषय इतिहास आणि भूगोल. हे दोन्ही विषय मी एमपीएससीला घेतले असल्याने दोन्ही विषयांच्या जवळपास ६०% नोट्स रेडी होत्या; पण मला जीएसचे टेन्शन होते. जीएसचे माझ्याजवळ काहीच नव्हते.

सकाळी पाचला उठायचो. जुना दिनक्रम पुन्हा सुरू केला. व्यायाम करून सातला अभ्यास चालू करायचो. वेळच पुरत नसायचा. सुरुवातीला तर वाटायचे की, वेळेच्या मानाने खूप काही वाचून होत नाही. प्राचीन इतिहास मी इग्नूच्या नोट्समधून सुरू केला. त्या नोट्स इंग्रजीतून होत्या. मी त्या रूपांतरित करून माझ्या नोट्स मध्ये भर घालायचो. या इग्नूच्या नोट्स मला खूप आवडल्या होत्या. खूप सुटसुटीत आणि नेमक्या. मध्ययुगीन इतिहासासाठी सतीशचंद्र आणि मेहता यांची पुस्तके होती. के. सागर प्रकाशनाने ती मराठीत आणलेली. आधुनिक भारताच्या इतिहासासाठी बिपिनचंद्र आणि ग्रोव्हर यांची पुस्तके. जगाच्या इतिहासाचा जैन आणि माथुर यांच्या पुस्तकातून अभ्यास सुरू केला. खूप व्यापक अभ्यासक्रम होता इतिहासाचा. भूगोलासाठी मूळ पुस्तके इंग्रजीतून वापरली. माझ्याकडे भूगोलासाठी शब्दकोश होता. त्याने बरेच काम सोपे केले.

मी वाचताना अभ्यासक्रम समोर ठेवायचो. अभ्यासक्रमातील एकेक घटक घेऊन त्याच्याशी निगडीत पुस्तके काढून वाचायचो. मग तो घटक पूर्ण करण्यासाठी मला जास्त पुस्तके पण पहावी लागत. माझ्यासाठी अभ्यासक्रम म्हणजे वाटाड्या

होता. त्यामुळे मी कधीच या परीक्षेचा अभ्यास पुस्तकानुसार केला नाही तर फक्त अभ्यासक्रमानुसार... एकदा एक घटक वाचून झाला, की मी त्याच्याशी निगडीत आतापर्यंत काय काय प्रश्न विचारले आहेत, ते पाहायचो. कशा पद्धतीने प्रश्न विचारले आहेत, ते ध्यानात घ्यायचो आणि नवीन भाग माझ्या नोट्समध्ये add करायचो. त्यामुळे एक झाले, की माझ्या नोट्सचा दर्जा वाढत गेला.

ऑगस्टमध्ये पूर्वचा निकाल लागला. मी पूर्व पास झालो होतो. कलेक्टर सरांना पूर्व पास झाल्याचा मेसेज टाकला. त्यांनी बेस्ट लक म्हटले. अभ्यास करण्यासाठी आता निकालाचे पाठबळ लाभले होते. क्षणाक्षणाचा मी हिसाब ठेवून अभ्यास चालू ठेवला होता. सुरवंट जसा स्वतःभोवतीच्या कोशात गुरफटतो, तसा मी अभ्यासात पुरता गुरफटून गेलो होतो.

परीक्षा १२ ऑक्टोबरला होती. साधारण एक महिना आधी मी प्रश्न सोडवण्याचा सराव चालू केला. तीन तास बसून पेपर सोडवणे सराव करताना मला नको वाटायचे. मी मग एक एक प्रश्न घेऊन वेळ लावून लिहायचो. प्रश्न वाचताना तो काळजीपूर्वक वाचायचो. त्यात कोणत्या भागाला जास्त महत्त्व दिले आहे, ते लक्षात घेऊन मग उत्तराचा ढाचा विचारपूर्वक तयार करून उत्तरे लिहायचा मी प्रयत्न करायचो. त्यामुळे मी वाचताना कोणता प्रश्न येऊ शकतो, असा विचार करत करत वाचन करायचो. उत्तर लिहिताना त्यात कुठे टेबल, आलेख, नकाशा, एखादी आकृती वापरता येते काय, हे मी पाहायचो. यामुळे उत्तरामध्ये व्हॅल्यू ॲडीशन व्हायचे, शिवाय उत्तराची शब्दमर्यादा पण पाळायला कुठली अडचण येत नाही. मी शिक्षक होतो. मला माहीत होते, की परीक्षकाला काय हवे असते ते. त्याला उत्तर शोधण्यासाठी फार कष्ट पडायला नकोत; अगदी स्पून फीडिंग, असा पेपर लिहिला, की मग नक्कीच मार्क जास्त पडणार. यासाठीच मी उत्तरात काही ना काही नवीन देण्याचा प्रयत्न ठेवत होतो. त्यासाठी वाचताना मी नकळत वेगळेपणाने उत्तर कसे लिहिता येईल, असा विचार करायचो. त्यामुळे प्रत्येक मुद्द्याला एक वेगळाच 'टच' देण्याचा माझा प्रयत्न असायचा.

एक एक दिवस सोन्याच्या मोलाचा होता. जर सारे काही मनासारखे झाले तर माझे सारे जीवन बदलणार होते. हा विचार मनात आणून मी अभ्यासात गर्क होऊन जात होतो. वेगळ्याच जाणिवेने मी अभ्यास करत होतो.

अण्णा म्हणायचे, ''त्याला पोस्ट नक्की मिळणार. त्याचा अभ्यास खूप झाला आहे.'' का कुणास ठाऊक, पण त्यांना माझ्याबद्दल खूप आत्मविश्वास वाटायचा.

मी मुख्य परीक्षेसाठी मुंबई सेंटर घेतले होते. महाराष्ट्रात मेन्सला तेव्हढेच सेंटर आहे. जसजसे दिवस जवळ येत होते, तसतसे माझे टेन्शन वाढत होते. असे वाटायचे, की अजून खूप वाचायचे राहिले आहे.

मी मुख्य नोट्स वाचतानाच शॉर्ट नोट्स पण करत होतो. एकतर माझी सवय अशी की, पेपरच्या आधी मला सारी रिव्हिजन करणे जरुरी असते. नाहीतर पेपर लिहिणे मला जमत नाही. म्हणून मी या शॉर्ट नोट्स काढत होतो. ए फोर साईजच्या पेपरला बरोबर मध्ये दुमडून पानाच्या दोन्ही बाजूला मी बारीक अक्षरांत लिहायचो. हे फक्त महत्त्वाचे मुद्दे असत; पण ते वाचले की माझ्या डोळ्यापुढे त्यासंदर्भात असलेली सारी माहिती उभी राहायची. जणू या नोट्स म्हणजे माझ्यासाठी जादूची किल्ली होती. मी अख्खा इतिहास, म्हणजे दोन्ही पेपर साधारण ७५ पानांत लिहिला होता. फक्त मुद्दे आणि काही संदर्भ. भूगोलही असाच ७०-८० पानांत सामावला. भूगोलाच्या आकृत्या स्वतंत्र काढल्या होत्या. या दोन वैकल्पिक विषयांच्या मायक्रोनोट्स काढल्या होत्या.

म्हणजे आधी वाचन, मग मुख्य नोट्स. आणखी त्यात विविध संदर्भीय पुस्तके वाचून भर टाकलेली आणि शेवटी माझ्या या मायक्रोनोट्स.

निबंध हा एक स्वतंत्र विषय. तीन तास एका विषयावर लिहायचे. मी अतुल लांडे सरांकडे एक दिवस गेलो. माझे ते छान मित्र. त्यांच्याबद्दल मी अगोदरच लिहिले आहे. त्यांच्याशी निबंधावर चर्चा केली. त्यांनी माझा निबंधाकडे पाहण्याचा दृष्टिकोन बदलूनच टाकला. कोणत्याही निबंधाला एक सुरुवात असते. त्या विषयाला इतिहास असतो. वर्तमान असते, आणि भविष्यकाळही असतो. एक प्रशासक म्हणून तुम्ही त्या विषयाकडे कसे पाहता, आणि नुसती माहिती न देता कोणत्या गोष्टी नव्याने सुचवता, आणि त्याही खूप कल्पनात्मक नाही तर, व्यावहारिक रीतीने. हे फार महत्त्वाचे आहे. या साऱ्यावर सर चर्चा करायचे. मग सरांनी मला एक विषय लिहायला दिला. विषय आता आठवत नाही. तीन तास वेळ लावून मी तो निबंध लिहिला. आधी वीस मिनिटे ड्राफ्ट करण्यासाठी दिले. मग त्यावर आधारित निबंध लिहिला. असे मी तीन-चार निबंध लिहिले आणि अतुल सरांकडून तपासून घेतले. याचा मला फारच फायदा झाला. एक शिक्षक म्हणून अतुल लांडे सर अगदी परफेक्ट... त्यांनी मला इतिहासाचे काही प्रश्न सोडवायला दिले. मी दहा मिनिटं, पंधरा मिनिटं असा वेळ लावून ते प्रश्न सोडवले. दहा मिनिटांत उत्तर लिहिताना सुरुवात, मुख्य उत्तर, आणि शेवट या अनेक तांत्रिक मुद्द्यांवर सरांनी मला बदल सुचवले. मला या टप्प्यावर त्यांचा खूपच फायदा झाला.

जीएसची माझी मनासारखी तयारी झाली नव्हती. म्हणावा तसा वेळ देता येत नव्हता आणि नेमकं काय वाचावं, असा प्रश्न पडायचा. पण चला पाहू आता.

घरी रोज फोन व्हायचा. आई, निर्मला दोघी पण रोज माझ्या अभ्यासाबाबत विचारपूस करायच्या. मला म्हणायच्या, की इकडची काळजी करू नकोस. मन लावून अभ्यास कर. त्यांचे शब्द मला हुरूप द्यायचे.

परीक्षेआधी दोन दिवस आधी मुंबईला गेलो. माझा मित्र यश शिंदे दादरला पीएसआय होता. त्याच्या ओळखीने दादरलाच एक लॉज बुक केले. जवळच श्रीकृष्ण खानावळ ही मराठी खानावळ होती. मी एकटाच होतो. लॉजवर सारी पुस्तके वेळापत्रकानुसार लावून घेतली. शोर्टनोट्स वर ठेवल्या.

आदल्या दिवशी मी माझे सेंटर पाहून आलो. म्हटलं उद्या अडचण नको. पहिल्या दिवशी जीएसचे पेपर होते. नंतर भाषा आणि नंतर वैकल्पिक विषय.

सारे चित्त परीक्षेवर होते. त्या तीन तासांत मला माझा अभ्यास मांडायचा होता. जीएस वन चा पेपर. मी सेंटरला पोहोचलो. तिथे दत्तू नवले भेटला. त्याने दिल्लीला जाऊन तयारी केलेली. त्याचा आत्मविश्वास जाणवत होता. मला जरा दडपण आल्यासारखे झाले. तो त्याच्या तयारीविषयी बोलत होता. मी मात्र अबोल झालो होतो. येणाऱ्या वादळापूर्वीची ही शांतता होती जणू.

वर्गात मी माझ्या जागेवर जाऊन बसलो. बेल झाली आणि पेपर वाटले गेले. एकवार डोळे मिटून अण्णा-आईचा चेहरा डोळ्यासमोर आणला आणि एकवार पेपर डोळ्याखालून काढला. प्रश्न ओळखीचे वाटत होते. झाले तर मग, केली लिहायला सुरुवात. या पेपरला मी चार-पाच नकाशे काढले होते. बाकी तीन-चार ठिकाणी उत्तर सूचक आकृत्या काढल्या होत्या. शेवटी सात मिनिटे शिल्लक ठेवून मी पेपर संपवला. प्रत्येक प्रश्नाला मी मार्कानुसार किती वेळ द्यायचा, हे पक्के केले होते. त्यानुसार वेळेचे गणितही जमले होते. शेवटी पुन्हा एकदा काय लिहिलेय त्यावर नजर टाकली आणि मग पेन्सिल घेतली. प्रत्येक उत्तरात जे महत्त्वाचे शब्द होते त्याखाली पेन्सिलने खुणा केल्या (underline). एकूणच जीएस वनचा पेपर चांगला गेला. वेळेचे नियोजन जमले. मी लिहिण्यासाठी रेनोल्ड कंपनीचा जेल पेन वापरत होतो.

दुपारी दोन तासांचा ब्रेक होता. दत्तू नवले आणि मी दुपारच्या सुट्टीत चहा घ्यायला बाहेर आलो. तो झालेल्या पेपरवर चर्चा करत होता. मी असे उत्तर लिहिले, तसे लिहिले वगैरे. पण मला कधी पेपर झाल्यावर चर्चा करणे आवडत नसायचे. एकदा बाण सोडल्यावर त्यावर विचार करणे चुकीचे आहे, असे मला नेहमी वाटते. मी त्यामुळे फक्त त्याचे ऐकून घेत होतो.

असाच जीएस टू पण छान होता. सुरुवात तर छान जमली होती. दुसऱ्या दिवशी भाषा पेपर. यात फक्त पास होणे महत्त्वाचे होते.

भूगोल आणि इतिहासासाठी चर्चगेटचे कॉलेज मला सेंटर म्हणून मिळाले.

भूगोल वनचे मला टेन्शन होते. हा पेपर म्हणजे संकल्पना क्लियर हव्यात. मी अभ्यास केलेला; पण तरी मनात धाकधूक होती, आणि झालेही तसेच. पेपर हाती मिळाल्यावर पहिली पाच-सात मिनिटं मला सावरण्यातच गेली. काय लिहायचे हा

प्रश्न होता. डोके फिरायला लागलेले. प्रश्नच कळत नव्हते. मी मान वर करून पहिले तर साऱ्या वर्गात हीच तऱ्हा. मग जरा बरे वाटले. म्हणजे आपण एकटेच नव्हतो तर! पुन्हा एकदा प्रश्न वाचायला सुरुवात केली. आता मन पण स्थिर झालेले. जरा जरा प्रश्न कळायला लागले. मी पेपर पूर्ण केला. पेपरसाठी माझी तयारी कमी पडली होती. इलाज नव्हता. खूप बोर झाले होते. पेपर सुटल्यावर मरीन ड्राईव्ह वर गेलो. समुद्राकडे एकटक पाहत बसलो. पेपर टू आधी एक कडक कॉफी घेतली.

भूगोल टू मात्र छान सोपा होता. मनासारखा गेला.

मला भूगोल वन पेपर वगळता सर्व पेपर छान गेले.

निबंधाचा पेपर मनासारखा लिहिता आला. 'भारतीय स्त्रिया घर आणि नोकरी यांत संतुलन साधण्यात यशस्वी झाल्या आहेत काय?' असा तो विषय होता. मी अनेक उदाहरणांसह हा निबंध उलगडवला. हा पेपर सोमवारी होता. त्याच्या आधी शनिवारी मी 'लोकसत्ता'ची 'चतुरंग' पुरवणी वाचत असताना नंदुरबार येथील एका महिला उद्योजकाने आपले घर सांभाळून 'स्पा व्यवसाया'त कशी आघाडी घेतली होती, याची माहिती वाचनात आली. मी माझ्या निबंधाची सुरुवात याच उदाहरणाने केली.

इतिहासाचे पेपर तर एकदम उत्तम गेले. शेवटचा पेपर इतिहास -२ होता. हा पेपर झाल्यावर मी बेंचवर डोके ठेवून पाच मिनिटे बसून राहिलो.

सारे पेपर झाले होते. जी काही तीन महिन्यांत तयारी केली होती. ती तयारी व मागील अनुभव पणाला लावून मी पेपर लिहिले. आता जे होईल ते होईल. मनावरचा डोंगर हलका झाला होता; पण मी यूपीएससीची मेन्स दिली याचा मला मोठा आनंद होत होता.

आमचे अण्णा म्हणतात तसे, 'कर्मण्येवाधिकारस्ते मा फलेषु कदाचनं.' कर्म केले होते, आता फळ मिळेलच, असे मनोमन वाटत होते.

मनावरचा भार हलका झाला होता. मी पुन्हा पुन्हा स्वतःला खात्री करून देत होतो, की मी यूपीएससी मेन्स दिली आहे. निदान आता माझा अभ्यास संपला होता. गेली सात वर्षे मी स्पर्धा परीक्षेंचाच अभ्यास करत होतो. नोकरी आणि घर पाहत पाहत अभ्यास करत होतो. २००५ला सुरू केलेला अभ्यास २०१२ची मेन्स देऊन संपला होता.

आता प्रतीक्षा निकालाची

इतिहासाचा पेपर संपला त्या दिवशीच रात्री मी मुंबईहून घरी आलो. सारेच माझी वाट पाहत होते. दुसऱ्या दिवशी मला जामखेडला पुन्हा रुजू व्हायचे होते. यूपीएससीची

परीक्षा माझ्यासाठी मोठा अनुभव होता. तहसीलदार पदावर राहून मला ही मेन्स देता आली होती. कलेक्टर संजीवकुमार सरांमुळे हे शक्य झाले होते.

ऑफिस जॉईन केले. सरांनी मेन्स पेपर कसे गेले ते विचारले. बाकी माझे सहकारी तहसीलदार सुद्धा विचारत होते. मी फक्त हसून ठीक गेले असे सांगत होतो.

टॅन्करची समस्या कायम होती. सुमारे १०० टॅन्कर चालू होते. ४० हून अधिक छावण्या चालू होत्या. मी कामांत बुडून गेलो.

ग्रामीण भागांत तेच तेच प्रश्न वर्षानुवर्षे भिजत पडलेले. कित्येक दिवस प्रशासन या प्रश्नांशी झगडतेय; मात्र प्रश्न तिथेच. गरीब शेतकरी भेटायला आला, की वाटायचे याच्या साऱ्या समस्यांवर कधी उपाय सापडणार? महसूल विभाग शेतकऱ्यांच्या जमिनीच्या नोंदी ठेवणारा. मात्र शेतकऱ्याला आपल्या जमिनीची माहिती मिळवण्यासाठी या विभागात चिरीमिरी दिल्याशिवाय गत्यंतर नव्हते. आम्ही मोठ्या माणसांची कामे पटकन करून देतो; पण गरिबाला तिष्टत ठेवतो; का तर त्याची स्वतःची काही ओळख नसते. त्याचे काही उपद्रवमूल्य नसते. सरकारी नोकर म्हटले, की निबर मनाची आणि कातडीची माणसं. संवेदनशील प्रशासन हा फक्त प्रशिक्षणासाठी वापरायचा शब्द. गावात गेले, की माणसं माझ्याभोवती गोळा व्हायची. समस्यांचा पाढा वाचायची. त्याच त्याच समस्या. किती योजना आहेत सरकारकडे. कागदावर तर किती छान वाटतं; पण प्रत्यक्षात परिणाम शून्य. गावं ओसाड होत चाललेली. जामखेडच्या अनेक भागांतून ऊस तोडीला मजुरांच्या टोळ्या जात. आधी उचल घेऊन मग ही माणसं गाव सोडायची. तोडीच्या सिझनला तर सारा गाव ओस पडायचा. फक्त म्हातारी माणसं गावात भेटायची. गावात पैसा निर्माण कसा करायचा? तो होत नाही म्हणून लोक गाव सोडतात. एव्हढी यंत्रणा विकास प्रशासनाच्या नावाखाली काम करतेय; पण लोक आहेत तिथेच आहेत, असे मला वाटायचे. एखादी समस्या पाहिली, की मी तिच्यावर तुटून पडायचो.

एक दिवस मी ऑफिसमध्ये बसलो होतो. एक गरीब शेतकरी माझ्याकडे आला व मला म्हणाला, ''साहेब अजून मी किती पैसे देऊ तुम्हाला?''

मला काही कळेना, हा माणूस असा काय बोलतोय?

''माझा कुन्बीचा जातीचा दाखला सहा महिने झालेय मिळाला नाही, पाच हजार रुपये दिलेत मी.''

मला आता उलगडा झाला.

मी म्हणालो, ''बाबा, पैसे कधी आणि कुणाला दिले होते?'' त्याने तारखेसह मला माहिती दिली. त्याने पैसे जामखेड मधील एका एजंटला दिले होते, आणि तो एजंट जामखेडमधील हायस्कूल टीचर होता आणि माझ्या चांगल्या ओळखीचाही

होता. माझ्याशी सतत सलगी ठेवून असायचा तो. ऑफिसला आला, की त्याच्या सामाजिक कामांबद्दल सांगायचा. मला वाटायचे असेल याचे सामाजिक काम; मात्र आज मला त्याचे सामाजिक काम समजले होते. हा माझ्याशी सलगी वाढवून, अशी कामे करत होता तर! मी त्या शेतकऱ्याकडून एक त्या शिक्षकाच्या विरुद्ध अर्ज लिहून घेतला आणि त्या शिक्षकाला शिपायाकरवी बोलावून घेतले. मग त्याची चांगलीच बिनपाण्याने केली. त्याच्या शाळेला पत्र लिहून कारवाईसाठी सूचना केली.

तहसील कार्यालयात असे अनेक एजंट काम करतात. मी तर लोकांना 'थेट भेट' द्यायचो, की जेणेकरून अशा एजंटला वाव मिळणार नाही. मला वाटते अधिकारी आणि जनता यांच्यातील संवादाचा अभाव भ्रष्टाचाराला वाव देतो.

दर मंगळवारी आमच्या कामाचा आढावा कलेक्टर सर व्हिडीओ कॉन्फरन्सने घ्यायचे. असाच मी व्हिडिओ कॉनफरन्समध्ये होतो. त्याचवेळी मला दत्तू नवलेंचा फोन आला. सर निकाल लागलाय मेन्सचा. पाहून घ्या. त्यांचा निकाल आला नव्हता. माझी धाकधूक वाढली. एव्हढा अभ्यास करून नवलेंचा निकाल नाही. मी व्हिडिओ कॉन्फरन्समधून तसाच उठलो. ऑफिसमध्ये जाऊन नेट ओपन केले. वेबसाईट उघडली. माझा नंबर टाकला आणि नंबर दिसला. हुश्श!

मी मुलाखतीला पात्र झालो होतो. एकदम मनावरील ओझे उतरले. पुन्हा गुपचूप व्हिडिओ कॉन्फरन्सला जाऊन बसलो. मनात आनंदाच्या उकळ्या फुटत होत्या.

सरांना मेसेज टाकला. मी मुलाखतीला पात्र झालोय म्हणून सरांनी व्हिडिओ कॉन्फरन्समधून माझे अभिनंदन केले व शुभेच्छा दिल्या. साऱ्या कलेक्टर ऑफिसला कळले, की मी यूपीएससीची मुलाखत देणार म्हणून.

घरी अण्णा-आई, निर्मला यांना खूप बरे वाटले. आता काही होऊ दे पण मी यूपीएससीचे तिन्ही टप्पे पार करण्याच्या उंबरठ्यावर होतो. एक अनुभव म्हणून पण ही फार मोठी गोष्ट होती. निदान भविष्यात माझ्या मनात कोणतीही रुखरुख राहणार नव्हती.

मी एमपीएससीच्या आतापर्यंत पाच मुलाखती दिल्या होत्या. मला मुलाखत हा प्रकार नवीन नव्हता; पण ही यूपीएससी होती. माझ्यासाठी मोठा अडसर भाषेचा होता. माझे इंग्रजी धड नव्हते आणि हिंदी बोलताना मध्येच मायमराठी घुसायची. बरं सराव करावा, तर कुणाशी बोलावे? हा प्रश्न होता. मॉक इंटरव्ह्यू हा एक मार्ग होता. मी पुण्यात जाऊन काही मॉक देण्याचे ठरवले. दिल्लीला मॉकसाठी जाणे मला जमणार नव्हते. दिवस दुष्काळी आणि काम वाढलेले आणि मुश्किलीने मेन्सला रजा मिळालेली. मी आता किरकोळ रजेवरच भागवणार होतो.

अजून मुलाखतीच्या तारखा जाहीर झाल्या नव्हत्या. पुण्याला 'यशदा'मध्ये

मॉक घेणार होते. मी नोंदणी केली. मुंबईला SIAC मध्येही मॉक असतात; पण मी 'यशदा' ट्राय करण्याचे ठरवले. ऑफिस करून अभ्यास होत नव्हता. संध्याकाळी मी नेटवर हिंदू पेपर वाचायचो. बायोडेटानुसार काय प्रश्न विचारू शकतात, याचा मी विचार करायचो. मला मनोमन वाटायचे, की मला प्रश्न मुख्यतः माझ्या नोकरीवर म्हणजे तहसीलदार या पदावरच विचारतील.

कलेक्टर सर मला म्हणाले, की एक दिवस घरी ये. मुलाखतीवर आपण चर्चा करू. त्यांनी उपयोगी टिप्स दिल्या. खरेतर आतापर्यंतच्या यूपीएससी प्रवासात त्यांचा खूप मोठा हातभार होता. सर म्हणाले, "तू कोणत्या भाषेत बोलतो, हे महत्त्वाचे नाही, तर तू काय बोलणार, कशी उत्तरे देणार, तुझा दृष्टिकोन यांवर तुझे मार्क अवलंबून असणार आहेत."

'यशदा'चा मॉक दिला. ठीक होता. त्यांनी मला 'टी २०' या क्रिकेट प्रकारावर चार-पाच प्रश्न विचारले. येथे मला म्हणावा, असा फीडबॅक मिळाला नाही. माझ्या आत्तापर्यंतच्या एमपीएससीच्या अनुभवावरून मला खात्री होती, की मला 'टी २०' सारख्या मुद्द्यावर प्रश्न नाही विचारणार म्हणून. असो. मी आता मॉक न देण्याचे पक्के केले; जे होईल ते दिल्लीला.

हा अजून एक नाटक होते. बरेचजण म्हणाले, की मुलाखतीला ब्लेझर आणि टाय वापर. मला कधी सवय असण्याचे कारणच नव्हते. बापजन्मी हा ब्लेझर आणि टाय मी वापरला नव्हता; पण आता वापरायचे ठरवले.

माझा एक मित्र समाधान सोनवणे पण मुलाखतीला पात्र झाला होता. आम्ही सोबत दिल्लीला जाण्याचे ठरवले. त्याचेही मराठी माध्यम होते.

बरीच मुलं 'महाराष्ट्र सदन'ला राहणार होती. तिथं गर्दी पण झाली होती. माझे मित्र राजेश गवळी यांनी मला सुचवले, की तुम्ही कृषी विद्यापीठात राहा. ते म्हणाले, "माझे एक मित्र आहेत तिथे प्रताप भोसले. ते मदत करतील तुम्हाला." मग मी त्यांच्याशी बोलून घेतले. रूमची व्यवस्था झाली. मोठी काळजी मिटली.

पुण्याहून 'इंडिगो विमाना'चे बुकिंग केले होते. मी साधारण एक आठवडा आधी निघालो होतो. १९ एप्रिल २०१३ ला मुलाखत होती. दिल्लीला जाण्याची पहिलीच वेळ. वेगळा आनंद वाटत होता; दडपण तर बिलकूल नव्हते. विमानात बसल्यावर समाधानला मी म्हणालो, "आता आपण हिंदीतून आणि जमेल तसे इंग्रजीतून बोलू या. तो हसायला लागला.

राष्ट्रीय कृषी विद्यापीठात आमची छान सोय झाली होती. आम्ही दोन-तीन इंग्रजी पेपर आणून मोठ्याने वाचायचो. दुपारी छान चर्चा करायचो. एकमेकांचा बायोडेटा पाहून प्रश्न विचारायचो. खूप वाचून पण काही फरक पडणार नव्हता. आत्तापर्यंतच्या अनुभवावरून आपण जे वाचतो, त्यापेक्षा प्रश्न फार हटके येतात,

हे माहीत होते. त्यामुळे आम्ही जास्तीत जास्त रिलॅक्स राहण्याचे ठरवले. संध्याकाळी मेट्रो रेल्वेतून फेरफटका मारायचो.

'महाराष्ट्र भवना'त मॉक इंटरव्ह्यू घेत होते. आम्ही मात्र गेलो नाही. ऐनवेळी मनामध्ये कोणताही गोंधळ किंवा किंतू नको होता.

१८ एप्रिलला मी आणि समाधान 'यूपीएससी भवन' पाहायला गेलो. आम्ही राहत होतो तिथून रिक्षाने केवळ १५ मिनिटांचे अंतर होते. आत्तापर्यंत केलेल्या मेहनतीचे चीज अखेर या वास्तूत होणार होते. चित्रात पाहिलेला यूपीएससीच्या इमारतीचा गोल घुमट समोर दिसत होता. मुलं मुलाखत संपून बाहेर येताना दिसत होती. काही चेहरे हसरे तर काही गंभीर. आम्ही उद्या येण्याच्या तयारीने मागे फिरलो. आता फक्त एक दिवस.

१९ एप्रिल उजाडला. मी आणि समाधान आमचं आवरून निघालो. सारी कागदपत्रं घेतली होती. टाय बांधला.

सकाळी ९ वाजता पोहोचलो. प्रवेशपत्र दाखवले आणि आम्हाला गेटवरून आत सोडले. सारी मराठी पोरं दिसत होती. आत एका मोठ्या हॉलमध्ये यूपीएससीचा स्टाफ कागदपत्रे तपासत होता. सहा-सात टेबलं होती. मी पाच नंबरच्या टेबलवर कागदपत्रं तपासण्यासाठी बसलो. पाच मिनिटांचे ते काम. लगेचच झाले. माझी मुलाखत सकाळच्याच सत्रात होती. दहा वाजता मुलाखती सुरू झाल्या.

मला पुरुषोत्तम अग्रवाल सरांचे पॅनल होते. हॉलमध्ये पोरांचा गोंगाट चालू होता. साडेदहाच्या दरम्यान सुरुवातीलाच आत गेलेली मुलं मुलाखत देऊन बाहेर आली. तसा बाकीच्या मुलांनी त्यांना गराडा घातला. अगदी एमपीएससीच्या मुलाखतीला जशी मुलं विचारायची, तसे प्रश्न येथेही पोरं त्यांना विचारत होती. कसे आहे पॅनल, कोण जास्त प्रश्न विचारतोय? पॅनल सहकार्य करतंय का? वगैरे.

मी मात्र माझी बारी येण्याची वाट पाहत बसलो होतो. सारे बाहेरचे आणि मनातले संवाद मी बंद केले होते. कुठलाच विचार मनात न आणता, मी मोकळ्या समुद्रात नाव सोडून दिल्यासारखा निर्विकार राहण्याचा प्रयत्न करत होतो. आतापर्यंत जे काही केले आहे, त्याचीच ही एक पुनरावृत्ती आहे, असे मनाशी ठरवून मी मुलाखतीला सामोरे जाणार होतो. बस्स!

माझी बारी आली. दार ढकलून आत पहिले. May I come in sir? मी विचारले. चेअरमन समोर बसले होते. समोर मुलाखत मंडळ अर्धवर्तुळाकार रीतीने बसले होते. उत्तर द्यायच्या आत मी आत गेलो होतो. मी त्यांना अभिवादन केले. good afternoon sir, good afternoon mam. मुलाखतीच्या पॅनलमध्ये एक महिला अधिकारी होत्या. पुरुषोत्तम सर मध्यभागी बसले होते. मला अग्रवाल सरांनी बसा म्हटले. माझे मीडियम मराठी असल्याने मला एक भाषांतर करणारा दुभाषी

देण्यात आला होता. सुरुवात पुरुषोत्तम सरांनी केली... So you are working as a tahasildar... ok. मी yes sir म्हणालो. पण त्या पहिल्या प्रश्नामुळे माझ्यात एक सहजपणा येऊन गेला. निदान आता पुढील प्रश्न मला तहसीलदार संबधी विचारले जाण्याची दाट शक्यता होती.

मला पुरुषोत्तम सरांनी विचारले, की विजय, आप इंग्लिश या हिंदी मे बोलने का प्रयास कर सकते है क्या? मी ठरवूनच गेलो होतो, की मी इंग्लिश अथवा हिंदीतून बोलण्याचा प्रयत्न करणार; जरी मला दुभाषी देण्यात आला होता तरी. मी पटकन म्हणालो, "सर, I will try."

मिड डे मील चालू ठेवावे कि बंद करावे, असा पुढील प्रश्न होता. मी म्हणालो, की आजही अनेक शाळांमध्ये येणारी मुले सकाळी काही न खाता येतात. विशेषत: ग्रामीण भागांत, आदिवासी भागांत आई-बाप सकाळी लवकर घराबाहेर पडतात. अशा मुलांसाठी 'मध्यान्ह भोजन योजना' वरदान आहे; पण मी पुढे म्हणालो की, मात्र यासाठी Centralized kitchen system असायला हवी; जेणेकरून शिक्षकांवर या कामाचा बोजा पडणार नाही.

तुम्ही अशा भागात कलेक्टर आहात, की तिथे रोजगार निर्मितीसाठी जास्त वाव नाही, शेतीसाठी पाणी नाही, औद्योगिक दृष्टीने कोणताही स्कोप नाही, अशा ठिकाणी आपण रोजगार निर्मिती कशी कराल? मी म्हणालो, "सर अशा भागात ग्रामीण पर्यटन विकसित करण्यास वाव आहे. अशी खेडी विकसित करणे, की जिथे बैलगाडी सैर, झोपडीत राहणे, ग्रामीण जेवण देणे, ग्रामीण कलेला वाव देणे अशा प्रयत्नांतून रोजगार वाढवता येईल. या ग्रामीण गोष्टींबद्दल शहरी वर्गाला एक प्रकारचे कुतूहल असते. यासाठी अशा भागांतील तरुणांना प्रशिक्षण देऊन तयार करता येईल."

अग्रवाल सर आणि इतर सदस्यांच्या चेहऱ्यावरून जाणवत होते, की माझी उत्तरं त्यांना भावत होती.

हे 'राजस्व अभियान' काय आहे? बहुतेक माझ्या बायोडेटच्यावरून हा प्रश्न विचारला असावा. हा तर माझा फेव्हरेट प्रश्न होता. महसूल प्रशासनाची ही एक लोकाभिमुख होण्याची प्रक्रिया होती. मी दाखले वाटप, प्रलंबित फेरफार निपटारा, शेत रस्ते मोकळे करणे, अतिक्रमणे हटवणे अशा साऱ्या कार्यक्रमांची माहिती दिली. मुळात लोकांना प्रशासन हे आपल्यासाठी आहे, ही जाणीव करून देण्यासाठी ही मोहीम होती. माझ्या उत्तराने त्यांचे समाधान होताना त्यांच्या चेहऱ्यावर दिसत होते. मी हिंदी मिश्रित इंग्रजीत बोलत होतो.

याआधी मी एमपीएससीच्या सहा मुलाखती दिल्या होत्या आणि प्रत्येक मुलाखतीला मला विचारण्यात आलेले प्रश्न मला जसेच्या तसे आठवतात. मात्र

यूपीएससीच्या मुलाखतीचे प्रश्न आज मला लिहिताना आठवत नाहीत. तरीही मला विचारण्यात आलेले सारे प्रश्न माझ्या तहसीलदार पदाशी जास्त निगडीत होते, आणि बहुतेक प्रश्नांची मी समाधानकारक आणि आत्मविश्वासपूर्वक उत्तरे दिली होती. माझ्या माहितीमध्ये मी 'आदर्श तहसीलदार पुरस्कार' मिळाल्याचे लिहिले होते. त्यांनी मला 'आदर्श तहसीलदारा'चे निकष विचारले. मी मुख्यतः महसुली काम जसे, की online सातबाराचे काम, फेरफार निपटारा, केसवर्क, आणि वसुली याबाबत सांगितले. ही कामे सर्वसामान्यांच्या जिव्हाळ्याची कशी आहेत, ते सांगितले. एकूण माझ्या बोलण्याचा रोख संवेदनशील अधिकारी असण्यावर होता.

भावना आणि नियम यांची सांगड कशी घालावी, यासंदर्भात विचारलेला एक प्रश्न मला आठवतोय. मला त्यांनी विचारले, की तुम्हाला अर्जंट मीटिंगसाठी बोलावण्यात आलेले आहे; पण काही खेडूत तुमची भेट घेण्यासाठी ताटकळत बाहेर उभे आहेत. तुम्ही काय कराल? मीटिंग खूप महत्त्वाची आहे.

मी तत्काळ बोललो, की मी आधी त्या लोकांना अटेंड करेल. त्यांनी कारण विचारले. मी म्हणालो, "सर, मला भेटायला आलेले दूर खेड्यातून आलेले आहेत. भल्या पहाटे उठून, गायी-गुरांचे आवरून आणि आपला एक दिवसाचा रोजगार बुडवून ही मंडळी जिल्ह्याच्या ठिकाणी येतात. ते इथे येण्याआधी अधिकाऱ्याची वेळ (Appointment) कशी घेतात, हे त्यांना माहीत असण्याचे काही कारण नाही. त्यांना पुन्हा यायला लावणे म्हणजे आपण अधिकारी म्हणून अक्षम असण्याचे द्योतक आहे. जरी आपण भेटीची वेळ किंवा वार साऱ्या कार्यक्षेत्रात जाहीर केलेला असला, तरी खेड्यातून आलेल्या शेतकऱ्याला याची माहिती असेलच, असे नाही. त्यामुळे मीटिंगला जरी उशीर झाला तरी तेथील मुद्दे मी नंतर समजून घेईल तसेच वरिष्ठांना वस्तुस्थिती सांगून माफी मागेल. मी बोलत होतो आणि सर ऐकत होते.

मी सुमारे २५ मिनिटं आतमध्ये होतो. बहुतेक प्रश्नांची मी उत्तरे दिली होती. सर शेवटी म्हणाले, "विजय... Thank you."

मी सर्वांना धन्यवाद दिले आणि Sir, have a nice day to all of you... असे म्हणून मी हळूच उठलो. खुर्ची मागे सरकवली व उभा राहिलो. एक स्मितहास्य करून पुन्हा खुर्ची पुढे सरकवली आणि बाहेर पडलो.

आज माझ्या यूपीएससीचे वर्तुळ पूर्ण झाले होते. पूर्व, मुख्य, आणि आज मुलाखत. खूप मोकळे वाटत होते. मन रिते झाले होते.

राळेगण ते धोलपुर हाऊस... स्वप्नवत प्रवास होता

बाहेर वातावरणात गर्मी होती. मी टाय मोकळा केला. बाहेर गेटवर मुले उभी होती. मी तरातरा 'इंडिया गेट'कडे निघालो. पाय तरंगत होते. आतापर्यंत झालेली

वाटचाल डोळ्यापुढून एस.टी. पळताना झाडे पळावीत, अशी पळत होती. आता निकाल काही लागो. माझ्या मनात कोणतेही शल्य असणार नव्हते. मी अण्णा-आईला नेहमी म्हणत आलो होतो, की एकदा मला यूपीएससी करू द्या. नाहीतर मला आयुष्यभर रुखरुख राहील. त्यांनी माझ्यावर विश्वास टाकला.

वयाच्या विसाव्या वर्षी मी नोकरी पत्करली. आधी शिक्षक, मग विक्रीकर निरीक्षक, तहसीलदार, विक्रीकर अधिकारी... तेही एमपीएससीत राज्यात दुसरा आणि दरम्यान सुनीताचे लग्न, माझे लग्न, निर्मलाची साथ. त्यानंतर अरे संसार संसार... कृष्णा व ज्ञानेश्वरीचा प्रवेश, घराचे बांधकाम. सारी कामे करत करत प्रवास सुरूच होता... त्याचा आज शेवट झाला होता. निदान अभ्यास संपला होता. 'इंडिया गेट'कडे पाहत होतो. माझे आयुष्य आणि हे स्मारक. मला दोन्ही भव्यदिव्य भासत होते. मन परत परत भूतकाळात जात होते. एका चित्रपटासारखा सारा प्रवास डोळ्यापुढून सरकत होता. या साऱ्या प्रवासात माझे अण्णा-आई, माझी पत्नी निर्मला यांची खूप मोलाची साथ मिळाली. निर्मलाने कोणताही हट्ट न करता माझ्या अभ्यासाला सतत पाठींबा दिला. तिची बायको म्हणून ना फिरण्याची हौस झाली ना दागिन्यांची. घरात सतत कडकी. जेमतेम पगार पुरायचा; पण तिने सावरून घेतले. अनेक प्रसंगी मी चिडायचो, रागवायचो; पण ती शांत असायची. पोरांकडे ध्यान द्यायची. अर्थात अण्णा-आईचा खूप मोठा आधार होता; पण निर्मालाच्याही माझ्याकडून निश्चितच अपेक्षा होत्या, एक पती म्हणून. पण तिला बऱ्याचदा तडजोड करावी लागली. सारं काही नजरेसमोर येत होतं. आज एक वर्तुळ पूर्ण झालं होतं. आता निकाल काही लागो; मला फिकीर नव्हती. मला आयुष्याकडून कोणतीही तक्रार नव्हती.

संध्याकाळी समाधान पण आला होता. आम्ही आधी ठरवले होते, की काय प्रश्न विचारले त्यावर नंतर विचार करायचा नाही. दुसऱ्या दिवशी मेडिकल होती. आम्ही मेडिकल झाल्यावर आग्र्याला जायचे ठरवले.

मेडिकल व्यवस्थित पार पडली. आमची रक्त, लघवी तपासणी झाली, तसेच ऐकण्याची क्षमता (Hearing ability) तपासण्यात आली.

आमच्याकडे एक दिवस होता; मग आग्र्याला गेलो. शुक्रवार असल्याने 'ताजमहाल' बंद होता. जरा नाराज झालो; मात्र तेथील 'लाल किल्ला' पाहिला. बाहेरच शिवाजी महाराजांचा अश्वारूढ पुतळा पहिला. मन फुलून आलं. एवढ्या लांब आणि परमुलखात त्या काळात महाराज कसे निसटले असतील, अशी मनात कल्पना करत सारा किल्ला पालथा घातला. इथे महाराजांचे चरण लागले असतील. खूप भारी वाटत होते.

दुसऱ्या दिवशी 'इंडिगो'चे विमान पकडून पुणे गाठले. घरी आलो. शनिवार

होता. अण्णा-आईला म्हणालो, ''सारे काही व्यवस्थित पार पडले आहे. बहुतेक काम होईल. पाहूयात. संध्याकाळी म्हसोबाच्या मंदिरात जाऊन देवाचे फक्त आभार मानले. रविवारी आढळगावला सुनीताकडे जाऊन आलो. सुनीताने मुलाखत कशी झाली, म्हणून विचारले. मी छान झाली म्हणून सांगितले. सुनीता, आमचे दाजी विलास शिंदे हे सतत मला पाठींबा द्यायचे.

सोमवारी पुन्हा जामखेड...

ऑफिसमध्ये सारेच मुलाखतीबद्दल विचारत होते. नक्की तुमचे काम होईल, असे म्हणत होते. मी मात्र फक्त स्मित करत होतो.

आरओ मीटिंगला सरांनी मुलाखतीबद्दल विचारले. मी छान झाली म्हणून सांगितले. वेगळीच भावना मनात तयार होत होती. माझे सहकारी तहसीलदार आत्ताच अभिनंदन करत होते.

का कुणास ठाऊक, पण आता जामखेड सुटेल असे वाटायला लागले होते. मी शांत झालो होतो. खूप पाऊस पडून गेल्यावर वातावरण एकदम शांत होते तसे. मोठ्या आवर्ताची प्रतीक्षा होती. ऑफिसमध्ये सहकर्मचारी, भेटायला येणारे या सर्वांशीच मी जास्तच आपुलकीने बोलत होतो. साऱ्यांनाच माझ्यातील हा बदल जाणवत होता. बाहेर पडलो, की पहिल्यासारखेच गुरांच्या छावणीत जाऊन शेतकऱ्यांशी बोलायचो. पाणी, चारा, रोजगार हमीची कामे यांचा आढवा घ्यायचो; पण मन हरवून गेलं होतं. खोटं कशाला सांगू? पण...

माझं मन चातकासारखी निकालाची वाट पाहत होतं... फक्त वाट!!!

आजचा दिवस माझा...

दि. ३ मे, २०१३........ शुक्रवार !

दुपारचे २.३० वाजले असतील. आज मी जेवायलाही गेलो नव्हतो. मी तहसीलमध्येच होतो. दुपारी जामखेड तहसील कार्यालयात जास्त वर्दळ नसते. माझे कोर्ट कामकाज चालू होते. एका जमिनीचा विवाद होता वकिलाचा युक्तिवाद चालू होता. माझा मोबाइल वाजला. पलीकडून लाईनवर राजेश गवळी (IRS) होते. यूपीएससीच्या मुलाखती आधी आमचे बोलणे झालेले. त्यानंतर आज त्यांचा फोन आलेला. मनात एक गोड शंका चमकली; नक्कीच निकाल.

'नमस्कार सर!' मी म्हणालो.

"Hello, विजय सर! मी प्रवासात आहे; पण वेबसाईटवर रिझल्ट आलाय. पहा आणि मला पण सांगा."

फोन कट... मी क्षणभर सुन्न... छातीत धडकी भरल्यासारखं झालं.

"भाऊसाहेब प्लीज, पाच मिनिटं थांबा..." समोरच्या वकिलाला मी विनंती केली.

माझे हात शब्दशः थरथर कापत होते. आयुष्यात पहिल्यांदा मी माझा निकाल पाहत होतो. तोही यूपीएससीचा. याआधीचे एमपीएससीचे निकाल मला कुणी ना कुणी सांगितलेले.

माझे हे स्वप्न साकार झाले की नाही, ते एका क्लिकने दिसणार होते; पण हात जणू गोठले होते. www.upsc,gov.in. वेबसाईट ओपन झाली Civil Services Result २०१२... अलर्ट दिसत होता. क्लिक... आता कसे नाव शोधावे. ctrl+f....vijay.... 176...काय!

176.. Kulange vijay Amruta......!!!!

हे खरे होते का? मी वकील भाऊसाहेबांना म्हटले, "भाऊसाहेब एकदा माझे नाव चेक करा. पुन्हा एकदा खात्री करा. वकिलांनी पाहून सांगितले, की तुमचेच नाव

आहे... खरेच की... माझेच नाव होते...

याचसाठी केला होता अट्टाहास...

मला काय होतेय ते कळेना. मोबाइल घेतला. घरी फोन लावला. फोनवर आई होती. काय रे, आज दुपारीच फोन केलास?

आई... माझा निकाल लागला... मी 'आयएएस' झालो. देशात १७६वा आलोय. अण्णांना सांग... निर्मलाला सांग...!

माझा आवाज भरून आला होता. डोळ्यांतून टीप टीप पडत होती. माझ्या खुरपायला जाणाऱ्या आईचा लेक 'कलेक्टर' झाला होता. दिवसभर शिलाई मशिनवर दुखेपर्यंत पाय मारणाऱ्या टेलरचा मुलगा आज 'कलेक्टर' झाला होता. डोळे राहून राहून भरून येत होते. वकील माझ्याकडे पाहत होते. एव्हाना साऱ्या ऑफिसमध्ये बातमी पसरली... सारे कर्मचारी गोळा झाले.

मी सावरलो. दुसरा फोन मी कलेक्टर संजीवकुमार सरांना लावला... Really congrats vijay... संजीवकुमार सरांनी माझे अभिनंदन केले.

एव्हाना पेढे आले होते. मोबाइल सारखा चालू होता. जामखेडमधील बऱ्याच लोकांनी लगोलग तहसील कार्यालयात धाव घेतली. ऑफिस भरून गेले होते. जो-तो पुढे येऊन माझे अभिनंदन करत होता. जणू अभिनंदनाचा माझ्यावर वर्षावच होत होता. माझ्यासाठी हे कौतुक नवीन होते.

यापूर्वी मी विक्रीकर निरीक्षक, तहसीलदार झालो होतो; अगदी राज्यात दुसरा आलो होतो... पण आजचा दिवस वेगळा होता. खास होता. खूपच खास होता. नकळत माझ्या ओठांवर शब्द तरळले.. आजचा दिवस माझा... !!

राहून राहून डोळे भरून येत होते... मनातला श्रावण डोळ्यांतून ओसंडत होता. जाधव ड्रायव्हरला मी गाडी लावायला सांगितले. कधी एकदा मी घरी जाईन, असे मला झाले होते. मे महिन्याचे कडक ऊन; पण का कुणास ठाऊक मला कोवळ्या उन्हासारखे भासत होते... मन तरल झाले होते... मनावरचे मणामणाचे ओझे उतरले होते... पाऊस पडून आभाळ निरभ्र व्हावे... आणि चातकाची शतकाची तहान भागावी... मी आजच्या दिवसासाठी स्वतःला सिद्ध केले होते. आत्तापर्यंत नक्कीच मी आजच्या दिवसासाठी जगत होतो... माझ्यासाठी हे 'एवरेस्ट' होते. मनात विचारांचे काहूर... आणि मोबाइल सारखा चालू... हो हो थँक्स! हेच शब्द मी म्हणत होतो. जाधवने गाडी लावली.

घरून सुनीलचा फोन आला. मांडवगणला आला, की सांग म्हणाला. जामखेड ते राळेगण ७५ कि.मी.चा प्रवास; मात्र आज युगायुगाचा वाटत होता. मोबाइलचे चार्जिंग संपत आलेले. घोगरगावातच मोबाइल बंद पडला. मग जाधवच्या मोबाइलवरून घरी फोन केला. सांगितले, की मी मांडवगण ओलांडले आहे... 'तू ये... आम्ही सारे

म्हसोबाच्या देवळापुढे आहोत...' अण्णांनी मला सांगितले.

माळ्याची वाडी ओलांडली... पुलावर गाडी पाहताच... फटाके वाजू लागले. भर दुपारी कायम ओस राहणारा गाव आज म्हसोबा मंदिरापुढे ओसंडून वाहत होता. मंदिरापुढे गाडी थांबली. मी गाडीतून उतरलो... अण्णा दिसले... वाकलो मी क्षणभर.... ते युगायुगाचे स्वप्न होते... माझ्या अण्णांचे... चरणस्पर्श केला... बोलण्याची गरजच नव्हती दोघांनाही...

म्हसोबाचे दर्शन घेतले. देवाच्या दारात टेकलो. सारे बसले. 'आयएएस' म्हणजे काय? हे लोकांना माहीत नव्हते; मात्र 'कलेक्टर' सगळ्यांना ठाऊक होते. सरपंच सुधीर माझा चांगला मित्र. त्याने गावच्या वतीने औपचारिक अभिनंदन केले व जंगी सत्कार ठेवण्याचे जाहीर केले. गावासाठी माझे यश नवीन होते. आश्चर्यमिश्रित नजरा मला न्याहाळीत होत्या. मीच बुजरा झालतो माझ्याच गावात... घरी निघालो. गावचा प्रवाहही माझ्यासोबत निघाला... गल्लीत आलो.

आई आणि बायको दोघीही हातात आरती घेऊन उभ्या होत्या. दोघींनी मला ओवाळले. आईने नजर उतरवली... खूप पाहिले होते, सोसले होते माझ्या आईने, आणि निर्मलाची मोलाची साथ. खूप रडावेसे वाटत होते... पण सावरलो. दुःख आणि सुख दोन्हीतही माझी आई... तिचे खुरपं धरणारे राकट हात माझ्या माथी टिळा रेखित होते. निर्मलाच्या डोळ्यांत माझ्याविषयीचा अभिमान दिसत होता.

पायरीवर बसलो... दोन्ही पोरं... कृष्णा व ताई मला बिलगले होते... हसत रडत होते... दारात गाव उभा ठाकला होता... माझ्या कौतुकाला आज उधाण आले होते... माझे शब्द मौन झाले होते.

पिंट्या... विजय... प्राथमिक शिक्षक... विक्रीकर निरीक्षक... तहसीलदार... सहायक विक्रीकर आयुक्त... राज्यात दुसरा... आणि आज आयएएस... देशात १७६ वा... मागे वळून पाहताना... आजच्या उंचीवरून सारेच स्वप्नमय; पण तावून सुलाखून निघालेले सत्य आज प्रकटले होते. आयुष्यातील एक पर्व संपले होते. नजर भविष्याकडे लागली होती... होय, याचसाठी केला होता अट्टाहास... हा दिवस माझा... नक्कीच... आजचा दिवस माझा...!!

◆